ஒவ்வொரு இறகிலும் ஒரு வனம்

ஒவ்வொரு இறகிலும் ஒரு வனம்

ஆளுமைகள் சவால்கள்

சா.தேவதாஸ்

நூல் வனம்

ஒவ்வொரு இறகிலும் ஒரு வனம்
கட்டுரைகள்
சா.தேவதாஸ்

Ovvoru Iragilum Oru Vanam
Articles
by S. Devadoss ©

Published by: **Noolvanam**, M22, Sixth Avenue
Alagapuri Nagar, Ramapuram
Chennai - 600 089. +91 91765 49991
Email: noolvanampublisher@gmail.com

ISBN: 978-81-9337-362-6
First Edition: March 2021
240 Pages   Price Rs. 260

Designed & Printed by **Ramani Print Solution**

பொருளடக்கம்

முன்னுரை 9

I. ஆளுமைகள்

1. டாவின்ஸி என்ற புதிரும் புன்னகையும் 15
2. தத்துவஞானி சாக்ரடீஸும் மருத்துவர் சாக்ரடீஸும் 24
3. பாபா ஆம்தேவின் ‘ஆனந்தவனம்’ 30
4. திப்புசுல்தான் என்ற மைசூர்ப்புலி 36
5. வெரியர் எல்வின் 44
6. செந்த் - எக்சுபரி: குட்டி இளவரசன் சொல்லும் அதிசயக் கதைகள் 53
7. பீட்டர் மத்தீசன்: பனிச்சிறுத்தை - ஜென் - மூன்றாம் துருவம் 65
8. பேரூஸ் பூச்சாணி: மலைகளைத் தவிர நண்பர் யாருமில்லை 79
9. ப்ரூஸ் சாட்வின்: புதிருக்குள் ஒரு புதிர் 96
10. சூயோங் பார்க்: சைபீரிய வரிப்புலியைத் தேடி 106
11. அன்னபூர்ணா தேவி: ஆளுமையின் பரிபூர்ணம், இசையின் பரிபூர்ணம் 118
12. வோலே சோயிங்கா: ஆப்பிரிக்காவின் மனசாட்சி 128
13. எம்.எஃப். ஹுசைன்: ஒரு நாடோடிக் குதிரை 135
14. குர்த்ஜீப்: நான்காம் பாதையில் 21 ஆண்டுகள் 147
15. ஜெனே: ஓர் எதிர்கடவுள் 159

II. சவால்கள் உடல் சார்ந்தும் உளம் சார்ந்தும்

1. கென்சாபுரோ ஓவே:
   இருப்பும் கலையும் சந்திக்கும் புள்ளி 176
2. ஃபிர்தாஸ் கங்கா: சுற்றிச் சுழலும் சக்கர நாற்காலி 191
3. சத்யா நாதெள்ள: திறமையும் வெற்றியும்,
   முதிர்ச்சியும் மலர்ச்சியும் 197
4. சிறிவத்ச நெவாடியா: லேசாகப் பயணிப்பது எப்படி 203
5. பாயல் பட்டாச்சார்யா: உருச்சிதைக்கும்
   நிஜத்திலிருந்து உருக்கொள்ளும் புனைவு 215
6. விசித்திரத்தின் வாழ்க்கை 221
7. ஹெலன் கெல்லர்: இருள் ஒளியானது 228

பாறைகள் பிரம்மாண்டமாய் உயர்ந்துள்ளன; வெண்கழுகுகள் தம் இறகுகளை அங்கு விட்டுச் செல்கின்றன, ஒவ்வொரு சிறகிலும் ஒரு வனமுண்டு.

- Andre Breton / Manifestoes of Surrealism / Tr. By Richard Seaver & Helena R. Lane, PP. 99

நான் சிரித்துக்கொண்டே மடிவதற்குத் தேவையான தெல்லாம் ஓர் இறகுதான்.

ஜோஸப் டெல்டெய்ல்

முன்னுரை

டாவின்ஸி விட்டுச்சென்ற 5000 பக்க குறிப்புகளில், ஓவியத்தைத் தாண்டியுள்ள டாவின்ஸியின் ஆளுமை, வசீகரமாய் குறுகுறுப்புமிக்கதாய் உள்ளுணர்வு நிறைந்ததாய் வளமானதாயிருக்கிறது. தலைசிறந்த ஓவியங்களை தீட்டிய டாவின்ஸியின் தேடலும் அறிதலும் சதா விரிந்துகொண்டே சென்றிருக்கின்றன. கள்ள உறவில் பிறந்து, தந்தையின்றி வளர்ந்து, தன்பால் காமத்தினராக ரகசியமாய் வாழ்ந்து வந்திருந்த அவரை, அவரது தாயின் புன்னகையே, மோனலிஸா புன்னகைவரை இயக்கிவந்துள்ளது என்று ஆய்வு செய்துள்ளார் ஃப்ராய்ட். இந்த அம்சம் என்னைப் பெரிதும் ஈர்க்கவே, கால்பந்தாட்ட வீரர் சாக்ரடீஸ் சமூக சேவையாளர் பாபா ஆம்தே, வெரியர் எல்வின், செந்த் எக்சுபரி, ப்ரூஸ் சாட்வின், பேரூஸ் பூச்சாணி, பீட்டர் மத்தீசன், இசைக்கலைஞர் அன்னபூர்ணா தேவி, நைஜீரிய எழுத்தாளர் வோலே சோயிங்கா, ஓவியர் எம்.எஃப். ஹுசைன், ஆன்மிகத் தேடலாளர் குர்த்ஜீப், ஜெனே மற்றும் தென்னகத்தின் புலி திப்பு என்னும் ஆளுமைகளிலுள்ள புதிர் அம்சங்களைத் துருவிப் பார்க்க வைத்தது.

அடுத்தபடியாக, அசாதாரணமான ஒரு குழந்தையின் பிறப்பு, கென்சாபுரோ ஓவே என்னும் ஜப்பானிய எழுத்தாளரை படைப்பாக்கமிக்கவராக வாழ்விலும் படைப்பிலும் எப்படி ஆக்கியது என்னும் ஆர்வம், ஃபிர்தாஸ் கங்கா என்னும் எழுத்தாளரிடத்தேயும் சத்யா நாதெள்ள என்னும் மைக்ரோசாஃப்ட் கூட்டுநிறுவன தலைமை நிர்வாகியிடத்தேயும் பத்திரிக்கையாளரான கிறிவத்ச நவாடியாவிடத்தேயும் பாயல் பட்டாச்சார்யாவிடத்தேயும் அருண் ஷோரியிடமும் ஹெலன் கெல்லரிடத்தேயும் நீட்சி கொண்டது. பிறப்பிலேயே சவாலை எதிர்கொள்ள நேர்ந்த பிள்ளையை வளர்த்தெடுத்தது மட்டுமல்லாமல், அவனைக் கலைஞனாகவும் உருக்கொள்ள வைத்திருக்கிறார் ஓவே. மூளைப் பாதிப்புள்ள குழந்தையை வளர்க்கின்ற நிகழ்ச்சிப் போக்கில் பக்குவமுற்று, ஜென் மனநிலையும் வாய்க்கப்பெற்று, உலகளாவிய நிறுவனத்தின் தலைமை நிர்வாகியாக விளங்க முடிந்துள்ளது சத்யா நாதெள்ளாவால். சக்கர நாற்காலியில் வாழ்வுதன்னை முடக்கிவிட்டதையும் மீறி, ஓர் எழுத்தாளராக நடிகராக திரைக்கதை ஆசிரியராக ஆக முடிந்துள்ளது ஃபிர்தாஸ் கங்காவால். போதை மருந்துகளால் மனநிலை பிறழ்ந்து, பெற்றோரையும் மற்றோரையும் எதிரிகளாகப் பாவித்து, அலைந்து திரிந்து, உழன்று சமநிலை பெற்றதும், பெற்றோருக்கு காணிக்கையாக்கும் வகையில் ஒரு நூல் எழுத முடிந்துள்ளது சிறிவத்சா நவாடியாவால். அனேகமாக உடலின் அனைத்து உறுப்புகளுக்கும் சிகிச்சை பெறவேண்டிய பாயல் எழுத்தாளராகியுள்ளார். ஆட்டிசம் பாதித்துள்ள மகனை வளர்த்தெடுப்பது அறிவுலகத் தேடலாகி, ஆன்மிக விழிப்புணர்வாகியுள்ளது அருண் ஷோரியிடம். கண்களும் செவியும் பாதிப்புற்றும் உலகம் சுற்றி வருபவராக பிறருக்கு நம்பிக்கை ஊட்டுபவராக மாறினவர் ஹெலன்...

ஒட்டுமொத்தத்தில் பார்க்கையில், தனிப்பட்ட வாழ்க்கை ஒன்றாயும் படைப்பு/ஈடுபாடு இன்னொன்றாகவும் இவர்களிடத்தே இல்லை. பல புள்ளிகளில் இரண்டும் சந்திக்கக்கூடிய இடங்களைப் பெற்றிருப்பவர்கள். அப்படிச் சந்திக்கையில் வேறொரு பரிமாணம் அடைந்து இன்னும் வீச்சுடன் இயங்கியிருப்பவர்கள்.

பறவை உதிர்த்துச் செல்லும் ஒவ்வொரு இறகிலும் ஒரு வனம் இருக்குமானால், ஓர் ஆளுமை கொண்டுள்ள

ஒவ்வோர் அடுக்கிலும் ஓர் அதிசயம் இருக்கக்கூடும். இந்த அதிசயங்களைக் கொண்டுள்ளவர்கள் இங்குள்ள ஆளுமைகள்; இந்த அதிசயங்கள் பெரும் சவால்களை எதிர்கொண்டு புதுப்பரிமாணம் பெறுகின்றன; உரத்து ஒலிக்கின்றன.

"என் உடலிலிருந்து நான் அடியெடுத்து வைத்தால் மலர்ந்து விடுவேன்" என்றார் ஜேம்ஸ் ரைட். இங்கு நிகழ்வது அது தான் என்பதை வாசகர்கள் உணரவேண்டும் என்பது எனது நோக்கம்.

சா.தேவதாஸ்
12.02.19
ராஜபாளையம்

I
ஆளுமைகள்

டாவின்ஸி
என்ற புதிரும் புன்னகையும்

தன்னைச் சுற்றியுள்ள அனைத்தையும் புரிந்துகொள்ள வேண்டும், பரிபூரணமாயுள்ள அனைத்தின் ஆழ்ந்த ரகசியத்தை ஈவிரக்கமற்ற மேன்மையில் அளந்தறிய வேண்டும் என்னும் தீராத ஆசை, எப்போதைக்கும் முடிவுறாதிருக்குமாறு லியோனார்டோவின் படைப்பைச் சபித்திருந்தது.

- எட்மோண்டோ ஸோல்மி

'சூரிய ஒளியால் சுவர் மீது விழுந்த மனித நிழலைச் சுற்றி யுள்ள கோடுதான் உலகின் முதல் சித்திரம்' என்கிறார் மறுமலர்ச்சி கால ஓவிய விற்பன்னர் லியோனார்டோ டாவின்ஸி (1452-1519) அவர் ஓவியர் மட்டுமல்ல, மாபெரும் அறிவியல் சாதனங்களுக்கான வரைவுகளையெல்லாம் சிரத்தையுடன் வரைந்திருந்த விஞ்ஞானியுமாவார். அதுமட்டுமல்ல. சிற்பி, கட்டிடக்கலையாளர், பொறியாளர், இசைக்கலைஞர், உடற்கூற்று இயற்கைவாதி, கணித நிபுணர், இயற்கையாளர் என பல்வேறு திறமைசாலிகள் ஒன்றுகலந்தவர். அவர் இறந்தபோது, 5000 பக்கக் குறிப்புகளடங்கிய கையெழுத்துப்படிகள் அவரிடம் இருந்துள்ளன.

"கடவுளின் வரம்பற்ற கனவுகளையும் ஆனால் மானுடனின் வரம்புக்குட்பட்ட ஆற்றல்களையும் கொண்டிருந்தார்" என்கின்றனர் ஹென்றி தாமஸும் டேனா லீ தாமஸும். அப்படிச் சொல்லும்போது மாட்சிமையும் இருக்கிறது, நிராசையும் இருக்கிறது - நிறைய விஷயங்களைச் செய்யவேண்டும் என்று தொடங்கி முடிக்காமல் அரைகுறையாக அவர் விட்டுச் சென்றிருப்பதால். அழகு, நேர்த்தி, முழுமை, பொலிவு

என்றுள்ள இயற்கை விகாசத்தை, மானுட கம்பீரத்தை அப்படியே மலர்ச்சி மாறாமல் உருவாக்கத் தொடங்கி, அது நிறைவேற்ற முடியாததாகிவிடும் நிலையில், அப்படியே விட்டுவிடுவது. இல்லாவிட்டால் புரவலர்களின் போதுமான ஆதரவு இல்லாதபோது சிற்பங்களை/கட்டிடங்களை/ ஓவியங்களை முடிக்க முடியாமல் போனது. மாபெரும் குதிரைச் சிற்பத்திற்கான அடிப்படை அச்சு வடிவை உருவாக்கிய நிலையில், போதுமான வெண்கலம் கிடைக்க வழிவகையில்லாது போக, குதிரைச் சிற்பம் உருவாகாமலே போய்விடுகின்றது.போர்க்காலச் சூழலில் வாழ்ந்த டாவின்ஸி, வெனிஸ் நேப்பிள்ஸ், மிலன், பாரிஸ் என மாறிக் கொண்டே இருந்தது இன்னொரு காரணம்.

வழக்குரைஞர் ஒருவருக்கு அவரது தாம்பத்திய உறவுக்கு வெளியே, குடியானவப் பெண் கேதரினாவுடனான உறவில் பிறந்தவர் டாவின்ஸி. முதல் அய்ந்து வருடங்கள் தாயிடமே வளர்ந்து, பின், தந்தையிடம் வளர்ந்து வந்த அவர், 18வது வயதில் ஆண்ட்ரீ தெல் வெரோசியா என்னும் புகழ்வாய்ந்த ஓவியரும் சிற்பியும் கட்டிடக்கலை நிபுணருமான ஆளுமையிடம் பயிற்சி பெறத் தொடங்குகிறார். வெரோசியா அறிவியல் - கலை இரண்டிலும் ஈடுபாடு கொண்டிருந்ததால், டாவின்ஸிக்கும் அந்த ஈடுபாடு ஏற்பட்டிருக்க வேண்டும். அத்துடன் இயற்கைவாதியும் தத்துவவாதியும் கணித நிபுணருமான டோஸ்கனெல்லியின் செல்வாக்கிற்குள்ளாகிய டாவின்ஸி கவனம் விரிவு கொள்ளத் தொடங்குகிறது.

தன்பால் காம இயல்பினராக டாவின்ஸி, மணமுடிக்காமல் குடும்ப அமைப்பை ஏற்படுத்தாமல், தன் மாணவர்கள்/ இளைஞர்கள் சார்ந்தே வாழ்ந்து வருகிறார். கள்ள உறவில் பிறந்ததால் பெற்றோரின் இல்லம் என்று ஆறுதலளிக்கும் வாய்ப்பும் அவருக்கு இல்லை. அழகான தோற்றமும் ஆடம்பரத்தில் நாட்டமும் நேர்த்தியான உடையணிவதில் ஆசையும் கொண்ட டாவின்ஸி,'தோன்றி மறைபவர்களிடையே இளைய கடவுளாக' வாழ்ந்து வந்தார்.

தேவாலயம் செல்லாதிருந்தது, தன்பால்காமம் கொண்டிருந்தது, கள்ள உறவில் பிறந்தவராயிருந்தது தன் பணியிலேயே ஆழ்ந்திருந்தது போன்றவை, தன் காலத்தவர்களிடமிருந்து அவரை விலக்கி வைத்திருந்தன.

மற்றவர்களுக்கு ஒரு புதிராக இருந்தார். எனினும் இந்தப் புறக்கணிப்புகளும் அவமானப்படுத்தல்களும் அவருள் வேதியியல் மாறதலடைந்தன; புன்னகையாக மாறின. சுற்றியுள்ள மனிதர்களை, வாழ்வை புன்னகையுடன் பார்த்து கடந்து போய்க் கொண்டிருந்தார்.

தனது வேட்கையை அப்படியே அறிவுத் தேடலாக மாற்றிக்கொள்ள முடிந்தது அவரால். எனவேதான் அந்த அறிவுத்தேடல் பரந்துபட்டதாக பிரபஞ்சத்தின் அளவுக்கு விகசித்திருந்தது. அவர் தீட்டிய மோனோலிஸாவும் இறுதிவிருந்து என்னும் சுவரோவியமும், ஜான் தி பாப்டிஸ்டும், பாக்கஸும் புனித அன்னியும் இந்தப் புன்னகையைப் பெற்றிருந்தன. தேவாலயத்தில் நம்பிக்கை இழந்திருந்தாலும் ஏசுவிடம் நம்பிக்கையிழக்காததால் அவரது இறுதிவிருந்தும் ஜான் தி பாப்டிஸ்டும் புனித அன்னியும் அர்த்தச் செறிவு கொண்டிருந்தன.

“ஸில்லாவுக்கும் சாரிப்டிஸுக்குமிடையே நுரைத்தெழும் அலைகளை வடகாற்று தாக்கும்போது, கொந்தளிப்பான கடல் உரத்துக் கூக்குரலிடுவதில்லை; கந்தகப் பிழம்புகள் அம்மாபெரும் மலையினை ஆவேசத்துடன் நிலைகுலையச் செய்து பரந்து, கற்களை எறிகையில் ஸ்ட்ரோம்போலியோ எட்னா மலையோ கூக்குரலிடுவதில்லை;... அப்படியே நானும் - இயற்கையால் உருவாக்கப்பட்ட விசித்திரமானதும் பல்வேறானதுமான உருவக்கலவைகளைப் பார்க்க வேண்டும் என்னும் எனது ஆசையாலும் ஏக்கத்தாலும் உந்தப்பட்டு, சிலகாலம் இருண்ட பாறைகளுக்கிடையே அலைந்து திரிந்தேன்; பெருங்குகையின் வாயிலுக்கு வந்தேன்; அதன்முன்னே நீண்ட நேரம் ஆச்சரியத்திலும் அறியாமையிலும் நின்றேன். என் பின்புறத்தை வில்லாக வளைத்து, இடதுகையை முழங்காலில் வைத்து, தாழ்த்திய கண்களை வலது கையால் மறைத்து, புருவங்களைச் சுழித்தேன். எதையேனும் பார்க்க முடிகிறதா என இப்புறமும் அப்புறமும் என குனிந்தேன். ஆனால் அடர்ந்த இருள் அதனைச் சாத்தியமற்றதாக்கியது; சிறிதுநேரம் அங்கிருந்த பிற்பாடு அச்சமும் ஆசையும் எனக்குள் எழுந்தன - இருண்ட, அச்சமூட்டும் குகையால் அச்சமும், உள்ளே அதிசயமான எதுவும் இருக்கின்றதா என்று காண விரும்பியதால் ஆசையும்.”

இது டாவின்ஸியின் குறிப்புகளில் இடம்பெறுகிறது. அமானுஷ்யமான ஒன்றைக் கண்டுவிடும் ஆசையும் அச்சமும் அவரைத் தொடர்ந்து -இயக்கியிருக்க வேண்டும். அதுதான் அவரை பிரும்மாண்டங்களை நோக்கி செலுத்தியுள்ளன. அவரே இன்னோரிடத்தில் குறிப்பிடுகிறார்: "அடைய முடியாதது முடிவிலி மட்டுமே, ஏனெனில் அடைய முடிவதாயின், அது வரம்புக்குட்பட்டதாகிவிடும்."

'ஓவியம் அகமனநிலையை வெளிப்படுத்த வேண்டும். அகம் சார்ந்த நோக்கத்திற்கும் வெளிப்புற வெளிப்பாட்டுக்கும் இடையே சமன்பாடு ஒன்றை கலை வழங்குகிறது - மற்றது இல்லாமல் முழுமையடையாது' என்று.

வழக்குரைஞரான தந்தைக்கு, தன் மகனும் வழக்குரைஞராக வேண்டும் என்று ஆசை. ஆனால் மகனுக்கோ வேறு நாட்டம். அதனை இப்படி வெளிக்காட்டினார் தந்தையிடம். ஒரு பலகையில் இருண்ட குகை. அதில் டாவின்ஸி காணாது போகிறார். தீ உமிழும் கண்களும் திறந்த தாடைகளும் நச்சு ஆவிகளும் பிழம்புகளும் வெளியேறும் நாசித்துவாரங்களுடைய டிராகன் குகையிலிருந்து பாய்ந்துவருகின்றது. இந்தச் சித்திரத்தை மறைவாக வைத்திருந்து, திடீரென்று ஒருநாள் தந்தையிடம் காட்ட, அவர் உண்மையிலேயே மருண்டுவிட்டார். பின்னர் மகனின் விருப்பத்தைப் புரிந்துகொண்டு வெரோச்சியிடம் பயிற்சிபெற அனுப்பினார்.

உயிரினங்களனைத்திலும் நேசம் கொண்டிருந்த டாவின்ஸி ஆயுள்முழுதும் தாவர உணவுக்காரர். கூண்டுகளில் விற்கப்படும் பறவைகளை வாங்கி வந்து, கூண்டைத் திறந்து விட்டுவிடுவார். "எந்தவொரு உயிரின் உயிரையும் எடுப்பது அக்கிரமமாகும்... உயிரை மதிக்காதவனுக்கு அதனைப் பெறுகின்ற உரிமை இல்லை" என்றார்.

புரவலர்களைச் சார்ந்து வாழ்ந்திருந்த டாவின்ஸி சரியான புரவலர்கள் கிடைக்காதபோது அற்பமான வேலைகள் செய்ய நேர்ந்தது. கண்ணாடிகள் தயாரிப்பதும் லாயங்கள் கட்டுவதுமாக. 'நாம் எப்போதும் எதிர்காலத்தை நம்பியிருக்கிறோம். ஆனால் எதிர்காலம் நமக்கென்று வைத்திருப்பது, அனைத்து நம்பிக்கையும் மடிந்துபோன நிலையினையே.' இறுதி ஆண்டுகளை டாவின்ஸி பாரிஸில் கழித்தார். இறுதிவரை அவருக்குத் துணையாக ஆறுதலாக இருந்தவர் அவரது மாணவர் பிரான்ஸெஸ்கோ மெல்ஸிதான்.

"லியோனார்டோவின் சிறப்பு ஒவ்வொருவருக்குமான இழப்பே... இவரைப்போல் இன்னொருவரை உருவாக்குவது இயற்கையின் ஆற்றலில் இல்லை" என்று குறிப்பிட்டார் மெல்ஸி.

II. ஃபிராய்டின் ஆய்வு

டாவின்ஸியின் ஆளுமையாலும் மோனோலிஸாவின் புன்னகையாலும் ஈர்க்கப்பட்ட ஃபிராய்ட்., அற்புதமான கட்டுரை ஒன்றை எழுதியுள்ளார் 62 பக்கங்களில். அவர் குறிப்பிடும் முதல் அம்சம் 'காமவிளையாட்டு நிறைந்த, இன்னும் அப்பட்டமான ஆபாச சித்திரங்களில் பெரிய கலைஞர்கள் தங்களை வெளிப்படுத்தி சந்தோஷமடைவார்கள். ஆனால் பாலியல் அம்சத்தை நிர்தாட்சண்யமாக மறுதலித்தார் டாவின்ஸி' என்பது. அடுத்தது: காமம்/ காதலின் இடத்தே அவரது அறிவுத்தேடல்/விசாரணை ஆக்கிரமித்திருந்தது. அறிவு நிலையை வென்றுவிட்ட ஒருவன், நேசம்- வெறுப்புக்கு அப்பாற்பட்டவனாகி விடுகிறான். விசாரணை, செயல்படுவதாக, படைப்பதாக வடிவங் கொள்கிறது. "சிக்கல்கள் மற்றும் விதிமுறைகள் கொண்ட பிரபஞ்சத்தின் மாட்சிமையினிடத்தே நாட்டம் கொள்ளத் தொடங்கிவிடும் மனிதன், தனது முக்கியத்துவமற்ற அகத்தை மறந்துபோகிறான்." இயற்கை அறிவியலின் ஒவ்வொரு கிளைக்கும் அவரது விசாரணை நீட்சி கொண்டது, ஒவ்வொன்றிலும் அவர் ஒரு கண்டுபிடிப்பாளராக அல்லது குறைந்தபட்சம் தீர்க்கதரிசியாக முன்னோடியாக விளங்கினார் என்கிறார் ஃபிராய்ட்.

அடுத்த அம்சம் டாவின்ஸியின் குறிப்புகளுள் ஒன்று. "நான் எப்போதும் வல்லூறுகளிடத்தே பெரிதும் அக்கறை மிகுந்தவனாக விதிக்கப்பட்டிருந்தேன் என்று தோன்றுகிறது; எனது ஆரம்பகால ஞாபகங்களில் ஒன்று-நான் தொட்டிலில் கிடந்தபோது ஒரு வல்லூறு என்னிடத்தே வந்தது, தன் வாலால் என் வாயைத் திறந்தது, பின் தன் வாலால் பலமுறை என் உதடுகளில் அடித்தது." இந்தப் பதிவு பல ரகசியங்களுக்கான சாவியை வைத்திருப்பதாக ஃபிராய்டுக்குத் தோன்றி, அவர் தொடங்கும் ஆய்வு, மோனாலிஸாவின் புன்னகை யாருடையது என்று கண்டறிவதாக நிறைவடைகிறது.

இப்பதிவினை குழந்தைப்பருவ ஞாபகம் என்று டாவின்ஸி குறிப்பிட்டாலும், அது சரியல்ல, அது அவரின் புனைவே என்று ஃபிராய்ட் கூறி அதனை விடுவிக்கின்றார். பிற்காலத்தில் இப்படியான புனைவை உருவாக்கி, குழந்தைப்பருவ ஞாபகமாக்கிவிட்டார் டாவின்ஸி என்கிறார் ஃபிராய்ட்.

தொன்மைக்கால எகிப்தியரின் சித்திர எழுத்துகளில் வல்லூறின் சித்திரமே தாயைப் பிரதிநிதித்துவப்படுத்துகிறது. எகிப்தியர் வழிபட்ட தாய்த் தெய்வத்திற்கு வல்லூறின் தலை அல்லது பல தலைகளில் ஒன்று வல்லூறினுடையதாக இருந்தது. வல்லூறுகள் எல்லாம் பெண்பால் இனத்தினைச் சேர்ந்தவை. எப்படி கருவுறுகின்றன? அவை பறந்து போகையில் பெண்ணுறுப்பை விரிக்க, கருவுற்றுவிடும் என்றொரு மேற்கோளை முன்வைக்கிறார் ஃபிராய்ட். இதைச் சொல்லிவிட்டு, டாவின்ஸி எப்படி பின்னாளைய புனைவை குழந்தைப்பருவ ஞாபகமாக ஆக்கியிருக்க வேண்டும் என்பதை விளக்குகிறார்.

வல்லூறுகள் பெண்பாலினம், ஆணின் துணையின்றி இனப்பெருக்கம் செய்ய முடியும் என்று டாவின்ஸி படித்திருந்தது நினைவுக்கு வர, அதனை அப்படியே புனைவாக்கியுள்ளார். தானும் அத்தகைய வல்லூறுக் குழந்தையே, தனக்கு தாயுண்டு, தந்தையில்லை. அத்துடன் ஆசீர்வதிக்கப்பட்ட கன்னிமேரி மற்றும் அவளது குழந்தை குறித்த கருத்து அப்புனைவாக்கத்தில் செல்வாக்கு செலுத்தி அதனை, முக்கியமானதாக ஆக்கியிருக்கும். இப்போது அவர் தன்னை குழந்தை ஏசுவுடன் அடையாளப்படுத்திக் கொள்ள முடியும். அவர் இந்த ஒரு தாய்க்கு மட்டுமே ஆறுதலளிப்பவராயும் ரட்சகராகவும் இல்லையே.

கள்ள உறவில் பிறந்திருந்த டாவின்ஸி 5 வயதுவரை தன் தாயாலேயே வளர்க்கப்பட்டவர். தான் பிறந்த ஆண்டிலேயே தந்தை இன்னொரு யுவதியை மணந்துகொள்ள, அவர்களுக்கு குழந்தை இல்லாது போகவே டாவின்ஸியை எடுத்து வளர்க்கின்றனர் அவரது 5வது வயதில். என்றாலும் குழந்தையின் முதல் மூன்றல்லது நான்கு ஆண்டுகளில் ஏற்படும் மனப்பதிவுகளே அழுத்தமாகப் படிந்திருக்கும். அப்படியான ஒரு பதிவே, வல்லூறு - பெண்பாலினம் - ஆணின் துணையின்றி இனப்பெருக்கம் என்ற விஷயமும்,

கன்னிமேரியின் குழந்தையாக ஏசு இருப்பது என்ற விஷயமும் இணைந்த ஒன்றாக டாவின்ஸியிடம் இருந்திருக்க வேண்டும்.

அத்துடன் டாவின்ஸியின் தன்பால்காமத்தையும் இணைத்துப் பார்க்க வேண்டும். தன்பால்காமத்து நோயாளிகளின் தாய்மார்கள் பெரிதும் ஆண்தன்மையிலான பெண்களாக இருந்துள்ளனர் - ஆற்றல் வாய்ந்த பண்புகள் பெற்ற அவர்கள், தந்தையை அவருக்குரிய இடத்திலிருந்து தள்ளிவிடக்கூடியவர்களாக இருந்தனர். இத்தகு நேர்வுகளில் தந்தை ஆரம்பத்திலேயே இருப்பதில்லை அல்லது ஆரம்ப கட்டத்திலேயே தந்தை வெளியேறியிருப்பார்; குழந்தை முற்றிலும் பெண்ணின் செல்வாக்கிலேயே வளர்ந்துவரும். அப்புறம் நிகழும் உருமாற்றத்தில், தாய்மீதான நேசத்தை ஒடுக்கி, அவளிடத்தே தன்னை இடப்பெயர்ச்சி செய்து, அவளுடன் தன்னை அடையாளம் காண்கிறான்; நனவிலி ரீதியில், நினைவில் படிந்த தாயின் படிமத்துடன் குவிமையம் கொண்டுவிடுகிறான்.

அடுத்தபடியாக, ஒரேவேளையில் மயக்குவதாகவும் உணர்வுபாவமின்றி உற்றுநோக்குவதாகவும் உள்ள மோனோலிஸா ஓவியத்திலுள்ள பெண்ணின் புன்னகை யாருடையதென்னும் புதிருக்குள் நுழைகிறார் ஃபிராய்ட். அந்த ஓவியத்திற்கு முன்மாதிரிப் பெண்ணாக இருந்தவருடையதா? இல்லை. காதலியினுடையதா? இல்லவே இல்லை. அதிலும் காதலியரே கிடையாது அவருக்கு. பின்னர் யாருடையது? இப்புன்னகையை ஜான் தி பாப்டிஸ்ட் ஓவியத்திலும் Madonna and Child with St. Anne ஓவியத்திலும் பார்க்கலாம். அது யாருடையது? நீண்ட நாளைய ஞாபகம் ஒன்றை தூண்டிவிடுவதான அது யாருடையது?

டாவின்ஸியின் ஆரம்ப கட்ட படைப்புகளில், 'களிமண்ணில் செய்யப்பட்ட சிரிக்கும் பெண்கள் தலைகள் உண்டு - பின்னர் அவை பிளாஸ்டரில் உருவாக்கப்பட்டன; அதுபோலவே சிறுவர்கள் தலைகளும்' என்றொரு குறிப்பை வாசரி என்னும் வாழ்க்கை வரலாற்றாளர் தந்துள்ளார். இந்தச் சிரிக்கும் பெண்கள் டாவின்ஸியின் தாய் கேதரினா உருவிலிருந்து உருவாக்கப்பட்டவர்களே. கேதரினாவின் புன்னகையே மோனோலிஸாவிடம் இருப்பது என்னும் முடிவுக்கு வருகிறார் ஃபிராய்ட். டாவின்ஸி இழந்து போனதும்,

அவரைப் பெரிதும் வசீகரித்து வந்ததுமான புன்னகை அது. நான்கு வருடங்களில் உருக்கொண்ட அவ்வோவியத்தில், முன்மாதிரியாக அமர்ந்த பெண்ணின் புன்னகை, தன் அன்னையின் பழைய புன்னகையை ஞாபகப் பரப்பில் கிளறிவிட, அதுவே மோனோலிஸாவின் உதடுகளில் வந்து படிந்திருக்க வேண்டும் என்பது ஃபிராய்டின் அனுமானம்.

ஓர் ஆளுமை உருவாக்கம், ஒரு கலைஞனின் செயல்பாடு, கலைப்படைப்பின் ஆதார ஊற்றுகள் என்னும் அடுக்குகளுக்குள் துருவி ஆராய்ந்து, ஃபிராய்ட் வெளிக் கொண்டுவந்திருக்கும் இப்புன்னகை, உண்மையில் ஒளிரும் முகத்தின் வசீகரமுடையது.

III

சரி, டாவின்ஸியின் தாய் கேதரினா சீனாவைச் சேர்ந்தவள் என்னும் இன்னொரு புதிர் போடுகிறார் ஏஞ்சலோ பராடிகோ. இத்தாலி நாட்டைச் சேர்ந்த வரலாற்றாசிரியரும் நாவலாசிரியருமான இவர் ஹாங்காங்கில் இருக்கிறார். "கேதரினா ஒரு சீன அடிமை. மோனோலிஸா ஓவியத்தின் பின்புலத்தில் இருப்பது சீன நிலவியல் காட்சி; அம்முகமும் சீனத்தன்மை கொண்டிருக்கிறது." என்கிறார்.

லியோனார்டோவின் தந்தையினுடைய வாடிக்கையாளர்களுள் ஒருவர் வசதிபெற்றவர்; அவரது அடிமையே கேதரினா என்பதை ஃபிராய்டிடமிருந்து பெற்று, வளர்த்தெடுக்கிறார் பராடிகோ.

'கட்டற்ற காமங்கொண்ட காரணத்தால் வௌவால் கற்பினைப் பேணுவதில்லை. ஆண்கள் ஆண்களுடனும் பெண்கள் பெண்களுடனும் இணைசேரும்.'

'பெண் பாலிலிருந்து ஆணாக மாறிக்கொள்ளும் இப்பறவை (கௌதாரி) தன் முந்தைய பாலினை மறந்து போகும்.'

என்னும் இருகுறிப்புகள் டாவின்ஸியின் குறிப்பேட்டில் உள்ளவை. தன்னிடத்தே சிக்கலாக உள்ள ஓரம்சம் பறவைகளிடத்தே இயல்பாயுள்ளதும், ஒருபாலினத்திலிருந்து இன்னொரு பாலினமாக மாறுகின்ற தன்மை கொண்டிருப்பதும் அவருக்கு ஆச்சரியத்தை அளித்திருக்க வேண்டும்.

கள்ள உறவில் பிறந்த அவமானம், தன்பால் காமத்துடன் பிறந்த அவமானம் என்பன அவரை தனிமையில் துயரில் தள்ளிவிட, களிமண் உருவங்களிலிருந்து, தான் உருவாக்கிய John the Baptist, Virgin Mary and child with St. Anne மற்றும் Monoliza வரை ஒரு வசீகரப் புன்னகையாக புதிரான புன்னகையாக தாயின் புன்னகையை படிய வைத்துள்ளார் டாவின்ஸி. பெண் துணையின்றி, பெண் நட்பு இன்றி ஆண்களையே சார்ந்து இயங்கிய ஓர் ஆளுமை, ஒரு பெண்ணின் புன்னகையை அமரத்துவமாக்கியிருப்பது அதைவிடப் புதிரானது, வசீகரமானது.

- தடம்
(02.05.1519 இல் மறைந்த
டாவின்ஸியின் 500வது நினைவாண்டு இது)

ஆதாரங்கள்

1. Living Biographics of Great Painters/Henry Thomas and Dana Lee Thomas/W.H. Allen, 1959

2. The Complete Works of Sigmund Freud - Leonardo Da vinci - A Memory of his childhood - PP 2242-2304 (1928)

3. Leonardo Da vinci - Thoughts on Art and Life/Ed by Lewis Einstein/ World public Library Edition

4. லியோனார்டோ டாவின்ஸி குறிப்புகள் / தமிழில் சா. தேவதாஸ் / ஆழி வெளியீடு, 2008

5. Mona Lisa: A chinese slave - da vinci's mom?/TOI, TNuchi Edition, Dec 4, 2014.

தத்துவஞானி சாக்ரடீஸும் மருத்துவர் சாக்ரடீஸும் (1954-2011)

பீலே, ரொனால்டோ, ரொனால்டினோ, ரிவால்டோ, நெய்மார் என கால்பந்தாட்டச் சாதனையாளர்களிடையே சாக்ரடீஸ் பற்றிப் பேசிட, ஆடுகளத்தைத் தாண்டிய விஷயங்கள் நிறையவே உண்டு. எலும்பு முறிவு மருத்துவரான அவர் அரசியல் செயற்பாட்டாளர். நாட்டுப்புற பாடகர். நாடக, நாவல் முயற்சிகள் மேற்கொண்டவர். பிரேஸிலின் நட்சத்திர ஆட்டக்காரராக கால்பந்தாட்டத்தில் திகழ்ந்த இவர், வெற்றியை விடவும் விளையாட்டின் அழகுக்கு முக்கியத்துவம் அளித்தவர். எப்படி விளையாடுகிறோம் என்பதுதான் விஷயம் என்றவர். இவரது வாழ்க்கை வரலாற்றை எழுதியுள்ள ஆண்ட்ரூ டவ்னி, தன் நூலுக்கு இட்டுள்ள தலைப்பு Doctor Socrates: Footballer, Philosopher, Legend என்பதாகும்.

வரி ஆய்வாளராகப் பணியாற்றிய தந்தை ராய்முண்டோவுக்கு கிரேக்க ஆளுமைகளிடம் உள்ள ஈடுபாட்டால் மூன்று பிள்ளைகளுக்கும் சாக்ரடீஸ், ஷோபாக்ளீஸ், சோஸ்டாரிஸ் என்று பெயரிட்டார். இவர்களில் முதலாமவர் தத்துவஞானி, அடுத்தவர் நாடகாசிரியர், மூன்றாமவர் அநீதிக்குத் துணைபோகாததால் மக்களிடம் அடிபட நேர்ந்த பைபிள் பாத்திரம்; ஆரோக்கியமும் வலிமையும் வாய்ந்த வீரன் என்ற பொருள்படுவது.

சாக்ரடீஸ் தன் பிள்ளைகளில் ஒருவனுக்கு ‘ஃபிடல்’ என்று பெயர் வைத்தபோது ஒரு குழந்தைக்கு இவ்வளவு வலுவான பெயரா? என அவரது அம்மா கேட்டதும் சாக்ரடீஸ் தந்த பதில் - “நீங்கள் எனக்கு என்ன பெயர் இட்டீர்கள் என்று எண்ணிப் பாருங்கள்.”

கிரேக்கப் பெயர்களை பிள்ளைகளுக்குச் சூட்டிய தந்தை ராய்முண்டோ அரிய நூல்களின் சேகரமாக சிறிய நூலகத்தையும் உருவாக்கி வைத்திருந்தார். "1964 இல் ராணுவப் புரட்சி நடந்தபோது எனக்கு 10 வயது. போல்ஷ்விக்குகள் குறித்த புத்தகங்களை என் அப்பா கிழித்தும் எரித்தும் போட்டுக் கொண்டிருந்தார். அதுதான் அரசியலிலான என் ஈடுபாட்டை ஆரம்பித்து வைத்தது. கால்பந்தாட்டம் சந்தர்ப்பவசமாக வந்தது. நான் சர்வாதிகாரத்தின் குழந்தை. நாட்டின் சமூக அநீதிகளிடத்தே என் கண்களை எப்போதும் திருப்பியிருந்தேன். அப்போது என் சகாக்களில் பதுங்கியிருந்தவர்களும் தப்பியோடியவர்களும் உண்டு" என்பார் சாக்ரடீஸ்.

இவரை டாக்டராக்க வேண்டும் என்பது அப்பாவின் கனவு. அதன்பொருட்டு மருத்துவம் பயின்று எலும்பு முறிவு அறுவைச் சிகிச்சையாளர் ஆனவர். பயிற்சி காலத்தில் கிராமப்புறங்களில் பணியாற்றினார். கால்பந்தாட்டக்காரரானது, படிக்கும்போது கிடைத்த ஒரு வாய்ப்பினால். பல்கலைக்கழகத் தேர்வுகளுக்காக இரவில் பயிற்சி வகுப்புகளில் கலந்து கொண்டிருந்தபோது, உள்ளூர் கால்பந்தாட்ட மன்றம் 'போடஃபோகோ'வில் சேர்ந்து ஆடுவதற்கு அழைப்பு வர, 'வார இறுதியில் ஆடுவேன். வார நாட்களில் பயிற்சிகளில் கலந்து கொள்வேன் என்பதற்கு உத்தரவாதமில்லை' என்ற நிபந்தனையுடன் சேர்ந்தவர். பின்னர் படிப்படியாக உயர்ந்து, தேசிய அளவிலான 'கொரிந்தியர்கள்' மன்றத்தில் இணைந்து 1978லிருந்து 1984 வரை ஆடியவர்.

காந்தவிசை கொண்ட ஆற்றல்களுடன் அசலான ஆட்டக்காரராகத் திகழ்ந்தவர். பாதத்தின் ஒவ்வொரு பகுதியையும் பந்தினை நகர்த்தப் பயன்படுத்துவார். கணுக்காலின் சிக்கலைத் தணித்திட, பின் கணுக்காலையே பயன்படுத்துவார். இதனால் இவர் அங்கு நாயகனாகப் பாவிக்கப்பட்டார். ஆனால் மன்றத்தின் இறுக்கமான விதிமுறைகள், அதிகாரத்துவப் போக்கை எதிர்த்ததால் வில்லனாகக் கருதப்பட்டார். கால்பந்தாட்டத்தில் ஜனநாயகப்படுத்தலைக் கொண்டுவந்தார். சர்வாதிகார அரசியல் சூழலில், கால்பந்தாட்ட மன்றம், அதன் நிர்வாகம், அதன் செயல்பாடுகளில் படிமுறைத்தன்மையும் ஆட்டிவைத்தலும் இருக்கவே அதனைக் கடுமையாக எதிர்த்தார்

சாக்ரடீஸ். முதலில் கால்பந்தாட்டம் ஜனநாயகமாக வேண்டும் என்று கோரியவர், அடுத்து அரசியலில் அதனை ஏற்படுத்திட செயல்பாட்டாளர் ஆனார். பின்னர் சுதந்திரத்திற்கான போராட்டம் அரசியல் களத்துடன் நின்றுவிடலாகாது, ஒவ்வொரு துறையிலும் பிரிவிலும் அம்சத்திலும் நிகழவேண்டும் என வற்புறுத்தினார்.

கால்பந்தாட்டம் சந்தர்ப்பவசமாக அவர் வாழ்வில் நுழைந்து, இன்னொரு பங்களிப்பை அவருக்குச் செய்திருப்பதை அவரது வார்த்தைகளில் குறிப்பிடலாம். "கால்பந்தாட்டம் எனக்களித்த சிறப்பான விஷயம், மனிதரை அறிந்து கொள்வதற்கான சந்தர்ப்பம். பெரிதும் துயருற்றவர்களையும் சமூகத்தின் மறுபக்கம் இருப்போரையும் சந்திக்க முடிந்தது; நாம் வாழும் சமூகத்தின் இருபுறங்களையும் பார்க்க முடிந்தது. மருத்துவராக இருந்திருந்தால் ஒரு மூலையில் இருந்திருப்பேன், வாழ்வின் ஒரு பக்கத்தையே பார்த்திருப்பேன்."

பலநாடுகளில் இருக்கின்ற விளையாட்டுகளில் கால்பந்தாட்டம் ஒன்று. ஆனால் பிரேஸில் நாட்டவர்கள் 'உண்பதும் சுவாசிப்பதும் வாழ்வதும்' கால்பந்தாட்டத்தை. சமயங்களில் அரசியலைத் தீர்மானிப்பதும் கால்பந்தாட்ட மன்றங்களாக உள்ளன. இதனால் அரசியலின் ஆதிக்கமும் அதிகாரமும் கால்பந்தாட்டத்தில் எளிதாக நுழைந்துவிடும். இச்சூழலில் வாழ்வில் சர்வமும் கால்பந்தாட்டமாக இருப்பதை சாக்ரடீஸ் விரும்பவில்லை. வறுமையை ஒழிப்பது, சாலைகள் - பள்ளிகளை நிறுவுவது, மக்களிடையே பண்புகளை வளர்ப்பது என கவனிக்கவேண்டிய விஷயங்கள் நிறைய இருக்கின்றன என்பதை நினைவூட்டி வந்தார்.

கணித நிபுணனைப் போல திட்டமிட்டு, மேதைமையுடன், கொரிந்தியர் மன்றத்திற்காக 300 ஆட்டங்களும் பிரேஸிலுக் காக 60 ஆட்டங்களும் ஆடியுள்ள சாக்ரடீஸ் ஓர் அறிவுஜீவி. மருத்துவர். வான்கோவின் ஓவியம், கியூப வரலாறு என்று பேசக்கூடியவர். ஜனநாயக அக்கறை மிக்கவர். 1989 இல் கால்பந்தாட்டத்திலிருந்து ஓய்வு பெற்றதும் மருத்துவப் பணியாற்றினார். தலைமைப் பண்பு, மனித உறவுகள் கருத்தரங்குகள் நடத்தினார். சமூக - பண்பாட்டுத் திட்டங்களுக்கான ஆலோசனை மையம் நடத்தினார். விளையாட்டு, பொருளாதாரம், அரசியல் சார்ந்து

ஊடகங்களில் எழுதினார். தொலைக்காட்சி நிகழ்ச்சிகளில் பங்கேற்றார். புத்தகம் எழுதினார். அப்புத்தகம், 2014 பிரேஸிலில் நடந்த உலகக் கால்பந்தாட்டத்தைப் பற்றிய புனைவாயிருக்கும் என்றார். நாடகம் தயாரித்தார். நாட்டார் பாணி பாடல்கள் தயாரித்துப் பாடினார். சாக்ரடீஸின் படைப்பாற்றல் கால்பந்தாட்டத்தில் அரும்பி பன்முகங் கொண்டதாக மலர்ச்சி கண்டது.

தன் இளவயதில் கேஸ்ட்ரோ, சேகுவேரா, ஜான் லென்னான் ஆகியோரை நாயகர்களாகக் கொண்டிருந்த சாக்ரடீஸ், தனது ஜனநாயகத் தத்துவத்தில் முதலாவதாக நிறுத்துவது அழகை; இரண்டாவதாக இடம்பெறுவது வெற்றி; பொதுவாக பொருட்படுத்த வேண்டியது மகிழ்ச்சி.

6 அடி 31/2 அங்குல உயரத்துடன் கம்பீரமாக உலவிய சாக்ரடீஸ், விடாது புகைப்பவர், அதிகம் குடிப்பவர். 'நான் குடிக்கிறேன், புகைக்கிறேன், சிந்திக்கிறேன்' என ஒரு தத்துவப் பிரகடனமாக அறிவித்தவர். பெண் ரசிகைகள் பலரிடம் ஈர்ப்பு கொண்டிருந்த அவர், நான்குமுறை மணந்தவர்.

லிபியா அதிபர் கர்னல் கடாஃபியை லிபிய பாலைவனம் ஒன்றில் சந்தித்த சாக்ரடீஸிடம் 'நீங்கள் தேர்தலில் போட்டியிட வேண்டும்' என்று கடாஃபி வலியுறுத்தினார்.

அவரது ஆளுமை என்பது வாழ்வின் பல அம்சங்களுக்கும் இடமளிப்பதாக, பன்முகப்பட்டதாக, ஒன்றுக்குமேல் இன்னொன்று என அடுக்குகளாக அமையப்பெற்றதாக இருந்திருக்க வேண்டும். இசை ஊடகம் ஒன்றிற்காக சாக்ரடீஸை நேர்முகம் காண வந்தவர், "நீங்கள் ஆட்டக்காரராக இருந்தபோது, பிரேஸிலிய இசைக்கலைஞர் யாருடனேனும் தொடர்பு கொள்ள நேர்ந்திருந்தால் என்ன நேர்ந்திருக்கும்? பிரேஸிலிய இசை குறித்த உங்களது மதிப்பீடு என்ன?" என்று கேட்டதற்கு சாக்ரடீஸின் பதில்:

"இசை என்பது என் குருதியில் கலந்திருப்பது, சுமார் 60 பாடல்களுக்கு இசை அமைத்திருக்கிறேன்; இசையில் சுரங்களுக்கோ ஒத்திசைவுகளுக்கோ என் காதுகள் பயிற்றுவிக்கப்படவில்லை. எல்லாவற்றையும் கேட்கின்றேன். சிகோ புவார்க்யு தெ ஹொலண்டா, கியூப நாட்டு பாப்லோ மிலானெஸ், சிலிநாட்டு வயோலெட்டா பர்ரா என்பன

எனக்குப் பிடித்தமானவை. ஒரு பாடகன் என்ற முறையில் ஏற்கனவே 3 இசைத்தட்டுகள் தந்துள்ளேன். Very Eclectic, இல்லையா? என் ஓவியங்கள், கவிதை, நூல்கள், என் கண்ணீர், என் ஆன்மாவை நீங்கள் பார்த்ததேயில்லை..."

இந்தப்பதில் ஒருவிதத்தில் பெருமை பேசுவது. இன்னொரு விதத்தில் அவரது கடல்போன்ற பேராசையைப் பிரதிபலிப்பது. படைப்பாற்றல் என்றால் விழிப்புணர்வை ஏற்படுத்துவதிலிருந்து ஆன்மாவின் விகசிப்பாக உருவாக்குவது, மலர்ச்சி கண்டு மலர்விப்பது என்றெல்லாம் அர்த்தப்படுத்திக் கொள்வார். எனவேதான் தனது படைப்பு குறித்துப் பேசுபவர் அப்பட்டியலில் கண்ணீரையும், ஆன்மாவையும் சேர்த்துக் கொள்கிறார்.

சக ஆட்டக்காரர் வால்டேர் காஸாகிராண்ட் சாக்ரடீஸை இப்படி மதிப்பிடுகிறார்: "ஒரு விளையாட்டு வீரர் என்ற வகையில், சாக்ரடீஸ் அதிசயமானவர், துடிப்பானவர், மாபெரும் உத்திமிக்கவர். வலுவான ஆளுமை கொண்டவர். வாழ்க்கை சார்ந்து தெளிவான தத்துவம் பெற்றவர். இருப்பினும் மென்மையானவர், எளிதில் பலியாகக் கூடியவர். உணர்வோட்டமிகு மனிதராதலால் மற்றவரைவிடவும் கூடுதலாக உணரக்கூடியவர் குடிகாரர். அப்போதுகூட நாட்டின் சிறந்த ஆட்டக்காரர்களுள் ஒருவராக விளங்கினார். அவர் புகைக்காமல், குடிக்காமல் இருந்திருந்தால், சாக்ரடீஸாக இருந்திருக்க மாட்டார்."

இறுதிக்கட்டத்தில், விளையாட்டுத்துறை மருத்துவம் பார்த்துவந்த அவர், டிசம்பர் 2011 இல், 57வது வயதில் உணவு ஒத்துக்கொள்ளாமல் குடற்தொற்று காரணமாக இறந்தார். கிரேக்க பெயர்கள் தாங்கிய மூன்று பிள்ளைகளில் சாக்ரடீஸ் போல தேசிய அளவிலான ஆட்டக்காரராகி, 1994 உலகக்கோப்பை போட்டியில் பங்கேற்றவர் அவரது தம்பி ராய்.

கால்பந்தாட்டத்தில் வெற்றியை விடவும் ஆட்டத்தின் அழகிற்கு முக்கியத்துவமளித்து வந்த சாக்ரடீஸ் தன் இறுதிக்காலத்தில், ஆட்டத்தின் யந்திரகதியிலான முன்னெடுப்புகள் கண்டு, வருந்திக் குறிப்பிட்டார்:

"பல ஆண்டுகளாக கால்பந்தாட்டம் வெவ்வேறான பாணிகளில், ஒவ்வொரு மக்களின் ஆளுமை வெளிப்பாடுகளாக

ஆடப்பட்டு வருகிறது; இன்றைக்கு எப்போதையும்விட அப்பன்முகத்தன்மையை பாதுகாப்பது அவசியமானதாகும். இப்போதெல்லாம் கால்பந்தாட்டத்திலும் ஒவ்வொன்றிலும் கட்டாயமான ஒத்ததன்மை உள்ளது. உலகம் வழங்கும் சந்தர்ப்பங்களில் இப்படி சமத்துவமற்றதாக ஒருபோதும் இருந்திருக்கவில்லை. அது திணித்திடும் பழக்கங்கள் அவ்வளவு ஒரே மட்டத்தில் உள்ளன. இந்த நூற்றாண்டின் இறுதியில் பட்டினியால் சாகாத யாரும், சலிப்பால் இறந்து போவார்... கால்பந்தாட்டம் இப்போது மக்கள் திரளுக்காக தயாரிக்கப்படுகிறது; உறைவிப்பானை விடவும் சில்லிடுவதாயும் கறிவெட்டும் கருவியை விடவும் ஈவிரக்கமற்றதாயும் அது வருகின்றது. இது இயந்திர மனிதர்களுக்கான கால்பந்தாட்டம்."

ஆதாரங்கள்

1. Doctor Socrates: Footballer, Philosopher, Legend/Andrew Downie/Simon and Schuster

2. Socrates was a drunk. Even then he was one of Brazil's best players/Sunday Times of India, Trichy Edition, June 29, 2014

3. Interview by Alex Bellos/the guardian.com, 2010

4. economist.com

5. libcom.org

பாபா ஆம்தேயின் 'ஆனந்தவனம்'

வசதி படைத்தவர்கள் தர்மம் செய்கிறார்கள், நோய்க்கு சிகிச்சை தருகிறார்கள். சிலர் சமூக சீர்திருத்தங்களில் ஈடுபடுகின்றனர். சமூக மாற்றத்திற்காகச் சிலர் செயல்பாட்டாளர்களாகின்றனர். இந்த மூன்று அம்சங்களையும் இணைத்து இயங்கியவர் ஒருவர் உண்டென்றால், அவர் பாபா ஆம்தேதான் (1914-2008). அதன் பொருட்டு அவர் மராட்டிய மாநிலத்தின் வரோராவில் உருவாக்கியதுதான் 'ஆனந்தவனம்' (Anandwan).

செல்வம் நிரம்பிய பிராமண குடும்பத்தில் மாவட்ட அளவில் நிர்வாக-வரிவசூல் பொறுப்பிலிருந்தவரின் மகனாகப் பிறந்த ஆம்தேவின் முழுப்பெயர் முரளிதர் தேவிதாஸ் ஆம்தே. ஆம்தே என்பது குடும்பப் பெயர். சிறுவனாயிருந்தபோது வீட்டில் 'பாபா' எனச் செல்லமாக அழைக்கப்பட்டதால் 'பாபா ஆம்தே' என்றறியப்படலானார். சட்டம் பயின்றவர். வலுவும் உற்சாகமும் நிரம்பிய பாபாவுக்கு வேட்டையில் ஆர்வம். இசையில் படிந்த நாட்டம், நிகழ்ச்சி, கல்கத்தாவில் என்றாலும் போயக் கேட்டுவிடும் அளவுக்கு அவரை உந்தித்தள்ளியது. கிரெடா கார்போ, நோர்மா ஷீரெர் போன்ற ஹாலிவுட் நடிகைகளுக்குப் பேனா நண்பர். திரைப்பட விமர்சனம் எழுதுவார். 1936 இல் குற்றவியல் வழக்குரைஞர் ஆனார். நல்ல தொழில் நடத்துபவராக இருக்கிறார். என்றாலும் இந்த வாழ்வில் அர்த்தம் இருக்கிறதா என்னும் கேள்வி எழுகிறது.

சிறுவனாயிருந்தபோது நிகழ்ந்த சம்பவமொன்று நினைவுக்கு வருகிறது. தீபாவளியன்று நன்றாகச் சாப்பிட்டு, பட்டாசு வாங்க அம்மா தந்த காசுகள் பையில் கலகலக்கத் திரிந்து கொண்டிருந்தபோது, குருட்டுப்

பிச்சைக்காரரை சந்தைப்பகுதியில் பார்த்ததும், பையிலிருந்த நாணயங்களையெல்லாம் அவரது பிச்சைப்பாத்திரத்தில் போட்டுவிட்டார். அவற்றை திரும்பத் திரும்ப பிச்சைக்காரர் எண்ணிப் பார்த்தது நெகிழ வைத்திருக்கிறது.

வாலிபனான பிறகு ஒரு சம்பவம். தொழுநோயாளி ஒருவரை மழைபெய்கின்ற மாலைவேளையில் பார்க்கிறார். துணிமுடிச்சுப்போல தெருவோரம் கிடந்த அவர், அவயவங்கள் அழுகி, சதைக் குவியலாகக் கிடக்கிறார். தொழுநோய் முற்றிய நிலையில் கிடக்கும் அந்நபர் சீழ்வடியும் புண்களும் புழுக்களுமாக இருப்பது குமட்டிக் கொண்டு வர, நிலைகுலைந்து போகிறார் பாபா.

அடுத்த ஆறுமாதங்களுக்கு இதே தவிப்புடன் இருக்கிறார். அவ்வளவு திடமான தன்னை இது நிலைகுலையச் செய்துவிட்டது எப்படி? 'பயமிருக்கையில் நேசமில்லை, நேசமில்லாத இடத்தே கடவுளில்லை' என்றுணர்கிறார். என்ன செய்யலாம்? தொழுநோயாளிகளுக்கு சிகிச்சை அளித்து அவர்களுடன் சேர்ந்துவாழ வேண்டும்.

"எனவேதான் தொழுநோய்பணியை மேற்கொண்டேன். யாருக்கும் உதவுவதற்காக அல்ல, என் வாழ்வில் அச்சத்தை எதிர்கொள்ள வேண்டும் என்பதற்காக. அது மற்றவர்களுக்கு நன்மை செய்தது என்பது உபவிளைபொருள். அச்சத்தை எதிர்கொள்ளவே அதனை மேற்கொண்டேன் என்பதே உண்மை."

இதற்கிடையே சேவாகிரமத்தில் காந்தியைச் சந்திக்கிறார். துறவு மனப்பான்மையில் இமாலய ஆசிரமங்களுக்கெல்லாம் போய் வருகிறார். மனம் ஒன்றவில்லை. ஊர் திரும்புகிறார். தொழிற்சங்கம் கட்டுதல், கூட்டுறவு அமைப்புகள் நிறுவுதல் என்று அக்கறை கொள்கிறார். 1942 வெள்ளையனே வெளியேறு இயக்கத்தில் பங்கேற்று சிறைவாசம் இருக்கிறார். வெளிவந்ததும் அரசியல் கைதிகளுக்கு இலவச சட்ட உதவி அளித்து வருகிறார். திருமணம் வேண்டாம் என்று இருந்தவர், தன் மனதுக்கும் தன் ஈடுபாடுகளுக்கும் துணை நிற்கக்கூடியவர் என்று அவர் புரிந்து கொண்ட சாதனாவை மணம்செய்து கொள்கிறார். வைதிகக் குடும்பத்தில் பிறந்திருந்தாலும், ஆம்தேவைப் புரிந்துகொண்டு அவருடன் பயணிப்பவராக சாதனா விளங்குகிறார்.

1949 இல் மனைவியுடன் சேர்ந்து ஆனந்தவனத்தை ஆரம்பிக்கிறார். தொழுநோய் சிகிச்சைக்கான பயிற்சியை கல்கத்தாவில் பெற்றிருந்ததால் அச்சிகிச்சையுடன் இம்மையம் தொடங்குகிறது. அப்புறம் குணமடைந்தவர்கள் கண்ணியமாக வாழவேண்டும் என்பதற்காக தொழிற்பயிற்சிக்கு ஏற்பாடு செய்கிறார். இப்படியே விரிவுபெற்று வந்த ஆனந்தவனம் 20 ஏக்கர் நிலத்திலிருந்து 475 ஏக்கர் கொண்டதாக பிரும்மாண்டம் கொள்கிறது.

எளிய விவசாயிகளுக்கு ஆலோசனை, வாய் பேசாத காது கேளாத சிறுவர்களுக்கு கல்வி, ஊனமுற்றவர்களுக்கு தொழிற்பயிற்சி என ஒவ்வொரு காலடியாக எடுத்துவைத்து வந்துள்ளது. நெல்- கோதுமை விளைவித்தல், பால் உற்பத்தி, அழைப்பிதழ் அச்சடிப்பு, தரைவிரிப்புகள் தயாரித்தல், துணிகள் நெசவு செய்தல் என உழைத்து சம்பாதித்து தலை நிமிர்ந்து வாழ்பவர்களாக தொழுநோயாளிகள் மாறுகின்றனர். பண்ணை, பழத்தோட்டம், பறவைகள் சரணாலயம், சிறுதொழில் வளர்ச்சி மையம், தொழிற்பயிற்சி மையம், இரு கல்லூரிகள், மூன்று மருத்துவமனைகள், மூன்று பள்ளிகள், சாண எரிவாயு கூடம் என்றுள்ள இங்கே சுமார் 2000 பேர் வசிக்கின்றனர்.

மருத்துவர்களான பாபாவின் இரு பிள்ளைகள், மருமகள்களில் ஒருவரும் மருத்துவராக இப்பணியில் தம்மை ஈடுபடுத்திக் கொண்டுள்ளனர். மூன்றாம் தலைமுறையினரும் இதனைத் தொடர்ந்து கவனிக்கின்றனர். அத்துடன் மாடியா கோண்டுகள் என்ற பழங்குடியினர் வசிக்கும் ஹேமால்ஹசாவில் ஒரு மருத்துவமனையைத் தொடங்கியுள்ளனர்.

தொழுநோய்ச் சிகிச்சையில் ஈடுபட்ட பாபாவை, முதலில் ஒவ்வொருவரும் ஒதுக்கித் தள்ளியிருக்கின்றனர். பேனா நண்பராயிருந்த நடிகை நோர்மா ஷீரெர் ‘ஏன் இந்த அழுக்கு வேலையைச் செய்கிறீர்கள்?’ என்று எழுதியுள்ளார். ‘அக்ரோ- போலிஸின் இடிபாடுகளைப் பார்ப்பதில் மக்கள் மகிழ்கின்றனர். ஆனால் தொழுநோயாளியின் சிதைந்த உடலிலுள்ள அழகைக் காணத் தவறிவிடுகின்றனர்’ என்று ஆம்தே எழுதிய பதிவைப் பார்த்ததும், முதலில் வெளிநாட்டு உதவி கிடைத்தது நோர்மாவிடமிருந்துதான்.

அசோக் மகாதேவனும் மோகன் சிவானந்தும் ஆம்தேயைச் சந்தித்தபோது “இங்கே நடந்து திரிவது மனதைத் தொடுவதாக உள்ளது” என்றதற்குப் பாபாவின் பதில்:

“இது தொழுநோயாளிகளால் உருவானது. அவர்தம் கைகள் வானவில்லின் நிறங்களைத் திரட்டி, பழங்களுக்கும் காய்கறிகளுக்கும் பூக்களுக்கும் அளித்திருக்கின்றனர். இதே கைகள்தான் தம் இல்லங்களைக் கட்டியுள்ளன.”

சமூக இழிவாகக் கருதப்பட்ட தொழுநோய்க்கு சிகிச்சை அளிப்பது, குணமானவர்கள் மீண்டும் அவமதிப்பிற்குள்ளாகாமலிருக்க, அவர்களுக்கு வாழ்வாதாரம் அளித்தல், நிரந்தரமாக வசிப்பிடம் அமைத்தல், காட்டுச் சமூகமாக வாழ்ந்து கண்ணியமான மானுடர்களாதல் என்ற அளவுக்கு ஒரு பணியைத் தொடர்ச்சியானதாக முழுமையாக செய்து முடிப்பதுதான் பாபாவின் தனி அடையாளம்.

ஜப்பானிய மொழியில் ‘இகிகாய்’ என்னும் சொல்லுக்கு ‘எப்போதும் இயங்கிக் கொண்டிருப்பதன் மகிழ்ச்சி’ என்று பொருள். இந்தப் பொருளைக் குறிப்பிடுவதற்கு முன் அச்சொல், ‘வாழ்க்கை’, ‘பயனுள்ளதாக இருப்பது’ என்று மட்டுமே குறித்திருக்கிறது. ‘வாழ்க்கை என்றால் பயனுள்ளதாக இருப்பது, எப்போதும் இயங்குவதிலான மகிழ்ச்சியைப் பெற்றிருப்பது’ என்று படிப்படியாக பரிணாமம் அடைந்துள்ளது.

ஒவ்வொருவருக்கும் ‘இகிகாய்’ மாறுபடும். அர்த்தத்தை அளிக்கும் விஷயத்துடன் வாழ்ந்து வருகையில் நிறைவடைகிறோம். அவ்விணைப்பை இழக்கையில் நம்பிக்கையை இழக்கின்றோம்.

இப்படி நம்பிக்கையை இழக்காமல் தொடர்ந்து நூறுவயதைத் தாண்டியும் வாழக்கூடியவர்கள் நிறைந்துள்ள பகுதியாக ஜப்பானின் ஒக்கினோவா தீவு உள்ளது.

உதவி செய்யவேண்டும் என்பது தனக்கு முதுமையிலோ மறுபிறவியிலோ நன்மை செய்யும்/முக்தி தரும் என்பதற்காக அறச்செயல்கள் செய்வது ஒருநிலை.

எதிர்பார்ப்பு ஏதும் இல்லாதுகூட உதவுவது ஒரு நிலை.

உதவுகின்றோம் என்ற எண்ணம் இல்லாமலேயே மற்றவர்களுடனான வாழ்வுடன் தன் வாழ்வை பிணைத்துக்கொள்ளல் ஓர் உயரிய நிலையாக இருக்கலாம். அது இயற்கையின் கனிந்த நடவடிக்கை. மனிதனுக்கும் இயற்கைக்கும் இடையே பேதம் இன்றிப் பெருகும் பரிவுணர்வு (cmpathy) அது. அதைத்தான் ஆம்தே பற்றிக் கொண்டிருந்தார்.

காந்திய எளிமையில் சேவையில் ஈடுபாடு காட்டியுள்ள பாபா, தத்துவமாக்கலிலிருந்தும் சித்தாந்தப்படுத்தலிலிருந்தும் தொலைதூரம் சென்றுவிடக் கூடியவராக இருந்தார். மராத்தியில் அழகான கவிதைகள் எழுதத் தெரிந்த அவர் பேசுவதெல்லாம் சுருக்கமான வாசகங்களாக, புதிர்களாக, விடைகளில்லாத கேள்விகளாக இருக்கும். மானுடத்தின் பிரச்சனைகளுக்கெல்லாம் தன்னிடம் விடைகள் இருப்பதாக சொல்லிக்கொள்ள மாட்டார்.

மிஹிர்ஷாவின் வார்த்தைகளில் கூறுவதானால், 'இயற்கை உலகின் சந்தங்களை நாம் புரிந்துகொள்ள வேண்டும், அப்புறம் இயற்கையின் வெளிவரிக் கோடுகளில் நம்மை இணைத்துப் பிணைத்துக் கொள்ள வேண்டும்.' இயற்கை மீது முழுக்கட்டுப்பாட்டை பிரயோகிக்க முற்படும் 20 ஆம் ஆண்டின் அணுகுமுறைகளை அவர் கடுமையாக விமர்சித்தார். இயற்கை வழங்கும் கொடைகளை நீடித்து இருப்பனவாகப் பயன்படுத்த வேண்டும் என்பதே அவர் வற்புறுத்தி வந்துள்ளது. இப்பின்புலத்தில்தான் அவர் நர்மதா பள்ளத்தாக்கிற்கான மாற்றுத்திட்டத்தைக் கண்டறிந்தார். அவரிடத்தே இருந்த கவிஞன் முழுவீச்சில் சுழித்தோடும் நதியின் குதூகலத்தைக் கொண்டாடினான்" என்று அவரைப் புரிந்து கொள்ளலாம்.

ஆனந்த வனக் கூட்டு வாழ்வில் சைவ உணவு மட்டுமே சமைக்கப்பட்டாலும், அசைவ உணவு சாப்பிட விரும்புவோருக்குத் தடையில்லை. நபர்களின் உள்ளுணர்வு சார்ந்த ஈடுபாடுகளுக்கு விலக்கில்லை. சீருடை இல்லை. சாதி/மத/இன பேதங்கள் இல்லை. எந்தச் சித்தாந்தமும் திணிக்கப்படுவதில்லை.

வினோ பாவே, தாகூர், ஸேன் குருஜி போன்றோரின் செல்வாக்குகளுக்கு உள்ளாகி இருந்த பாபா ஆம்தே, கடுமையான மனநிலையில் இருப்பதை அறவே வெறுப்பவர்.

இயல்பான நகைச்சுவை, உற்சாகம், கொண்டாட்டத்தை வற்புறுத்தியவர். எனவேதான் தனது கூட்டு வாழ்வுச் சமூகத்திற்கு 'ஆனந்தவனம்' என்று பெயரிட்டார்.

'இந்தியாவைப் பிணைத்து இணைத்தல்' என்னும் திட்டத்துடன் இருமுறை இந்தியாவில் பயணம் மேற்கொண்ட ஆம்தே, நீண்ட நாட்களாக முதுகுத்தண்டு பிரச்சனை காரணமாக எழுந்து உட்காரமுடியாதவராக இருந்தார். எனினும் நடப்பதும் இயங்குவதும் அவருக்குப் பிரச்சனையில்லை.

பத்ம விபூஷண், ராம்சேசே விருதுகள் போன்ற உயர்ந்த கௌரவங்களைப் பெற்றிருந்த பாபா 93வது வயதில் ரத்தப்புற்றுநோய் கண்டு இறந்தார்.

ஆதாரங்கள்

1. Baba Amte's Forest of Bliss/Ashok Mahadevan

2. Face to Face: Baba Amte/Ashok Mahadevan - Mohan Sivanand/ Reader's Digest, Sep.2005

3. Baba Amte and his legacy of compassion/Malavika Sanghvi/ The Times of India, 15 Dec, 2002

4. A Passionate yogi of the world/Mihir shah/The Hindu, December 24, 2014.

5. உங்கள் இகிகாவைத் தெரிந்து கொள்ளுங்கள்/என். கௌரி/இந்து தமிழ்திசை/29.11.18.

திப்புசுல்தான் என்ற மைசூர்ப்புலி

கி.பி.1799 இல் திப்புசுல்தான் போரில் வீழ்த்தப்பட்ட பிறகு, அவரது அரண்மனையிலிருந்து லண்டனிலுள்ள இந்தியா அலுவலகத்திற்கு கொண்டு செல்லப்பட்டவற்றுள் ஒன்று, திப்புசுல்தானின் கையெழுத்திலுள்ள பாரசீக மொழி ஏடு. இதில் திப்பு 37 கனவுகளைப் பதிவு செய்துள்ளார். திப்பு பெரும்பாலும் ரகசியமாக வைத்திருந்தது இந்த நோட்டுப்புத்தகம். 1785லிருந்து 1798 வரையிலான 13 ஆண்டுகாலகட்டத்திற்குரியது. சில கனவுகளுக்குத் தன் விளக்கங்களையும் சேர்த்து பதிந்துள்ளார். விழித்தெழுந்ததும் கனவினை உடனடியாக எழுதிவைக்கும் வழக்கத்தைக் கொண்டிருந்தார்.

மராட்டியப் போருக்குமுன் ஓர் அதிகாலையில் திப்பு கண்ட கனவு: 'சர்வ வல்லமையுள்ள இறைவனின் இந்த ஊழியனும் சிலரும் யானைகள் மீதும் குதிரை மீதும் நதிக்கரையோரம் சென்றிருந்ததாகத் தோன்றியது. நதியின் ஆழம் ஆளுயுரத்திற்கும் குறைவாகவே இருந்திருக்கும். நதியைத் தாண்டியதும் துணிமணிகள் உலர்வதற்காக சிறிதுநேரம் காத்திருந்தனர். நானும் யானையிலிருந்து இறங்கினேன். அப்போது எனது யானையும் அதற்கருகே நின்றிருந்த யானையும் தமக்குள் சண்டையிட்டுக் கொள்ளப் போவதற்கான சமிக்ஞைகளை வெளிக்காட்டின. சண்டை இன்னும் தொடங்கவில்லை எனினும், அவற்றிடமிருந்து பாதுகாப்பாக இருக்கவேண்டும் என்பதற்காக, அருகிலுள்ள குன்றில் ஏறிவிட வேண்டும் என்றெண்ணினேன். மெல்ல ஏறிய நான், உச்சிக்குச் செல்ல பாதையில்லை என்று கண்டேன். எப்படியேனும் ஏறிவிட வேண்டும் என எனக்குச் சொல்லிக்

கொண்டேன். ஒருவாறு உச்சியை எட்டினேன். எனக்கு முன்னே சிறிய கதவைப் பார்த்தேன். நுழைந்த மாத்திரத்தில் வணங்கத்தக்க முதியவர் ஒருவர் "சலாம் அலைக்கும்" என்று வாழ்த்தி, அன்பு பாராட்டினார். அவரின் முன்னே ஒரு தர்வீஷ் கைகளை மடித்தபடி மரியாதையுடன் நின்றுகொண்டிருந்தார். அங்கிருந்து ஒட்டுமொத்த உலகத்தையே பார்க்க முடியும். அச்சந்தர்ப்பம் வழக்கத்திற்கு மாறானதாயிருப்பதையும் அம்முதியவர் எவ்வளவு அசாதாரணமானவர் என்றும் ஆச்சரியப்பட்டேன். அப்போது விழித்து விட்டேன்.

பிரிட்டிஷ் அரசு, மராத்திய அரசுகளுடனான போர்கள் சார்ந்ததாகவே உள்ள பெரும்பாலான கனவுகளில், மராத்தியருடனான யுத்தம் தொடங்குவதற்கு முன் இக்கனவு வந்திருக்கிறது.

துங்கபத்திரை நதியின் அக்கரையில் இருந்தபோது ஒரு கனவு: 'வேறெதிலும் ஒருவர் கவனம் செலுத்தாதுள்ள தீர்ப்புநாள் என அது தோன்றிற்று. அப்போது சிவந்த முகமும் தாடி-மீசையும் கொண்ட, ஆஜானுபாகுவான ஒருவர் என் கையைப் பற்றி, 'நான் யாரென உங்களுக்குத் தெரியுமா?' என்றார். 'தெரியாது' என்றேன். 'நான் முர்ஜதா அலி; நீங்களில்லாமல் சொர்க்கத்தில் காலடி எடுத்து வைக்க மாட்டேன். உங்களுக்காக காத்திருந்து, உங்களுடனே சொர்க்கத்தில் நுழைவேன்' என கடவுளின் தூதுவர் இன்னும் சொல்லிக்கொண்டே இருக்கிறார் என என்னிடம் கூறினார். மகிழ்வுற்ற நான் விழித்துவிட்டேன். கடவுள் சர்வவல்லமையானவர், தூதுவர் இடைப்பட்டவர். இது போதுமானது.'

திப்பு எந்த அளவு வீரரோ அந்த அளவு இறைப்பற்றாளரும் கூட. அவரது தந்தை திப்புவை இறைப்பணியில் ஈடுபடுத்த எண்ணியிருந்தார். ஆனால் தம்பி உடல் நலக்குறைவாயிருந்ததால், 15 வயதிலேயே திப்பு, தந்தையுடன் போர்க்களம் புகுந்துவிட்டார். தன்னைக் குறிப்பிடும் போதெல்லாம் 'இறைவனின் ஊழியன்' என்றே எழுதுகிறார்.

இன்னொரு கனவில் இளைஞன் ஒருவன் திப்புவுடன் வேடிக்கையாகப் பேசிக் கொண்டிருக்கையில், அவன் ஆணுடையில் வந்த பெண் என்று தெரியவருகிறது. தான் முதலில் வந்தது பெண் என யூகித்தது சரியானது என்பதை திப்பு உறுதிப்படுத்துகிறார். இக்கனவின் பொருள்,

ஆணுடையில் வந்தது மராத்தியரைக் குறிப்பிடுவதாகும் என மற்றவர்கள் விளக்கினர். அம்மாதம் இருநூறு (அ) முன்னூறு வீரர்களுடன் மராத்தியரைத் தாக்கிய திப்பு, அவர்களைத் தோற்கடித்தார். மராத்திய வீரர்கள் பெண்களைப்போல ஓட்டமெடுத்தனர்.

வேறொரு கனவு: 'அல்லாவின் தூதுவர் ஹத்ரத் முகம்மது என்னிடம் ஒரு பசுமைத் தலைப்பாகையைத் தந்து தலையில் வைத்துக் கொள்ளுமாறு கூறுகிறார். அப்படியே செய்கிறேன்' அப்புறம் ஹத்ரத் பந்த-நவாஸ் இன்னொரு தலைப்பாகையைத் தந்து தலையில் வைத்துக் கொள்ளுமாறு கூறுகிறார். அப்படியே செய்கிறேன். பின்னர் ஹத்ரத் அகமது வேறொரு தலைப்பாகையைத் தர அப்படியே செய்கிறேன். மலையுச்சியில் அற்புதமான கோட்டை. அதனை உற்றுநோக்குகையில் விழித்தெழுகிறேன்.' இக்கனவிற்கு சர்வவல்லமையான இறையும் தீர்க்கதரிசியும் ஏழுதேசங்களின் பேரரசை தன்மீது கவிப்பதாக பொருள்படுத்திக் கொள்கிறார் திப்பு.

திப்புசுல்தானின் சந்ததிகளுள் ஒருவரான ஷபேப்ஸடா குலாம் முகம்மது மூலம் கல்கத்தா விக்டோரியா நினைவகத்திற்கு 1904 இல் கிட்டியவற்றுள் ஒரு நோட்டுப் புத்தகம் பாரசீக மொழியில் இருந்தது. இது பீரங்கிப் போர் குறித்தது. திப்புவால் பராமரிக்கப்பட்டது. பிரெஞ்சு நாட்டவர் மூலம் போர்த் தந்திரங்களின் நவீன உத்திகளை அறிந்துகொண்டு, அவற்றைத் தன் படைவீரர்களுக்கு அறிமுகப்படுத்தும் பொருட்டு, திப்பு பராமரித்தது இந்நோட்டுப் புத்தகம்.

போர்த்தந்திரங்களுடன் பிரான்ஸின் போர்த் தளவாடங் களுடனும் போரிடும் காரணத்தால்தான் திப்பு பிரிட்டி ஷாருக்குச் சிம்ம சொப்பனமாக விளங்கினார்.

புலியொன்று பிரிட்டீஷ் வீரனை வீழ்த்தி, தின்னப் போகும் நிலையில் ஒரு பொம்மைக் கருவியைத் தயாரித்து, அதனை இயக்கும்போதெல்லாம் புலியின் உறுமலுடன் சிப்பாய் அலறுவதையும் கேட்டு திப்பு மகிழ்ந்திருக்கிறார். இக்கருவி திப்புவிடமிருந்து பெறப்பட்ட பொருட்களுள் ஒன்றாகும். மலபார் பகுதியில் உள்ள தாய்மார், அடம்பிடிக்கும் பிள்ளைகளை அடக்க 'திப்பு வருகிறான்' என்று பயங்காட்டினர். நாய்களுக்கு திப்புவின் பெயரைப் பயன்படுத்தியுள்ளனர் ஆங்கிலேயக் குடும்பங்களில்.

திப்பு என்றாலே 'புலி'தான். தன்னைப் புலியுடன் அடையாளப் படுத்திக் கொண்ட அவர், தன் நாட்டு இலச்சினையாகவும் அதனை வைத்துக் கொண்டார். துப்பாக்கி, வாள் உள்ளிட்ட மதிப்புமிக்க பொருட்களிலெல்லாம் புலியுருவத்தைப் பதிக்கும் வழக்கத்தைக் கொண்டிருந்தார். 'திப்பு மஸ்தான் அவுலியா' என்னும் சூஃபி ஞானியின் பெயரிலிருந்து திப்புவுக்கு இப்பெயர் இடப்பெற்றது. சீரங்கபட்டணத்தில் நடந்த இறுதி யுத்தத்தில் காயம்பட்ட புலியென சீறிப் போரிட்டு கையில் வாளுடன் வீரமரணம் எய்தினார் திப்பு எனப்படுகிறது.

திப்புவின் யானையொன்று பார்வை இழந்துவிட, நஞ்சுண்டசாமி அருளால் அது பார்வை பெற்றதும், சிவலிங்கம் ஒன்றை பிரதிஷ்டை செய்துள்ளார். அகோபில மடம் போன்ற இந்து நிறுவனங்களுக்கு மான்யங்கள் வழங்கியுள்ளார். கூலி விவசாயிகளுக்கு நிலம் கிடைக்கவேண்டும் என்று ஏற்பாடு செய்துள்ளார். மைசூரில் முதலாவதாக காகித - சர்க்கரை ஆலைகளை நிறுவியுள்ளார். பட்டுத் தொழில் நவீனமாக சீன ஒத்துழைப்பை நாடியுள்ளார்.

இப்படிப்பட்ட மன்னரை மதவெறியன் என்று ஏன் கூறுகின்றனர்? அப்பாவி மக்களைக் கொன்று குவித்தவன் என்று ஏன் கூறுகின்றனர்? தன் திருமணப் பரிசாக நூலகம் வேண்டும் என்று கோரிய திப்பு எப்படிக் கொடூரனாக இருப்பார்? நீரியல் யந்திரங்களை இயக்கிடும் தொழில் நுட்பத்தை பிரெஞ்சுக்காரரிடமிருந்து பெறுவதும், வளைகுடா நாடுகளுக்கு கப்பல் போக்குவரத்து தொடங்க முற்படுவதுமாக இருந்த திப்புவை ஒழித்துக் கட்டுமுன்பு, கிழக்கு இந்தியக் கம்பெனி மத வெறியராகவும் காட்டுமிராண்டியாகவும் சித்தரிக்க முற்பட்டதன் விளைவே அது.

இன்னொன்று: "போரில் வென்ற இடங்களில் இந்து ஆலயங்களைத் தகர்த்து தரைமட்டமாக்கி உள்ளார். ஆனால் தனது ஆட்சிக்குட்பட்ட பகுதிகளில் இருந்த ஆலய்ங்களைப் பராமரிக்கவும், மராத்தா ராணுவத்தால் சிருங்கேரி ஆலயம் தாக்கப்பட்டபோது, அதை புனருத்தாரணம் செய்ய நிதி ஒதுக்கவும் செய்திருக்கிறார்."

'ஒருநாள் வாழ்வதாக இருந்தாலும் புலியாக வாழ்வேனே தவிர, வாழ்நாள் முழுதும் ஆடாக இருக்க மாட்டேன்' என்று உறுதியாக முழங்கிய அவர், அப்படியே செய்து காட்டினார்.

‘கிழக்கு இந்தியக் கம்பெனிக்கு பெரும் லாபம் தந்த மிளகு, ஏலக்காய் முதலியவற்றை அவர்களுக்கு விற்காமல், அரேபியாவுக்கு விற்றார். சந்தனம், தந்தம் ஆகியவற்றை சீனாவுக்கு ஏற்றுமதி செய்தார். கிழக்கிந்தியக் கம்பெனியின் கொள்ளைலாப வணிகத்திற்குத் தடையாக நின்றார்.

திப்பு போர்க்களத்தில் மடிவதற்கு ஓர் ஆண்டுக்கு முன் நிகழ்த்திய உரை முக்கியமானது. அசோகரின் பாறைப் பொறிப்புகளை நினைவூட்டும் தன்மையானது. சிறந்த நிர்வாகியாகத் திப்புவைக் காட்டுவது.

“எகிப்திய பிரமிடுகள் அடிமைகளால் கட்டப்பட்டன. சீனப் பெருஞ்சுவர் அடிமைகளின் ரத்தத்தாலும் எலும்புகளாலும் உருவாக்கப்பட்டது. ரோமாபுரியிலும் பாபிலோனியாவிலும் கிரேக்கத்திலும் கார்த்தேஜிலும் உருவாக்கப்பட்ட மாபெரும் அரண்மனைகளும் கட்டிடங்களும் சங்கிலிகளால் பிணைக்கப்பட்டு சவுக்கடிகளால் ரத்தம் சிந்திய எண்ணற்ற அடிமைகளின் உழைப்பைக் கசக்கிப் பிழிந்து உருவானவை. இந்தியாவின் கிழக்கிலும் மேற்கிலும் உருவாக்கப்பட்டுள்ள அத்தனை நினைவுச் சின்னங்களும் கட்டிடங்களும் கலைச்சின்னங்களும் அந்த மன்னர்களின் மாட்சிமையைக் கூறவில்லை. அவற்றை உருவாக்கக் கண்ணீரையும் ரத்தத்தையும் சிந்திய அபாக்கியவான்களாகிய அந்த அடிமைகளின் வேதனைமிக்க மரண ஓலங்களின் சாட்சிகளாகவும் அவை நிற்கின்றன.... மலபார் அதிகாரிகள் அரசுக் கட்டிடங்களைக் கட்ட சிறந்த தொழில்நுட்பக் கலைஞர்களைச் சம்பளம் ஏதுமின்றி உழைக்க வற்புறுத்துவதாகக் கேள்விப்பட்டேன். எனது தந்தை கட்டிய தரியாதவுலத் அரண்மனையை விரிவுபடுத்துவதில், எந்த விருப்பமும் இல்லாத கைகளின் உழைப்பும் இருக்கக்கூடாது. அத்துடன் அவர்களது கடந்தகால உழைப்புக்குமான கூலி உடனடியாகத் தரப்பட வேண்டுமென உத்தரவிடுகிறேன்.”

ஹைதராபாத் நிஜாமையும் மராட்டியரையும் ஒன்றுதிரட்டி பிரிட்டிஷாரை எதிர்த்துப் போரிட வேண்டும் என்று முயன்று பார்த்த திப்புவின் முயற்சி தோல்வியுற்றது. பிரிட்டிஷாரை நம்பத் துணிந்த நிஜாமும் மராட்டியரும் திப்புவைச் சந்தேகித்தனர். இதுதான் திப்புவின் வீழ்ச்சிக்கு அடிகோலியது. ஒருவேளை, அவர்கள் ஒன்றிணைந்து

திப்புவின் படையுடன் எதிர்த்திருந்தால், 1799 லேயே பிரிட்டீஷ் ஏகாதிபத்தியம் வீழ்ந்திருக்கும் அல்லது குறைந்தபட்சம் ஆட்டங்கண்டிருக்கும். மது விற்பனைக்குத் தடை விதித்து, இந்து தெய்வ உருவங்களுடன் கூடிய நாணயங்களை வெளியிட்டிருந்த திப்பு, 'அக்பர் அளவுக்கு இல்லாவிட்டாலும், அவுரங்கசீப்பாக இருந்திருக்க மாட்டார்' என்பது நிச்சயம்.

மராத்தியரை தன்பக்கம் ஈர்த்துப் போராட வேண்டும் என்ற எண்ணத்தில் அவர்களுடன் எவ்வளவோ பேசிப் பார்த்திருக்கிறார் திப்பு. 'நான் உங்கள் எதிரியில்லை என்பதை நீங்கள் புரிந்துகொள்ளவேண்டும். உங்களது உண்மையான எதிரி ஆங்கிலேயரே, அவர்களைக் குறித்து எச்சரிக்கையாக இருக்க வேண்டும்' என்றுகூட மராத்தியத் தளபதி ஹரிபந்திடம் எச்சரித்திருக்கிறார். ஆனால் வரலாற்றின் போக்கு வேறுவிதமாகி விட்டது - சுழித்தோடும் நதிபோல.

திப்புவை மையமிட்டு அவ்வப்போது எழுப்பப்படும் சர்ச்சைகளுக்கு முற்றுப்புள்ளி இடுவதுபோல வரலாற்றாசிரியர் ராஜ்மோகன் காந்தி ஒரு மதிப்பீடு செய்கிறார்.

"தென்னிந்தியாவின் 18 ஆம் நூற்றாண்டு சகாப்தத்திலும் தென்னிந்தியாவின் மீதான பிரிட்டனின் வெற்றியிலும் திப்பு மையப்பாத்திரமாக விளங்கினார். 1799 இல் அவரது வீழ்ச்சி தென்னிந்திய வரலாற்றை மாற்றிவிட்டது. அவர் கொடுங்கோலரா? ஆமாம். வெறியரா? இருக்கலாம் - ஆனால் சிருங்கேரி சங்கராச்சாரியாருடன் இணக்கமான உறவு கொண்டிருந்ததை, கன்னடத்தில் நடந்த 1791 ஆம் ஆண்டின் கடிதப்போக்குவரத்து தெரிவிக்கிறது. அவர் பிரிட்டிஷாரின் எதிரி என்பதற்கும் மேலானவர் - பிரிட்டிஷார் அவரை நெப்போலியனுக்குச் சமமாகக் கருதினர். திப்பு, அவரது அப்பா ஹைதர், அவரது திவான் பூரணய்யா ஆகியோரை, 17 ஆம் நூற்றாண்டிலிருந்து முன்னோக்கி வாசிக்கவேண்டுமேயல்லாது, 21 ஆம் நூற்றாண்டிலிருந்து பின்னோக்கியல்ல."

திப்பு சுல்தானின் பேரன் இனாயத்கான் இந்துஸ்தானி மற்றும் சூஃபி இசை மரபுகளில் தேர்ச்சிமிக்கவர். இவர் முதலில் அமெரிக்காவிலும் பின்னர் ரஷ்யாவிலும் இருந்திருக்கிறார். இசை தொடர்பான நிகழ்வுகளில் ஈடுபட்டிருக்கிறார். இவருக்கும் அமெரிக்கப் பெண் ஓராவுக்கும் நூர் என்ற

மகள் பிறந்தாள். அது ரஷ்யப் புரட்சி காலமாதலால் இனாயத்கான் குடும்பத்துடன் பிரான்ஸ் சென்றார். உலகப்போர் மூண்டபோது ஹிட்லரின் நாஜிகளுக்கு எதிராக இயங்கும் ஆர்வம் நூருக்கு ஏற்பட, அதற்கு மோர்ஸ் தந்திமுறையைப் பயன்படுத்தினார். அது உளவுப் பிரிவில் அவரை ஈடுபடுத்தியது. நேசநாடுகளுக்கு ஆதரவாக உளவு பார்க்கத் தொடங்கினார். பல்வேறு தோற்றங்களில் பெயர்களில் லண்டன், பாரிஸ் என இயங்கினார். அவரது தலைக்கு ஒருலட்சம் பிராங்குகள் தருவதாக நாஜிகள் அறிவித்தனர். சிநேகிதியால் காட்டிக் கொடுக்கப்பட்டு, கெஸ்டபோ வதைமுகாமில் அடைபட்டாள். அங்கே சுட்டுக் கொல்லப்பட்டாள்.

உலகப் போர் முடிந்ததும் பிரான்ஸ் அவருக்கு நினைவுச்சின்னம் எழுப்பிற்று. திப்பு பிரிட்டிஷாருக்கு எதிராகப் போராடிய வீரர் என்றால் அவரது கொள்ளுப் பேத்தியோ நாஜிகளுக்கு எதிராகப் போராடிய வீராங்கனையாக இருந்துள்ளார். அத்துடன் யூதர்களின் இனப்படுகொலையைச் சாடுவதாக 'உடைந்த கண்ணாடி' என்று ஓர் உருவகக்கதையினையும் நூர் எழுதியுள்ளார். திப்பு புலியென்றால் நூர் ஒளியல்லவா!

ஆதாரங்கள்

1. William Dalrymple/City of Djins: A year in Delhi
2. Bhagwan Gidwani/The sword of Tipu sultan
3. திப்பு சுல்தானின் பேத்தி/எம்.ஜி. சுரேஷ்/அம்ருதா, மே 2009
4. Remembering Tipu/Subba Rao/ The sunday observer, February 18, 1990
5. The Tiger Roars Back/Srinidhi Ragavendra/Deccan Chronicle, June 26, 2005
6. A Tiger Roams in scotland/ The Asian Age/Martin Gayford/12 September 1999
7. The Many Tipus/ Nidhin olikara/BusinessLine, November 21, 2015
8. The Indomitable Tiger/KSS Seshan/The Hindu, November 1999

9. Victoria Memorial to display Tipu Sultan's notebook on artillery/ The Hindu, July 5, 2015

10. The Dreams of Tipu Sultan/Tr from persian by Mahmud Husain/ The Library of The University of California

11. *திப்பு விடுதலைப் போரின் முன்னோடி/தொகுப்பு: டாக்டர் வெ. ஜீவானந்தம்/படிகள் படிப்பியக்கம், 2002*

12. *திப்பு சுல்தான்*/The guardian.com/*தமிழில்: என்னெஸ்/ காலச்சுவடு, டிசம்பர் 2015*

13. 60 Minutes: with Rajmohan Gandhi/G.Sampath/The Hindu Magazine. Dec 9, 2018.

வெரியர் எல்வின்

வெரியர் எல்வின் என்னும் பெயரை உச்சரித்தமாத்திரத்தில் எழும் இன்னொரு பெயர் பழங்குடி மக்கள். ஆம், இந்தியாவில் பழங்குடி மக்கள் மேம்பாடு என்பதை முன்னிறுத்தி உழைத்த முன்னோடி வெரியர் எல்வின். இந்திய விடுதலையை முன்னிறுத்தியது காந்தியின் போராட்டம் எனில், தலித் மக்களின் விடுதலையை முன்னிறுத்தியது அம்பேத்கரின் போராட்டம் எனில், பழங்குடியினரின் நல்வாழ்வை முன்னிறுத்தியது எல்வினின் வாழ்க்கை.

இந்தியாவுக்குக் கிறித்தவம் பரப்ப முன்வந்தவர்களில், அப்பணியைத் தாண்டி அக்கறை மேற்கொண்டவர்களாகச் சிலர் இருந்தனர். உதாரணமாக ரெய்னீஷ் அடிகள் - பள்ளிகள் நிறுவவும் மக்கள் துயர் போக்கவும் உழைப்பதில் மதக் கட்டுப்பாடுகளை எல்லைகளை மீறியதால், மதத் தலைமைகளால் புறக்கணிக்கப்பட்டவர். தான் சார்ந்த ஏகாதிபத்தியத்தை எதிர்த்துப் போராட, இந்தியாவில் காங்கிரஸ் இயக்கத்தைத் தொடங்க வேண்டிய நிர்ப்பந்தம் எழுந்தபோது, இந்தியத் தலைவர்களுடன் இணைந்து உருவாக்கியவர் ஏ.ஓ. ஹியூம் - அதன் பொருட்டு தான் வகித்த இந்திய சிவில் பணியிலிருந்து விலகியவர். இவ்வரிசையில் மதமாற்றப் பணியிலிருந்து விலகி, காந்தியின் அறவழிப் போராட்டம், காங்கிரஸின் விடுதலைப் போராட்டம் என்று பங்கேற்று, இந்தியப் பழங்குடி மக்களின் நல்வாழ்வுக்காக, தன் வாழ்வை அர்ப்பணித்துக் கொண்ட ஆங்கிலேயர் வெரியர் எல்வின்.

ஒரு பிஷப்பின் மகனாக இங்கிலாந்தில் பிறந்து, ஆக்ஸ்போர்டில் ஆங்கில இலக்கியமும் சமயமும் பயின்று, தானும் பிஷப்பாகி,

இந்தியாவுக்கு மதம் பரப்ப வந்தவர் எல்வின் (1902-64). அப்போது இந்தியாவில் கிறித்தவ சேவா சங்கப் பணிகள் மேற்கொண்டிருந்த சி.எஃப். ஆண்ட்ரூஸின் நட்பின் காரணமாக, இந்திய கலாச்சாரத்தின் மேன்மையும் ஆன்மிகத்தின் உயர்வும் தெரியவரவே, மதப்பணியை விட்டு விலகுகிறார். கவனிக்கப்படாதுள்ள பழங்குடி மக்கள் நலனை மேற்கொள்ளுகிறார், படேலின் ஆலோசனையால்.

மத்தியபிரதேசம், ஒரிஸாவிலிருந்து அருணாசலப்பிரதேசம் வரையிலுள்ள பழங்குடிகளின் வழக்காறுகளைக் கவனித்து, தொன்மங்களையும் பாடங்களையும் கதைகளையும் தொகுக்கின்றார், மொழிபெயர்க்கின்றார். பாலியல் அம்சத்திலிருந்து ஆளுமை உருவாக்கம் வரை, பெரியவர் முன்னிலையில் கற்றுத்தேற உதவும், கோட்டுல் (இளைஞர் முகாம்) முறையை சிலாகித்துப் பேசுகின்றார். மரியா - முரியா மக்களிடையே உள்ள தற்கொலை - கொலை விகிதங்களை ஒப்பிட்டுப் பார்த்து, அடிப்படைக் காரணங்களை ஆராய்கின்றார். அதிலும் இந்த விகிதங்கள் முரியாக்களைவிடவும் மரியாக்களிடம் அதிகரித்து இருப்பது அவரது குறுகுறுப்பை வளர்க்கிறது.

பொதுவாக, மரியாக்களிடம் பொறாமை அதிகம்; உடைமை உணர்வும் சொத்துணர்வும் அதிகம். இளைஞர் முகாம் வாழ்வு முறை அநேகமாக இல்லாது போனது அல்லது குறைந்து வருவது. சுதந்திரமான காதல் வாழ்வுக்கு வழிவகுக்கும் அம்முறை இல்லாதது, பெண்களைப் புரிந்து கொள்வதில் பெண்களுடன் சேர்ந்து வாழ்வதில் ஒழுக்க நெறிகளைப் புரிந்து கொள்வதில் பிரச்சனைகளை உண்டாக்குகின்றன. இவற்றுடன், மலைப் பிரதேசங்களில் அலைந்து திரிதலில் வேட்டை வாழ்வில் ஏற்படும் ஆயாசமும் சலிப்பும் சேர்ந்து கொள்கின்றன என்று அக்குற்ற நடவடிக்கைகளை எல்வின் ஆராய்ந்துள்ளார்.

“இழப்பீடாக நான் இந்தியாவுக்குப் போகவேண்டும், பெற்றுக் கொள்வதற்கன்றி, வழங்கும் பொருட்டு, என் குடும்பத்திலிருந்து ஒருவர் போக வேண்டும், வறிய மக்களை ஆட்சிபுரிவதற்குப் பதிலாக, சேவை செய்யும் பொருட்டுப் போக வேண்டும், மேலாதிக்கம் செலுத்தவும் அடக்கியாளவும் துணை நின்றிருந்த நாங்கள் அந்நாட்டுடன் ஒன்றென ஆகிவிடவேண்டும்

என்றெண்ணினேன்" என்று தன் தொடக்கப்புள்ளியை விளக்குகிறார்.

இதில் சுவையான நிகழ்வுப் போக்கு என்னவென்றால், கிறித்தவத்தை உயரிய சிந்தனையாகக் கருதி, அதனைப் பிற மக்களிடம் பரப்பிட இருந்தவர், இந்து மதத்தின் மேன்மைகளை முழுதாக உணர்ந்து கொண்டதும், இந்துவாகிறார். இந்து மதத்திலுள்ள வர்ணாஸ்ரமம் போன்ற சிக்கல்களால், அடுத்து பௌத்த மதத்தை மேற்கொள்பவராகி விடுகிறார்.

சபர்மதி ஆசிரமத்தில், எளிய வாழ்க்கை, மௌன விரதத்தின் ஆற்றல், சத்தியாக்கிரகப் போராட்டம், சகிப்புத்தன்மை என்னும் அம்சங்களால் காந்திய வழிக்கு ஈர்க்கப்பட்டவர். மது, பாலியல் ஒடுக்கம் போன்ற கடுமையான ஆசாரவாதம் அதிருப்தி அளிக்கவே, அதிலிருந்து விலகி, நேருவின் அணுகுமுறையில் நெருக்கம் கொண்டு, பழங்குடி மக்களின் சுயமரியாதையினைப் பாதுகாத்து, அவர்கள் நலன்களை மேம்பாடடையச் செய்பவராக மாறினார்.

காடுகள் சார்ந்த அவர்தம் வாழ்க்கை, எளிமை, ஆடல்-பாடல்-கொண்டாட்ட ஈடுபாடுகள், அவர்தம் பயிர் செய்தல்-வேட்டை வாழ்க்கை அம்சங்களில் குறுக்கிடாமல், அவர்தம் நலன்களை மேம்பாடடையச் செய்யவேண்டும் என்பதில் கவனம் காட்டினார். அரசின் வனக்கொள்கை எந்த அளவு மாற்றப்பட வேண்டும் என்பதை வற்புறுத்தினார். வடகிழக்கு எல்லைப் பிரதேசம் (NEFA) எனப்படும் அருணாசலப் பிரதேசத்தின் அடையாளத்தைப் பேணிக் காத்து முன்னெடுத்துச் செல்வதில் நேருவின் நம்பிக்கைக்குரிய ஆலோசகராக விளங்கினார். இந்திய அரசு இந்திய மானுடவியல் கணக்கெடுப்பு மையத்தை நிறுவியபோது, அதன் துணை இயக்குனராக நியமிக்கப் பெற்றார் (1945).

இந்தியா விடுதலை பெற்றதும் இந்தியக் குடிமகனாகி விட்டார். 1961 இல் பத்ம பூஷண் விருதும் தன் சுயசரிதத்திற்காக (The Tribal World of verrier Elwin) சாகித்ய அக்காதெமி பரிசும் (1965) பெற்றார்.

மானுடவியலாளர், இனவரைவாளர், பழங்குடி மக்கள் செயல் பாட்டாளர் என்ற மூன்று அடையாளங்களில் அறியப்பட்ட எல்வினை, 'இந்தியவயப்பட்டவர்' என்ற அடையாளத்தில்

முன்வைக்கின்றார் மானுடவியலாளர் பக்தவத்சல பாரதி. இந்தியாவின் பண்பாட்டுப் பெருமைகளால் ஈர்க்கப்பட்டு, இந்தியா வந்து, தம் வாழ்வை அர்ப்பணித்துக் கொண்ட அன்னி பெசண்ட், சி.எஃப். ஆண்ட்ரூஸ், நிவேதிதா, மீராபென் போன்றவர்கள் வரிசையில். இவர்கள் 'இந்தியவயப்பட்டவர்கள்' என்கிறார்.

ஆகஸ்டு *29, 1902* எல்வின் பிறந்த நாள். அன்றுதான் ஒழுக்கத்தில் சிறந்த சீர்திருத்தவாதி (பாப்டிஸ்ட் ஜான்) கொலையுண்டது. இதனை வைத்து பின்னர் எல்வின் குறிப்பிட்டார்: "மூன்று பிஷப்புகள் கூடி எனக்கு ஞானஸ்நானம் செய்வித்து, ஹாரி வெரியர் ஹோல்மன் எல்வின் என்ற பெயரைச் சூட்டினார்கள். நெடுநாட்களுக்குப் பிறகு, அந்த மூன்று பெரியவர்களில் ஒருவர் என்னிடம் சொன்னார்: "உன்னைப் பீடித்திருந்த சைத்தானை விரட்டுவதற்கு நாங்கள் மூவரும் முயற்சித்தோம். ஆனால் வெற்றியடைந்தோம் என்று சொல்வதற்கில்லை!"

சைத்தானை விரட்டுவதில் பேராயர்கள் வெற்றிபெறவில்லை. ஆனால் எல்வின் வெற்றி பெற்றிருக்கிறார். மேற்குலகின் ஆதிக்கம் ஆசாரவாதத்தின் இறுக்கம் பேதங்கள் என்ற சைத்தான்களையெல்லாம் அவர் விரட்டியடித்ததால், ஆளுமை அடுக்குகளாக உருக்கொண்டு வந்திருக்கிறார்.

கவிதை, அதுவும் பழங்குடியினரின் கவிதை, வேர்ட்ஸ் வொர்த்தின் கவிதைகளுக்கு இணையானதாக அவருக்கு இருந்துள்ளது. நேபாளத்திற்கும் திபெத்திற்கும் இடையிலுள்ள தவாங் மலைப்பகுதிக்குச் செல்வது யாத்திரையாகத் தோன்றி யிருக்கிறது. இந்திய மக்களில் ஒருவராக ஆகியிருக்கிறார். வேறுபட்ட சூழல், மாறுபட்ட வாழ்க்கை முறைகள் தந்த சிரமங்கள், உடல்நலக் குறைவு எல்லாவற்றயும் மீறி, ஓர் அறிஞராக, செயல்பாட்டாளராக விளங்கியுள்ளார்.

ஏறக்குறைய எல்வினை மறுகண்டுபிடிப்பது செய்திருப்பது போல, அவரது வாழ்க்கை வரலாற்றினை எழுதியுள்ள, மானுடவியலாளரும் சமூகவியல் ஆய்வாளருமான ராமசந்திர குஹா, எல்வினை இப்படி விளக்குகிறார்.

"மரபும்- வரலாறும் சற்றும் எதிர்பாராத வகையில், இடத்திற்குப் பொருந்தாதவராக அவர் விளங்கினார்.

காந்தியிடம் மதப்பிரதிநிதியாக, பழங்குடி கிராமத்தில் அறிஞராக, மானுடவியலில் கவிஞராக, தலைமைச் செயலகத்தில் கலகக்காரராக. விளிம்புகளில் நின்றபடி, இரு உலகங்களுக்கிடையே உறுதியின்றி முனைப்பு கொண்டிருந்தார். ஓர் உலகினை இன்னொன்றிடம் கற்பனாபூர்வமாக விளக்கினார். அவரது வாழ்விலும் பணியிலும் ஒருவர் மற்றவரிடமுள்ள உண்மையை எதிராளிகள் கண்டுகொள்ளத்தக்கதான வேட்கை நிலவிற்று - கிறித்துவத்தின் அனுபூதிபக்கத்தை இந்துக்களுக்கு எடுத்துக்காட்டுவதாக...”

மாறுபாடுகள், முரண்களிடையே சதா உலவித்திரிந்த, அவரது நோக்கமும் செயல்பாடும் சாதகமான நேரியதான விளைவுகளைக் கொண்டிருந்ததால், அவர் அனைத்துத் தரப்பினராலும் கொண்டாடப்பட்டார்.

முதலில் கோண்ட் இனப்பெண் கோசியை மணந்து கொண்ட அவர், அப்பெண்ணுடன் இணக்கமாக வாழ முடியாததால் விவாகரத்து செய்துகொண்டார். பின் லீலா என்னும் இன்னொரு பழங்குடிப் பெண்ணை மணந்து கொண்டு, இறுதிவரை வாழ்ந்தார். அவரது பிள்ளைகள் தமக்குச் சரியென்று தோன்றிய மத/வாழ்க்கைப் போக்கைப் பின்பற்ற அனுமதித்தார். “தன்னுடைய 17வது வயதில் குமார், ரோமன் கத்தோலிக்க மதத்தைத் தழுவினான். வஸந்த், தான் ஒரு ஹிந்து என்று சொல்லிக் கொண்டு மாட்டு இறைச்சியை உண்ண மறுக்கிறான்.நகுல், தனக்கு மதத்தில் நம்பிக்கை கிடையாது என்று சொல்லிக் கொள்கிறான். அசோக் பௌத்த மதத்தை ஏற்றுக்கொண்டு, அந்த மதத்தின் சில புனிதப் பாடல்களைக்கூட அடிக்கடி ஒப்பிக்கிறான். எனக்கும், என் மனைவி லீலாவுக்கும் குறிப்பாக ஒரு மதமும் கிடையாது. ஆயினும், எனக்கு பௌத்த மதத்தில் தீவிர ஈடுபாடு உண்டு.”

பழங்குடி மக்களுக்கு கற்பித்து மாற்ற வேண்டும் என்று ஈடுபட்டவர், அநேகமாக அவர்கள் வாழ்க்கைக்கு மாறி விட்டவராக, அப்பண்பாட்டைப் போற்றுபவராக மாறியதுதான் எல்வின் வாழ்வில் நிகழ்ந்த ரசவாதம்.

“மகிழ்ச்சியின் முக்கியத்துவம், எளிமையின் அவசியம் ஆகிய பண்புகளை நான் அவர்களிடமிருந்தே கற்றுக் கொண்டேன். வண்ணம், இசை ஆகியவைகளில் அவர்கள் கொண்டிருந்த ஈடுபாடு என்னை மிகவும் கவர்ந்தது. ‘போர் என்பது,

வாழ்க்கையையே நிராகரிக்கும் தீயசக்தி' என்பது அல்லாமல், வாழ்க்கையைப் பாதிக்கும், வசதிகளை வீணாக்கும் நடவடிக்கை என்பதை நான் பழங்குடி மக்களிடையே கண்டறிந்தேன். நான் சபர்மதி ஆசிரமத்தில் வாழ்ந்தபோது, அமைதிப்பணி என்பது ஒரு லட்சியமாகவே இருந்தது. பழங்குடி மக்களிடையே அது ஒரு நடைமுறைப் பழக்கமாகவே மாறிவிட்டது..."

இதனைத்தான் அவர் ஒரு மனிதனின் 'உண்மையான வாழ்க்கை, அவனுடைய உள்ளத்திலிருந்தே உற்பத்தியாகிறது' என்கிறார். அதிலிருந்து எழும் மாறுதல்கள், முரண்கள், கேள்விகளெல்லாம் எதிர்மறையானவை அல்ல, நேர்மறையானவையே என்பதற்கு எல்வினின் வாழ்வே சாட்சி. அந்த மாற்றங்களை, விலகல்களை உணர்ந்து ஏற்று, வெளிப்படையாக அறிவிக்கும் பண்பு அவருக்கு இருந்தது. "இந்தியத் தத்துவம், கலை, இலக்கியம் முதலியவைகளிலிருந்து நான் பல விஷயங்களை அறிந்து கொண்டிருக்கிறேன். இந்த அறிவின் மூலம் எனக்கு ஒரு புதிய உலகமே தோன்றியிருக்கிறது. ஆயினும், அடிப்படையில் ஐரோப்பிய கலாச்சாரத்தின் அஸ்திவாரம் இருக்கிறது என்பதும் எனக்குத் தெரியும். சம்பிரதாயம், ஏற்றுக் கொள்ளப்படும் பழக்கம் என்ற தளைகளிலிருந்து இந்தியா என்னை விடுவித்தது. என்னுடைய மதத்தை அகற்றி, எனக்கு நடைமுறையில் ஒரு நம்பிக்கையை அளித்தது."

எல்வினின் பணிகளில் உறுதுணையாயிருந்தவர் ஷாம்ராவ் ஹிவாலே என்ற இந்தியர். இறுதிவரை எல்வினது செயல்பாடுகளில் ஒத்துழைத்து வந்திருப்பவர். கல்வி, தொழுநோயாளிகளுக்கு இல்லங்கள், அருங்காட்சியகம், மருத்துவமனை, தையல்பயிற்சி, தச்சுவேலை என அனைத்துப் பணிகளிலும் உடன் நின்றவர்.

எல்வின் பங்களிப்பில் தலைசிறந்ததாக எதனைக் குறிப்பிடலாம்? 'இந்தியப் பழங்குடியினர் சமூகங்கள் குறித்த நமது அறிவுக்குப் பெரும் பங்களிப்பை வேறெந்த பிரிட்டிஷாரோ இந்தியரோ செய்திருக்கவில்லை; The Muria and Their Ghotul, the Religion of an Indian Tribe என்பன மானுடவியல் காவியங்களில் நிச்சயம் இடம்பெற்றிருக்கும்' என்கிறார் பேராசிரியர் ஹைமெண்டோர்ஃப். அத்துடன் கவிஞராக, கட்டுரையாளராக,

கலைரசிகராக, புகைப்படக்காரராக, அறிஞராக, நிர்வாகியாக, அரசியல் பணியாளராக விளங்கியவர்.

தனது வாழ்வில் அவர் சேகரித்துத் திரட்டியிருந்த எண்ணற்ற கலை-கைவினைப் பொருட்கள், ஓவியங்கள், புகைப்படங்கள், வாய்மொழி வழக்காற்று ஆவணங்களை இந்தியா முழுமையாக பராமரித்து பாதுகாத்திராதது நமக்குத்தான் பேரிழப்பு.

எல்வினின் தாத்தா இந்தியாவில் சமயப்பணி மேற்கொண்டிருக்க, தந்தை ஆப்பிரிக்கக் காடுகளில் புதுமை தேடும் ஆய்வாளராக இருக்க, தாய் அங்குள்ள பழங்குடியினரிடையே ஆபத்தை எதிர்கொண்டவராக இருக்க, எல்வினுக்கு சேவை மனப்பான்மையும் சாகச வாழ்வின்மீது ஈடுபாடும் குழந்தைப் பருவத்திலிருந்தே இருந்து வந்திருக்கிறது. இதுதான் அவரை ஆயுளெல்லாம் உந்தித் தள்ளியிருக்கிறது.

எல்லாவற்றையும் விட முக்கியமானது மானுடர் மீதான அக்கறையை அவரிடத்தே தோற்றுவித்த இலக்கியம். "எனது முதல் ஆசான்கள் ஜேன் ஆஸ்டினும் ஸ்விஃப்ட்டும். Pride and Prijudice மற்றும் Gulliver's Travels ஆகியவற்றில் சமூகவியல் விவரணங்களும் பகுப்பாய்வும் எந்த அளவுக்கு அடங்கியுள்ளன! பிற்பாடு, குறுகுறுப்பான விதத்தில், இறையியலில் நான் மேற்கொண்ட ஆய்வுகள் மனிதரிடத்தேயான என் ஆர்வத்தை வளர்த்தெடுத்தன. கடவுள் - அறிவியல், மானுடரின் அறிவியலுக்கு என்னை இட்டுச் சென்றது. நான் படித்த சிறிது வரலாறும் தத்துவமும் உளவியலும் கூட என்னை அவ்வழியில் ஆயத்தப்படுத்தின."

எல்வினுக்கு அடிப்படை நெறியை உணர்த்தியதாக மூன்று வாசகங்கள் உண்டு.

1) 'தூய்மையானவர்களுக்கு அனைத்தும் தூய்மையானவை, கேடானவர்களுக்கும் நம்பிக்கை இல்லாதவர்களுக்கும் எதுவும் தூய்மையானதில்லை; அவர்தம் மனமும் மனச்சாட்சியும்கூட கேடானதாயிருக்கும்' (புனித பால்)

2) 'ஆயிரக்கணக்கான ஆண்டுகளாக மானுடக் கேடு, நேசத்தினைக் கசடுகளால் நிறைத்துள்ளது. அருவருப்பால் எறிந்து வந்துள்ளது. இதனின்றும் நேசத்தை விடுவித்திட, மானுட விழுமியங்களில் அதி உன்னதமான ஆதார மானுட விழுமியத்தை மீட்டெடுக்க வேண்டும்' (ஹிர்ச் ஃபீல்ட்)

3) 'அறிவியல் அறிந்திருக்கும் ஒரேயொரு அவலட்சணம் உண்மையை மறைப்பது; சில்லிட்டதும் உணர்ச்சியற்றதுமான அதன் வெளிக்குள்ளே எதனையும் ரகசியமாய் வைத்திருப்பது, நிர்வாணச்சிலை மீது ஆடையை வீசுவது போன்று போலித்தனமானதாகும்' (வெஸ்டர்மார்க்).

தன்னிடத்தே தூய்மை உள்ளபோதே புற உலகிலும் தூய்மை நிலவும், ஆசார மானுட விழுமியத்தை மீட்டுவிட்டால் நேசம் கசடுகளின்றி விளங்கும், உண்மையை மறைப்பதும் ரகசியமாக வைத்திருப்பதும் கூடாது என்னும் மூன்று நெறிகளின் தொகுப்பை, தன் வாழ்க்கையின் அசலான தன்மைக்கான உரைகல்லாக வைத்திருக்கிறார்.

எனவேதான் தான் சார்ந்திருக்கும் கிறித்தவமும் ஏகாதிபத்திய அரசும் இந்தியரை அடிமைப்படுத்துகின்றன, ஒடுக்குகின்றன என்பது புலப்பட்டதும் அவற்றிலிருந்து விலகிக் கொள்கிறார் - விடுதலைப் போராட்டத்திலும் ஈடுபடுகிறார். காந்தியின் லட்சியங்கள் உன்னதமாயிருப்பினும், பிரம்மச்சரியத்தை வற்புறுத்துவது, மது அருந்தாமை போன்றவற்றை அது வற்புறுத்துவதால் ஆசாரவாதம் அது என்று விலகியிருக்கிறார். இந்து மதத்தில் அடிப்படை தத்துவங்கள் சரியாக இருப்பினும், நடைமுறையில் மக்களைப் பிளவுபடுத்துகிறது, பேதம் கற்பிக்கிறது என்பதால், பௌத்தத்தைத் தழுவுகிறார்.

நாகாலாந்து மக்களிடையே, கொன்யாக் பழங்குடியினரிடையே ஒரு காதல்பாடல் அவருக்குப் பிடித்தமானது. தகாத உறவில் ஈடுபட்டிருந்த இருவர் நெருப்பில் உயிர்துறக்க நேர்கிறது. என்றாலும் அவர்கள் காதல் இயற்கையால் ஆசீர்வதிக்கப் பட்டதாக இருப்பதை அக்கவிதை சொல்வதுபோல் தோன்றும்.

யிங்லாங்கும் லிவாங்கும்
நேசித்தனர் ஒருவரையொருவர்,
நேசத்தில் கட்டுண்டனர்,
ஊபௌ விருட்ச இலையாக சிவப்புடன்
சுடர்ந்தது நேசமும் ஆசையும்.
கிராமம் செல்லும் பாதையில்
தீமூட்டினர்,

மேல்நோக்கிச் சுழன்று விண்ணை நோக்கி,
நெருப்புப்புகை ஒன்றானது,
ஒருபோதும் பிரியாதபடி சங்கமித்தது.

ஆதாரங்கள்

1. எல்வின் கண்ட பழங்குடி மக்கள்/தமிழில் சிட்டி/ விழுதுகள், 2003 (முதற்பதிப்பு 1967)

2. Verrier Elwin - Philanthropologist - selected writtings/Ed By Nari Rustomji/Oxford India paperback, 1989

3. Hello, Is that Mrs Elwin/AJ Philip/Express Magazine-March 19, 2000

4. An Artist Under Oath/Mini Kapoor/Express Magazine March 21, 1999

5. Raconteour par excellance and shishya/Allen J. Mendonca/ Sunday Times of India - Bangalore Edition, March 21, 1999

6. Who is your own? Who the other?/Nancy Adajania/TOI - July 11, 1998.

செந்த் - எக்சுபரி: குட்டி இளவரசன் சொல்லும் அதிசயக் கதைகள்

"கண் பார்வையிலிருந்து கடற்கரை மறைவதைப் பார்க்கத் தைரியம் இல்லாதவர்களால் புதிய கடல்களைக் கண்டுபிடிக்க முடியாது"

- ஆந்த்ரெ ழீத்

சிறுவர் உலகம் சார்ந்த தேவதைக் கதைகளை மறுஎழுத்தாக்கம் செய்த எக்சுபரி (1900-44) அத்தேவதைக் கதை போன்றதான மாயங்களையும் மர்மங்களையும் புதிர்களையும் உடைய வாழ்வையும் பெற்றிருந்தார். விமானத்துறையின் தொழில்நுட்ப வல்லுநராக, விமானியாக, போர்க்கால இதழாளராக, புதிய விமானத் தடங்களைக் கண்டுபிடிப்பவராக பணியாற்றினார். ஒரு விமான விபத்தில் சிக்கிய அவர் இறந்தது அநேகமாக இன்றும் மர்மமாகவே நீடித்து வருகிறது - இறந்துபோன அவரது உடலும் அவர் சென்ற விமானமும் கிடைக்காது போனதால்.

அடிப்படையில் கவிஞரான எக்சுபரி, முதலில் கடற்படையில் சேரும் பொருட்டு தேர்வு எழுதித் தோற்றுவிடுகிறார். 15 மாதங்கள் கட்டிடக்கலை பயின்று, பட்டம் பெறாமல் விட்டுவிடுகிறார். 1921 இல் விமானப் படையில் சேர்ந்து விமானியாகிறார். அவருக்கு நிச்சயிக்கப்பட்ட லூயிஸே லெவெக்யு து வில்மோரின் ஆட்சேபணையால், விமானப்படை பணியிலிருந்து விலகி அலுவலகப் பணியில் சேருகிறார். நிச்சயதார்த்தம் முறிவு பெறவே, 1926 இல் மீண்டும் விமானப் படையில் சேருகிறார். 1931 இல் அர்ஜெண்டினாவைச் சேர்ந்த கன்ஸுலோ ஸுன்ஸின் என்பவரை மணந்து

கொள்கிறார். இருமுறை விவாகரத்து பெற்றிருந்த ஸுன்ஸின், எழுத்தாளரும் கலைஞரும் ஆவார். நாடோடி குணமும் நஞ்சுதோய்ந்த நாவும் உடையவர். இவருடன் சேர்ந்து வாழ்வதும் பிரிந்து போவதுமாக எக்சுபரி இருந்துள்ளார். இதற்கிடையே ஹெலனெ து வோக் என்னும் பிரெஞ்சுப் பெண்ணுடன் கொண்டிருந்த தொடர்பு வலுவானதாயும் நீடித்ததாயும் இருந்து வந்துள்ளது. இப்பெண்ணே பியரி செவ்ரியர் என்னும் புனைபெயரில் எக்சுபரியின் வாழ்க்கை வரலாற்றை எழுதியுள்ளார்.

1942 இல் கனடாவின் க்யூபெக் நகரில் சார்லஸ் து கோனிங் என்னும் தத்துவாசிரியரின் புத்திசாலிப் பையன் தாமஸுடன் சில வாரங்கள் கழித்திருந்தது அவரிடத்தே அழுத்தமான பதிவை ஏற்படுத்துகிறது. இந்நிலையில் சிறுவர் நூல் ஒன்று வேண்டும் என பதிப்பகம் ஒன்று வேண்ட, எக்சுபெரி எழுதியதே ‘குட்டி இளவரசன்’ (1943).

அபூர்வமும் அதிசயமும் நிறைந்த ஓவியங்கள் வரைவதில் ஈடுபட்டு வந்த கதைசொல்லியின் ஓவியங்களில் யாரும் அக்கறை செலுத்தவில்லை - தர்க்கப்படி மானுட/விலங்கு உடற்கூற்று நியதிப்படி அவை இல்லை என்பதால். இதனால் பிற அறிவுத்துறைகளில் ஆர்வங்காட்டி, விமானியாகி சஹாரா பாலைவனத்தில் விபத்தில் சிக்கி தனித்துவிடப்படுகிறார். அங்கே நுண்கோள் ஒன்றிலிருந்து வரும் குட்டி இளவரசனைச் சந்திக்க நேருகின்றது. சிறுவன் தன் அதிசயக் கதைகளை விமானியிடம் விவரிக்கிறான். அடிக்கடி கேள்விகள் கேட்கிறான். சிறுவனின் குழந்தை உலகில் இப்போது விமானி பறக்கத் தொடங்குகிறார்.

பல நுண்கோள்களுக்கு பயணித்து வந்துள்ள இளவரசன் சொல்லும் அதிசயங்களுள் ஒன்று, ஒரு மலரை நுகர்ந்திராத நட்சத்திரத்தை பார்த்திராத யாரையும் நேசித்திராத கனவானைப் பற்றியது. ஆயிரக்கணக்கிலான லட்சக்கணக்கிலான நட்சத்திரங்களில் பூக்கும் ஒரேயொரு மலரினை அவர் பார்த்தால் போதும், மகிழ்ச்சியாக இருக்க முடியும். ஆனால் ஆடு அதனைத் தின்றுவிட்டால் ஒருகணத்தில் நட்சத்திரங்களெல்லாம் இருண்டு விடும். ‘சோகமாயிருக்கையில் அஸ்தமனத்தைக் காண விரும்புகிறேன். எனது கோளில் ஒரு நாளில் 44 அஸ்தமனங்களைக் கண்டிருக்கிறேன்’ என

இளவரசன் சொல்லும் இன்னொரு அதிசயம். சூரியன் பிறந்த தருணத்தில் பிறந்த மலரைப் பார்ப்பது, முடிமக்கள் இல்லாமல் கட்டளைகளைப் பிறப்பிக்க விரும்பும் மன்னன் உள்ள கோள், மக்களோ வீடோ எதுவுமின்றி தெருவிளக்கும் அதனை ஏற்றுவதற்கான சாதனமும் மட்டுமே உள்ள கோள் எனத் தன் கதைகளால் விமானியை பரவசப்படுத்துகிறான் அவன். பெரியவர்களுக்கு விளக்கிச் சொல்லி சலிப்புற்று விடுபவனாக அவன் இருப்பதையும் அறிந்து கொள்கிறார் கதை சொல்லியான விமானி.

'குட்டி இளவர'னை தனது நெருங்கிய நண்பன் லியான் வெர்த்துக்கு சமர்ப்பணம் செய்துள்ளார் செந்த்- எக்சுபரி. சிறுவர்கள் ஈடுபாடு கொள்ளும் நூலினை, வளர்ந்துவிட்ட நபருக்குச் சமர்ப்பணம் செய்வது சரியானதா என்ற கேள்வியை யூகித்து அவர் விளக்கமும் தருகிறார்: உலகிலுள்ள சிறந்த நண்பன் அவன், சிறுவரைக் குறித்த புத்தகங்கள் உட்பட அனைத்தையும் நன்கு புரிந்து கொள்ளக் கூடியவன், பட்டினியாலும் குளிராலும் வருந்தி வாழும் அவனுக்கு உற்சாகம் தேவைப்படுகிறது என்னும் காரணங்களால் இச்சமர்ப்பணம். இக்காரணங்கள் போதாது என்றால், 'சிறுவனாயிருந்த லியான் வெர்த்திற்கு' எனச் சற்று திருத்தியமைக்கிறார் தன் சமர்ப்பணத்தை.

தன் குறுநாவலை முடிக்கையில் வாசகனிடம் ஒரு வார்த்தை சொல்ல விரும்புகிறார் எக்சுபரி. வாசகன் அந்தச் சஹாரா பாலைவனத்தைக் கடக்க நேர்ந்தால், அந்த இடத்தில் அவசரம் காட்டாமல் சற்று தாமதித்து, அதே நட்சத்திரத்தின் கீழ் காத்திருக்க வேண்டும். பொன்னிற முடியுடன் சிரித்துக் கொண்டு கேள்விகளுக்கு பதிலளிக்க மறுக்கும் சிறுவன் தோன்றினால் அவன் யாரென அறிந்து கொள்வாய். அப்படி நேர்ந்தால் அவன் திரும்பியுள்ளதை எனக்குத் தெரிவி."

எல்லாவற்றுக்கும் மேலாக சிறுவனிடம் நரியொன்று வெளிப்படுத்தும் ரகசியம் அனைவருக்கும் அவசியமானதாகும் - "இருதயத்துடனேதான் ஒருவர் சரியாகக் காண முடியும். அவசியமானது கண்களுக்குப் புலப்படுவதில்லை."

II

'குட்டி இளவரச'னுடன் சேர்ந்து படிக்க வேண்டியது 'காற்று, மணல், நட்சத்திரங்கள்' என்னும் சுயசரிதப் பாங்கிலான நாவல். 'மானுட பூமி' என்று பொருள்படும் பிரெஞ்சுத் தலைப்புடன் எக்சுபரி எழுதியிருக்க, ஆங்கில மொழிபெயர்ப்பாளர் வில்லியம் ரீஸ் தந்துள்ள தலைப்பே 'காற்று, மணல், நட்சத்திரங்கள்'. தமிழ் மொழிபெயர்ப்பாளர் வெ. ஸ்ரீராமும் ஆங்கில மொழியாக்கத்தின் தலைப்பையே வைத்துள்ளார்.

1938 இல் செந்த்- எக்சுபரி நியுயார்க்கிலிருந்து தென் அமெரிக்காவின் தென் கோடியிலுள்ள ப்யுன்டோ அரெனாஸுக்கு (14,000 கி.மீ.) பறக்கும் வழியில், குவாதெமாலா நகரத்திலிருந்து மேலெழும்பிக் கிளம்பும் நேரத்தில் எதிர்பாராத விதத்தில் விமான விபத்துக்குள்ளானார். தாடை, மணிக்கட்டு உட்பட எட்டு எலும்பு முறிவுகள், சிகிச்சை முடிந்து நியுயார்க் திரும்பிய அவரைப் பலவாரங்கள் கட்டாய ஓய்வெடுக்கச் சொல்லி மருத்துவர்கள் வற்புறுத்தினார்கள். அப்போது அவர் எழுத ஆரம்பித்த புத்தகம்தான் காற்று, மணல், நட்சத்திரங்கள்.

நூற்றுக்கணக்கிலான மைல்கள் மணல் வெளியாக விரிந்து கிடக்கும் பாலையில் நீரின்றி உணவின்றி நம்பிக்கையிழந்து தேடித் தவிக்கும் சாவினைத் தொட்டுவிடுவதான சாகச வாழ்க்கையைப் பதிவு செய்கிறது இந்நாவல். அதனூடே வாழ்க்கைக்கு அர்த்தம் சேர்ப்பது எது, வாழ்க்கையின் நோக்கம் என்ன, பாலைவனம் என்பது என்ன, முழுமை எப்படியானது என்பனவெல்லாம் பரிசீலிக்கப்படுகின்றன.

"கடப்பாரையால் மண்ணைக் குத்தித் தோண்டுகிறவன், தான் கடப்பாரையால் குத்துவதற்கு ஒரு அர்த்தத்தைத் தெரிந்துகொள்ள விரும்புகிறான். கடப்பாரையால் மண்ணைக் குத்தும் செயலில், சிறைக் கைதி ஒருவனுக்கு அவமானம் அளிக்கும் அந்தச் செயலும், நிலத்தைத் தோண்டி ஆய்வு செய்வதால் மதிப்புப் பெறும் ஆய்வாளனின் செயலும் ஒன்றே அல்ல. சிறை என்பது கடப்பாரையால் குத்தப்படும் செயலில் இல்லை. அந்தக் கொடுமை பௌதீக ரீதியானது அல்ல. எங்கேயெல்லாம் குறிக்கோள் எதுவுமின்றி, கடப்பாரை மண்ணில் விழுகிறதோ, அதைக் கையாள்பவனை

மனிதகுலத்தோடு அது இணைக்கவில்லையோ, அங்கே இருப்பதுதான் சிறை.

"அந்தச் சிறையிலிருந்து விடுதலை பெறவே நாம் விழைகிறோம்" (பக். 158).

வாழ்க்கையின் நோக்கம் இதுவென்றால், அர்த்தம் எதுவென அவர் அடையாளம் காண்பது இப்படி -"வாழ்க்கைக்கு எது ஒரு அர்த்தத்தை அளிக்கிறதோ, அதுதான் மரணத்துக்கும் அர்த்தமளிக்கும்." (பக். 161).

அடுத்து ஒரு வாசகம் இந்நாவலில் இடம்பெறுகிறது - "உண்மை என்பது நிரூபித்துக் காட்டப்படுவது அல்ல, எளிமைப்படுத்துவதே" (பக். 157).

பாலையின் மணலடுக்குகளுக்குள் புதைந்திருக்கும் ரகசியங்களை இப்படி வெளிப்படுத்துகிறார் - "பாலைவனம் என்பது இதுதான்; விளையாட்டு விதிகளைப் பற்றி மட்டுமேயான ஒரு குர்ஆன்; அது பாலைவனத்தின் மணலைப் பேரரசராக மாற்றுகிறது. பார்ப்பதற்கு வெறுமையாகத் தோன்றும் சஹாராவின் ஆழங்களில் மனிதர்களின் தீவிர ஆர்வங்களைக் கிளறும் நாடகம் ஒன்று நடக்கிறது. ஆதிஇனங்கள் பசுமையைத் தேடிக் கூட்டமாக இடம்பெயர்வதில் இல்லை அந்தப் பாலைவனத்தின் உண்மையான வாழ்க்கை; மாறாக, அங்கே இன்னமும் நடத்தப்பட்டுக் கொண்டிருக்கும் மனிதகுல விளையாட்டில்தான் அது இருக்கிறது. அங்கே ஆக்கிரமிக்கப்பட்டிருக்கும் மணற்பரப்புகளுக்கும் மற்றவற்றிற்கும் இடையே எவ்வளவு வேறுபாடுகள்! எல்லா மனிதர்களுக்குமே அது அப்படித்தானே?" (பக். 96-7).

முழுமைபெறுவது, பரிபூரணமானது என்ற நிலை என்பது என்ன? "இருப்பதுடன் சேர்ப்பதற்கு இனியும் எதுவுமில்லை என்றில்லாமல், அதிலிருந்து எடுப்பதற்கு எதுவுமே இல்லை என்பதுதான் முழுமைபோலும். பரிணாம வளர்ச்சியின் உச்சகட்டத்தில் இயந்திரம் தன்னை முற்றிலும் மறைத்துக் கொள்கிறது" (பக். 43).

கடல் சார்ந்த அனுபவம்/எழுத்து என்றால் ஹெர்மன் மெல்வில்லும் ஜோஸப் கோன்ராடும். பாலை சார்ந்த/விண்வெளி சார்ந்த அனுபவம்/எழுத்து என்றால் எக்சுபரிதான். இதனை விளக்குகிறார் விமானியும் எழுத்தாளரும் ஆன மூல்

ர்வா: "பிரபல எழுத்தாளர்கள் மெல்வில்லும் கோன்ராடும் வருவதற்கு முன்பேயே இந்தப் பூமியில் கடல் இருந்தது. பல்லாயிரக் கணக்கான ஆண்டுகளாக மனிதர்கள் கடலில் நீண்ட தொலைவு பயணம் செய்து, தங்களுடைய சாகசங்களை விவரிக்க முயற்சியும் செய்திருந்தார்கள்.... ஆனால் இவர்களுக்கு முன்பு வேறு எவருமே முற்றிலும் கடலைப் பற்றிய இலக்கியப் படைப்பை அளித்திருக்கவில்லை; கடல் என்ற பெரிய கருவிலிருந்து மனிதர்களின் நெஞ் சைத்தொடும் பாடலை இயற்றியிருக்கவில்லை. யாருக்குமே இசைக்கத் தெரியாத ஒரு மாபெரும் வயலினைப்போல இருந்தது கடல் (...) அதைப்போலவே, விமானம் என்ற ஒன்று இருந்திருக்காவிட்டால், செந்த்- எக்சுபரி அதைக் கண்டுபிடித்திருப்பார் என்று நான் நம்புகிறேன். பனிப்பொழிவுகளும் புயல்களும் பயங்கர இரவுகளுடன் சற்றுப் புனிதத் தன்மையும் சேர்ந்திருந்த வானத்தின் கன்னிமையை ஆர்வமும் துடிப்பும் கொண்ட இந்த இளைஞருக்கு விமானம் புலப்படுத்தியது. அதுவே அவருடைய படைப்பாற்றலுக்கு உத்வேகம் அளித்து, அவருடைய ஆன்மாவின் மலர்ச்சியைத் துரிதப்படுத்தியது."

முதலில் கடல்படையில் சேரும் ஆர்வம் கொண்டிருந்தவர் எக்சுபெரி. அதற்கான தேர்வில் தேர்ச்சிபெறாது போனதால், கட்டிடக்கலையில் நாட்டம் ஏற்பட்டு, இறுதியில் விமானப்படையில் சேர்ந்தார். விமானியாதல், தொழில்நுட்ப வல்லுநராதல், விமான வழித்தடங்களைக் கண்டறிதல், விபத்தில் சிக்கிய விமானிகளைக் கண்டறிந்து மீட்டல் என்று பணியாற்றிய அவரின் பணி பிரான்ஸினால் மதிக்கப்பட்டு பாராட்டப்படும் ஒன்றாகத் திகழ்ந்துள்ளது.

"ஒருமுறை, ஆப்பிரிக்காவுக்கு அஞ்சல் எடுத்துச் செல்லும்போது விமானம் பழுதடைந்து, பாலைவனத்தில் தரையிறங்கி, கூடவந்த மற்றொரு விமானத்துக்கு அஞ்சல் பைகளை மாற்றி, அதில் இவருக்கு இடமில்லாததால், அங்கேயே இவரை விட்டுச் சென்றார்கள் - கொள்ளைக்காரர்களிடமிருந்து தன்னைப் பாதுகாத்துக் கொள்ள இரண்டு கைத்துப்பாக்கிகளுடன் ஒருவருடம் கழித்து, ஸ்பெயின் ஆதிக்கத்தின் கீழிருந்த சஹாராவின் காப் ஜூபியில் தன் நிறுவனத்தின் பிரதிநிதியாக, தூதரக அதிகாரியாகப் பொறுப்பேற்று, அராபிய மொழியை கற்றுக்கொண்டு, மூர் இனத்தவர் சிறைபிடித்து

வைத்திருந்த பிரெஞ்சுக்காரர்களை விடுவிக்கும் சமரசப் பேச்சுவார்த்தைகளை மேற்கொண்டார். அந்தப் பாலைவனத் தனிமையில், தூக்கமற்ற இரவுகளில் தான் எழுதிய முதல் நாவலை பிரான்ஸுக்குத் திரும்பி வந்து 1929 ஜூலை மாதத்தில் வெளியிட்டார். அவருடைய சேவைக்காக பிரான்ஸின் மிக உயர்ந்த விருதான லீஜியன் ஆஃப் (Legion of Honour) ஆனர் பிரிவின் செவாலியெ விருதைப் பெற்றார். உடனேயே தென் அமெரிக்கப் பகுதிகளில் புதிதாக விமானத்தடங்கள் அமைக்கும் பணியை ஏற்று, ஏரோபோஸ்டல் நிறுவனத்தின் அர்ஜன்டீனாக் கிளையின் பொறுப்பாளர் ஆனார். அப்போதுதான், ஆண்டிஸ் மலைத்தொடர் பகுதியில் விமானத்துடன் காணாமல் போன தன்னுடைய மூத்த விமானியும் முன்னோடியுமான கியோமெயைத் தேடுவதில் ஐந்து நாட்களைக் கழித்தார். இந்த நிகழ்வு இந்த நாவலில் இடம்பெறுகிறது. மேலும், இந்த நாவல் ஆன்ரி கியோமெயுக்கு அர்ப்பணிக்கப்பட்டிருக்கிறது" *(பக். 130- 1).*

அவரது இறுதி விமானப் பயணத்திற்கு முந்தைய தினம் தகவல்துறை அமைச்சருக்கு தன் அக்கறைகளை/ ஆர்வங்களை விளக்கி எழுதியிருந்த கடிதம் இப்படிப் பேசுகிறது: "மனிதர்களுக்கு ஆன்மீக அர்த்தத்தை, ஆன்மீக அக்கறைகளைத் திரும்பத் தரவேண்டும் (...) குளிர்சாதனப் பெட்டியும், அரசியலும் குறுக்கெழுத்துப் போட்டிகளும் மட்டுமே வாழ்ககை அல்ல; கவிதையும் வண்ணங்களும் நேசமும் இல்லாமல் மனிதன் வாழ முடியாது (...)" *(பக். 174- 5).*

ஆக தன் பணியிலும் எழுத்திலும் அழுத்தமான பதிவுகளை விட்டுச் சென்ற எக்சுபரியை இப்படி மதிப்பிடுகிறார் அவரின் ஆங்கில மொழிபெயர்ப்பாளர் வில்லியம் ரீஸ்: "சமூகப் பிரக்ஞையிலும் ஆன்மீகத் தேடலிலும் வேரூன்றி, சக மனிதர்களுக்குத் தான் ஆற்றவேண்டிய கடமையையும் உள்ளடக்கிய மனிதாபிமானமே அவருடைய எழுத்துக்களின் லட்சியமாக இருந்தது; அந்த லட்சியத்தை அடைய முடிந்தால், மனித குலத்தின் முழு ஆற்றலையும் வெளிப்படுத்தும் சகோதரத்துவ சமுதாயத்தைக் காணமுடியும் என்று நம்பினார்" *(பக். 167).*

III

“மகிழ்ச்சியாகப் பயணிக்க வேண்டியவன் ஒளியாகப் பயணிக்க வேண்டும்” என்றெழுதும் எக்சுபரி இறந்து ஒரு வருடமான தருணத்தில் அவரது அம்மா கவிதை ஒன்று எழுதினார். அது அம்மாவின் வலியைக் கூறுவதுடன் எக்சுபரியின் உன்னதப் பயணத்தையும் சுட்டிக்காட்டுவதாயுள்ளது.

“எங்கெல்லாம் தேடுகிறேன் என் குழந்தையை
அவனை இந்த உலகுக்கு அளித்த
பிரசவ நாளன்று நான் கத்தியிருக்கிறேன்
அவனைப் பற்றித் தகவல் எதுவுமின்றி
ஒரு கல்லறைகூட இல்லாத இன்றும்
அழுதுகொண்டிருக்கிறேன்
அவனோ “அளவுகடந்த ஒளிப்பசியினால்
மேல்நோக்கிப் பயணித்துவிட்டான்”
நட்சத்திர மண்டல யாத்திரிகனாய்
விண்வெளியின் யாத்திரிகனாய்
ஆண்டவரின் ஜோதியை அடைந்திருப்பானோ
ஆ, அதுமட்டும் தெரிந்தாலே போதும்
முகத்திரைக்குள் என் அழுகை குறையும்...”

மகனின் மேல்நோக்கிய பயணம் என்ற ஒன்றை எக்சுபரியின் அம்மா குறிப்பிடுகிறார். அந்தப்பயணம் எப்படிப்பட்டது? இதனைத் தன் சுயசரிதைப் பாங்கிலான நாவலில் இப்படி வெளிப்படுத்துகிறார் எக்சுபரி: “...என்ன ஒரு புதிர் நிறைந்த மேல்நோக்கிய பயணம்! பொங்கி வழியும் எரிமலைக் குழம்பிலிருந்து, நட்சத்திரம் வரும் அரூபத் திரளிலிருந்து, பெரும் விந்தையாக முளைவிடும் உயிரணுவிலிருந்து வந்த நாம், சிறிதுசிறிதாகக் கீர்த்தனங்கள் இயற்றுவதிலிருந்து பால்வீதியை ஆராய்ந்து அறிவதுவரை உயர்ந்துவிடுகிறோம்.” (பக். 162).

பால்வீதியை அறியத் துடித்த எக்சுபெரிக்கு, வானியல் நிபுணர் தமராஸ் மிர்னோவா தான் கண்டறிந்த விண்கோளுக்கு 2578 செந்த்- எக்ஸுபரி எனப் பெயரிட்டு நன்றி பாராட்டினார்.

IV

31.7.1944 இல் ஜெர்மானிய துருப்புகளின் நடமாட்டத்தை வேவு பார்க்க ஆயுதமற்ற விமானத்தில் கார்ஸிகா தீவிலிருந்து புறப்பட்ட எக்சுபரி திரும்பவே இல்லை. பலநாட்களுக்குப் பிறகு அடையாளமறிய முடியாத உடலொன்று மார்ஸெய்லிக்குத் தெற்கே ஃபிரியோவுள் தீவுக் கூட்டத்தில் கண்டறியப்பட்டு, செப்டம்பரில் கார்க்யுரான்னேயில் அடக்கம் செய்யப்பட்டது.

இந்த மர்மம் விலக மேலும் *54* ஆண்டுகள் காத்திருக்க வேண்டியதாயிற்று. மார்ஸெய்லிக்குத் தெற்கிலுள்ள ரியோவு தீவில் *1998* இல் ஒரு மீனவரால் ஒரு கைக்காப்பு கண்டெடுக்கப்பட்டது. எக்ஸுபரி, கன்ஸுலோ, Reynal - Hitchcock என்னும் பெயர்கள் அதில் இடம்பெற்றிருந்தன. இப்பெயர்களில் மத்தியிலுள்ளது அவரது மனைவியின் பெயர். இது ஒரு புதையல் கிடைத்ததுபோல அவ்வளவு பரபரப்பினை ஏற்படுத்திற்று. இதற்கு கூடுதல் பரிமாணம் சேர்ப்பது போல, மே *2000* இல் இந்த இடத்தின் அருகே அவர் சென்ற விமான பாகங்கள் கிடைத்தன. அடையாளம் தெரியாத உடல் கிடைத்த இடத்திற்கும் விமான பாகங்கள் கிடைத்த இடத்திற்கும் *80* கி.மீ. தூரமே இருந்தது என்பது குறிப்பிடத்தக்கது. ஆக அடையாளந் தெரியாத உடல் எக்சுபரியின் உடலாக இருந்திருக்க முடியும் என இப்போது அனுமானிப்பதில் தயங்க வேண்டியிருக்காது.

இந்த மர்மம் நீடித்துவருவதில் ஒருசாதகமான அம்சம் இருக்கிறது. எக்சுபரியின் மர்மமான மறைவு கிளப்பப்படும்போதெல்லாம் அவரின் ‘குட்டி இளவரசன்’ வாசிக்கப்படுகிறது. ‘குட்டி இளவரசன்’ வாசிக்கப்படும்போதெல்லாம் புனைவுகளும் அதிசயங்களும் விரிந்து, இருதயமும் மனமும் வளமாகின்றன... ‘தன் ஆயுளெல்லாம் தப்பித்துச் செல்வதைக் கனவுகண்டு, விரிந்த தொடுவானங்களுக்கு ஏங்கிய’ எக்சுபெரிக்கு நாம் செய்யும் அஞ்சலி அவரது குட்டி இளவரசன் திரும்பியிருப்பதை உறுதிப்படுத்துவதே...

V

செந்த் - எக்சுபெரியின் மரணத்திலுள்ள மர்மத்தில் மேலும் ஒரு மர்மத்தைச் சேர்த்தார் ஹோர்ஸ்ட் ரிப்பர்ட். இவர் ஓய்வுபெற்ற ஜெர்மானிய விமானப்படை அதிகாரி. "ஜூலை 31 ஆம் தேதியன்று, வானில் பாதுகாப்புப் பணியில் இருந்த ரிப்பர்ட் தனக்குக் கீழே ஒரு விமானம் கவலையற்றுப் பறந்து கொண்டிருப்பதைக் கண்டார். அந்த விமானி வேடிக்கை பார்த்துக் கொண்டு பறந்து கொண்டிருப்பதையும் தன்னைக் கவனித்து விட்டதையும் ரிப்பர்ட் பதிவு செய்திருக்கிறார். திரும்பிப் பறந்து, அந்த விமானத்தின் பின்புறம் வந்து கவனித்தபோது அதன் இறக்கையிலிருந்த சின்னத்தைப் பார்த்து அது ஒரு எதிரி (பிரெஞ்சு) விமானம் என்று கண்டு அதை நோக்கிப் பாய்ந்து குறிவைத்துச் சுட்டார். அடிபட்டு சமனம் இழந்த விமானம் வீழ்ந்து கடலுக்குள் மூழ்கியதை அவரால் காண முடிந்தது. தேடுவதை நிறுத்திவிடுங்கள். செந்த்-எக்சுபெரியைச் சுட்டு வீழ்த்தியது நான்தான்' என்றார் என தியோடர் பாஸ்கரன் இதனை ஒரு முடிவாக எடுத்துக் கொள்கிறார்.

அத்துடன் இவர் செந்த்- எக்சுபெரியை தனது அபிமான எழுத்தாளராகக் கொண்டிருந்தவர், அத்தகைய எழுத்தாளர் என்று அறியாதபடி கொன்று விட்டதற்காகக் குற்ற உணர்வில் உழன்றார் என்கிறார்.

ரிப்பர்ட் இப்படி அறிவித்தாலும் அதற்கான ஆதாரங்கள் நாஜிகள் தரப்பிலும் இல்லை, நேசநாடுகள் தரப்பிலும் இல்லை என்று கூறி இதனை ஏற்பதிலுள்ள தயக்கம் விவாதத்திலுள்ளது. எனவே ரிப்பர்ட்டின் கூற்று இன்னும் கருதுகோளாகவே உள்ளது.

VI

விண்ணில் பறப்பதும் விண்மீன்களைக் காண்பதும் ஒருவரிடத்தே என்ன சலனங்களை ஏற்படுத்தும் என்பதை எக்சுபெரி இப்படி எழுதுகிறார்:

"விமானத்தில் பறக்கும்போது அற்ப காரியங்களிலிருந்து என் மனம் விடுதலையடைவது போல உணருகின்றேன்.

அதனால்தான் பறக்கின்றேன். இந்த விஷயத்தில் நான் அதிருஷ்டசாலி. என் தொழிலே பறப்பதுதானே. விமானங்களைத் தன் வயற்காடுகளைப் போல் நோக்கும் விவசாயி நான். இந்த மாதிரி சிலிர்ப்பை உணர்ந்தவர்கள் அதை எளிதில் மறக்கமாட்டார்கள். இது ஆபத்துடன் விளையாடுவதல்ல. அது ஒரு திமிரான நோக்கு. காளையுடன் சண்டையிடுபவர்களை நான் மதிப்பதில்லை. நான் விரும்புவது ஆபத்தையல்ல. வாழ்வதைத்தான் விரும்புகிறேன். விமானத்தில் தபால்கட்டுகளைக் கொண்டு செல்லல், மனிதக் குரல்களைக் கொண்டு செல்வது, படங்களை உரிய இடத்திற்கு சேர்ப்பது - சென்ற நூற்றாண்டுகளைப் போலவே, இந்த நூற்றாண்டிலும் உன்னதமான வேலைகளுக்கு ஒரே நோக்கம்தான் உண்டு - மனிதர்களை இணைப்பது... போர் ஒரு சாகச காரியம் அல்ல. அது ஒரு நோய். டைஃபாயிட் மாதிரி" (தியோடர் பாஸ்கரனின் மொழிபெயர்ப்பில்).

செந்த்- எக்சுபெரியின் கவிதை இப்படிப் பேசுகிறது.

தலைமுறையிலிருந்து தலைமுறைக்கு
இல்லமாக மாறிடும் வீட்டில்
ஒருவர் கையளிக்க, இன்னொருவர் பெற்றுக்கொள்கிறார்
மனமும் இருதயமும், நகைப்பும் கண்ணீரும்,
சிந்தனைகளும் செயல்பாடுகளுமான பாரம்பரியத்தை.
கவனமாக ஏற்றப்பட்ட கப்பலைப்போல நேசம்
தாண்டிச் செல்கிறது தலைமுறைகளுக்கு இடையிலான
வெளியை.
எனவேதான் நம் வழியிலுள்ள சம்பிரதாயங்களை நாம்
புறக்கணிப்பதில்லை
மணமுடிக்கும்போதும் மடியும்போதும்
குழந்தையால் ஆசீர்வதிக்கப்படும்போதும்
பிரியும்போதும் திரும்பும்போதும்
நடும்போதும் அறுவடையின்போதும்.
நம் பிள்ளைகளை வளர்த்தெடுப்போம்.
தம் பாரம்பரியத்தை அவர்கள் ஒப்படைப்பது
யாரோ அலுவலரின் இடத்திலல்ல.
நம் அறிவினை லட்சியங்களை நம் பிள்ளைகளுக்கு
மற்றவர்கள் உணர்த்தினால்
வார்த்தையின்றி வியப்பால் நிரம்பியுள்ள
நம்மையெல்லாம் இழந்து விடுவார்கள்

நம் பிள்ளைகளிடம் ஞாபகங்களைக் கட்டி எழுப்புவோம்,
இல்லாவிடில் ஆனந்தமில்லா வாழ்வைக் கட்டி இழுப்பார்கள்,
கருவூலங்களை இழக்க வைப்பார்கள் -
அவர்களுக்கு சாவிகள் தரப்படாததால்
நாம் வாழ்வது பொருட்களால் அல்ல பொருட்களின் அர்த்தங்களால்.
தலைமுறையிலிருந்து தலைமுறைக்கு
கடவுட்சொற்களைக் கடத்துவது அவசியமாகும்.

ஆதாரங்கள்

1. காற்று, மணல், நட்சத்திரங்கள் /அந்த்வான் து செந்த்-எக்சுபெரி/தமிழில்: வெ.ஸ்ரீராம்/க்ரியா, *2017*

2. The Little Prince/Antoine de saint-Exupery/Piper Books in association with Heinemann

3. Last Flight of the Little Prince/Rudolf Chelminski/Reader's Digest, January 2015

4. குட்டி இளவரசன் - ஒரு இலக்கிய மர்மம்/சு. தியோடர் பாஸ்கரன்/உயிர்மை - ஜுன் *2008.*

பீட்டர் மத்தீசன்:
பனிச்சிறுத்தை - ஜென் - மூன்றாம் துருவம்

பீட்டர் மத்தீசனின் (1927- 2014) 'பனிச் சிறுத்தை'யை வாசித்தபோது, பனிச் சிறுத்தையை தேடும் ஒருவர், கூடவே ஜென் பற்றியும் பேசுவதை உணரமுடிந்தது. இது ஒருவரிடம் எப்படி சாத்தியம்? வெவ்வேறு தளங்களிலான தேடல்கள் ஒருவரிடம் எப்படி இருக்க முடியும்? என்ற கேள்விகள் எழுந்தன. அவரது தனிப்பட்ட வாழ்வு பற்றியும் பிற எழுத்துகள் பற்றியும் அறியத் தூண்டின. ஒருபுறம் சர்ச்சைக்குரிய அம்சங்களும், மறுபுறம் அதிசயப்பட வைக்கும் அம்சங்களும் அவரிடம் தெரியவந்தன. அவரொரு ரகசிய மனிதராய் இருந்திருக்க வேண்டும். அந்த ரகசியத்தை அவிழ்த்துப் பார்க்கலாம்.

நியூயார்க்கில் பிறந்து வளர்ந்த மத்தீசனின் முன்னோர்கள், ஸ்காண்டிநேவிய வேட்டைக்காரர்களாயிருக்க, அப்பா, கட்டிடக்கலையாளராக விளங்கி இயற்கைப் பாதுகாப்பில் ஈடுபட்டவர். மத்தீசன் சிறுவயதிலிருந்தே சகோதரனுடன் சேர்ந்து விலங்குகளிடம் நேசம் கொள்ளத் தொடங்கியவர். 1945- 47 இல் அமெரிக்கக் கடற்படைப்பணி. யேல் பல்கலைக்கழகத்தில் பயிலும்போதே சிறுகதை எழுதி 'அட்லாண்டிக் பரிசு' பெறுதல். பிரான்ஸ் சென்று அங்கு புலம்பெயர்ந்து வந்திருந்த அமெரிக்க எழுத்தாளர்களுடன் - வில்லியம் ஸ்டைரான், ஜேம்ஸ் பால்ட்வின், இர்வின் ஷா - தொடர்பு கொள்ளல். 1951 இல் CIA வில் சேர்ந்து பணியாற்றல். 1953 இல் ஹரால்ட் எல். ஹ்யூம், தாமஸ் குயின்ஸ்பர்க், டொனால்ட் ஹால், ஜார்ஜ் பிலிம்டனுடன் இணைந்து பின்னர் உலகப் புகழ்பெறப் போகும் இலக்கிய இதழ் பாரிஸ் ரிவ்யூவினை நிறுவுதல். 1954 இல் பிலிம்டனை இவ்விலக்கிய இதழுக்கு பொறுப்பாக்கிவிட்டு அமெரிக்கா திரும்புதல். இப்போது காட்டுயிர்களை - குறிப்பாக அருகி

வருபவற்றை-தேடி இந்தியாவின் இமயமலை, தென்அமெரிக்க வனங்கள், ஆப்பிரிக்க பாலைவனம், அண்டார்டிகாவின் பனிப்பிரதேசம் எனத் தொடர்ந்து பயணம், எழுத்து.

இதற்கிடையே அவரது இரண்டாவது மனைவி டெபோராவின் பௌத்த ஈடுபாட்டால், அவரும் பௌத்தத்தில் நாட்டம் கொண்டு, பின் ஜென் பயிற்சி மேற்கொள்ளல், ஜென் குருவாதல். கூடவே புனைவு, அபுனைவு சார்ந்து எழுதுதல்.

1968 இல் வியட்னாம் போரினை எதிர்த்து வரிசெலுத்த மறுக்கிறார். செவ்விந்தியர் இயக்க செயல்பாட்டாளர். லியோனார்ட் பெல்டியரின் வழக்கில் அக்கறை கொண்டு, அவரை விடுவிக்கக் கோரி, *1983* இல் In the spirit of crazy horseனை எழுதுகிறார். இதற்கு எதிரான வழக்கு 4 ஆண்டுகள் நீடித்து இதனைத் தடைசெய்ய மறுக்கும் தீர்ப்பினைப் பெறுகிறார்.

2014 இல் கில் ஆஸ்விட்ஸின் யூத இனப் படுகொலையை மையமாக வைத்து In Paradise நாவலை எழுதி முடித்து, அது வெளிவரக் காத்திருக்கையில், புற்றுநோய் கண்டு இறந்து போகிறார்.

II

ஜென்னில் ஆர்வம் ஏற்பட்டு, ஜென் குருக்களிடம் பயிற்சி பெற்று, ஜப்பான் சென்று வந்து, ஜென் குருவாக, சுமார் *50* ஆண்டுகால ஜென் ஈடுபாடு கொண்டிருந்தவர் மத்தீஸன். பௌத்த மதத்தில் ஈடுபடத் தொடங்கி, திபெத்திய பிக்குகளைச் சந்தித்து உரையாடி வந்தவர். அடுத்து ஜென்னில் அக்கறை கொள்ளலானார். இவ்விரண்டுக்கும் முன்னர் போதை மருந்துகளில் ஈடுபட்டிருந்தார். பிரக்ஞை நிலையின் கூர்மை சார்ந்து, அறிதல் அமைவதை உணர்ந்து, முதலில் போதை மருந்துகளை பயன்படுத்தி வந்தனர் மத்தீசனும் அவரது மனைவியும். இது அறுபதுகளில். இருப்பின் அசாதாரண காட்சி இதில் கிட்டினாலும் வேதியியல் திரை ஒன்று தடுக்கவே செய்கிறது. வேதியியல் பொருள்களால் ஆனவைதானே போதைமருந்துகள். எனவே இத்திரையற்ற தூயபார்வையினை வழங்கிடும் ஜென்னில் ஈடுபாடு பிறக்கவும், அது *50* ஆண்டுகள் நீடித்திடும் ஒன்றாகிவிடுகிறது.

முழுமையான ஜென் மனநிலையுடன் இயங்கிட, தகுதிபெற்றிட, ஒருவர் 14 நிலைகளைத் தேறிவரவேண்டும். மத்தீசனைப் பொறுத்தவரை 13 நிலைகளைத் தேறிவந்த அவருக்கு புதிர்கள் போன்ற 'கோன்'களுக்கான விடைகளைக் கண்டறியும் 14வது கட்டம் சவாலாக இருந்துள்ளது.

ஜென் என்பது உடனடியானதும் தன்னெழுச்சியானதுமான நிகழ்கணத்தைச் சார்ந்தது. அதனை விளக்க/போதிக்க முற்படுகையில் கருத்துகளும் கருத்தமைவுகளும் சேர்ந்துவிடும். யதார்த்தத்தை அணுக இன்னொரு வழிமுறையை அளிப்பதே ஜென். எனவே நீண்டகாலம் அதுபற்றி எழுதாது இருந்துவந்த அவர் பின்னர் நாட்குறிப்புப் பதிவுகளிலிருந்து எழுதத் தொடங்குகிறார். ஒருகட்டத்தில் ஜென் பயிற்சியாளர் இல்லாது போகவே, தனக்குத்தானே பயிற்சி அளித்துக் கொள்வதாக அவர் எழுதியதுதான் 'பனிச் சிறுத்தை'.

அமெரிக்காவில் ஜென் அறிமுகமான வேளையில், பல ஜென் துறவியரும் ஆசிரியரும் கவிஞர்களாக, மொழிபெயர்ப்பாளர்களாக, ஓவியர்களாக மாறியதும், மத்தீசனின் இந்த ஈடுபாட்டிற்குக் காரணமாக இருந்திருக்கலாம். ஜென் குருமார்களிடமிருந்து கிட்டிய அகப்பார்வைகள், ஒட்டுமொத்த பண்பாட்டை அற்புதமான வகையில் காணவைத்தது. "உயிர்ப்புடன் விழித்திருப்பதை நினைவூட்டுவதாக ஜென் உள்ளது. எதிர்காலத்தை யூகித்தவாறும் கடந்தகாலத்தில் திளைத்தவாறும் எப்போதும் பகல்கனவு காணத் தலைப்படுகிறோம். இத்தருணத்தில் வாழ்வை பாராட்டக் கற்றுக் கொடுக்கிறது ஜென் பயிற்சி... எதிர்காலத்தாலும் கடந்த காலத்தாலும் நிலைகுலைந்து விடுகிறோம். இங்கே - இப்போது தவிர்த்து யதார்த்தம் எதுவுமில்லை."

இக்கணத்தில் கவனக்குவிப்பு கொள்ள முடிந்தால், 'மலருகின்ற பிரபஞ்சத்தில் அனைத்தும் மலர்களேயன்றி வேறெதுவும் இல்லை' என்றாகிறது. கணத்திற்குக் கணம் மனம் விழிப்புணர்வு கொள்வதுதான் அவசியமாகிறது.

மற்றவர்களிடமிருந்து மத்தீசனை தனித்துவப்படுத்துவது, இந்த ஜென்மனநிலையை செவ்விந்தியரிடமும் திபெத்திய - நேபாளத்து ஷெர்பாக்களிடமும் அவரால் கண்டுகொள்ள முடிந்ததுதான்.

'சிலவேளைகளில் நான் கழிவிரக்கத்துடன் திரியும்போதெல்லாம் என்னை வனத்தினூடே தாங்கிச்செல்கிறது மாபெரும் காற்று' எனச் செவ்விந்தியரால் உணர முடிந்துள்ளது.

வால்டன் குளத்தருகே "நாணல்தட்டைகளிடையே கிசுகிசுக்கும் காற்றினை மட்டுமே கேட்கமுடிகிறது. என் அகத்தினை விட்டுச்செல்ல முடிந்தால் அது வெற்றியாகும்" என தோரோ குறிப்பிடுவது ஒன்றும் அதிசயமில்லை.

ஜென்னிற்கும் திபெத்திய பௌத்தத்திற்கும் நெருக்கமான ஆன்மீக உணர்வு நிலையை செவ்விந்தியர் கொண்டிருப்பது அவரை இன்னும் ஆராயவைத்து, இதன் ஆதிவேர்கள் கோபி பாலைவனம் போன்ற இடங்களில் இருந்திருக்க வேண்டும் என்று தெரிவிக்க வைக்கிறது.

கோபி பாலைவனத்தில் எப்படி இவ்வளவு நுண்ணிய மனநிலை/சிந்தனை நிலவியிருக்கும்? இதனை விளக்க முற்படும் மத்தீசன், ஆசிய அமெரிக்க பூர்வகுடிகளிலிருந்து ஆஸ்திரேலிய பழங்குடிகள் வரை பரிசீலித்து ஒப்பிட்டு எழுதுகிறார். இப்போது பாலையாக விரிந்து கிடக்கும் கோபி பாலைவனம் ஒருகாலத்தில் வளமிக்க நிலப்பகுதி; ஆசிய மரபுகள் குறிப்பிடும் ஷாம்பலா என்னும் மறைநிலம். இதுபோலவே மத்திய சஹாராவின் ஸ்டெப்பிகள் அழிக்கப்பட்டிருக்க வேண்டும். அப்படியே செவ்விந்திய மரபுகளும். தம் தோற்றுவாய்களிலிருந்து ஆயிரக்கணக்கான மைல்கள், ஆயிரக்கணக்கான ஆண்டுகள் விலகியிருப்பவை. "ஜென் சிந்தனை/திபெத்திய பௌத்த போதனையின் பரிச்சயமுள்ள யாரும், யாகுய் இந்திய மந்திரவாதி பயனுடையதாக சமீபகாலங்களில் கூறப்படும் அகப்பார்வைகள் குறித்து, ஆச்சரியப்படப்போவதில்லை. இவர்களது உள்ளடக்கம், அணுகுமுறையில், ஜென் குருவால் பேசப்பட்டிருக்காதது எதுவுமில்லை. இருப்பினை கனவுநிலையாகக் கருதுகிறது அஸ்டெக் பண்பாடு; வடபுலத்து பிரைரிப் புல்வெளிகளின் ஒஜிப்வாக்கள் காற்றையும் விண்ணையும் குறித்துப் பிரமித்துப் போகின்றனர். ஆசிய ஸ்டெப்பி வெளிகளின் மறைந்துபோன ஆரியரைப்போல... திபெத்தின் ஆரூடம் கூறும் புரோகிதரும் சைபீரிய மந்திரவாதி - புரோகிதரும் கனவுப் பயணம், தொலையுணர்தல், அனுபூதி உஷ்ணம், விரைந்தேகுதல், மரணத்தின் தெய்வவாக்கு போன்றவற்றை

மேற்கொண்டிருந்தனர்... ஆஸ்திரேலியப் பழங்குடியினர் தட்டையான காலத்தையும், கனவுகள், தொன்மங்கள், நாயகர்களின் மாபெரும் காலத்தையும் பிரித்தளித்தனர்..."

"பனியில் ஒரு பனிநாரை

மறைந்திருக்கிறது குளிர்காலத்துப்புல்.

தன்வடிவிலேயே மறைத்துக் கொள்கிறது தன்னை."

என ஜென்மரபில் தோய்ந்த டோஜன் குருவால் எழுத முடிவதை, ஆதிகுடிகளால் உணரமுடிந்துள்ளது என்பதுதான் மத்தீசன் வற்புறுத்துவது.

ஜென் பௌத்தத்திலும் வழக்கமான ஜென் ஆசிரியர்களைப் போல, பழகிய வழித்தடத்திலேயே சென்றுவிடாமல், படைப்பூக்கத்துடன் இயங்கிய டோஜன் அவரது அபிமானத்துக்கரியவராக விளங்கினார். டோஜனின் ஒரு நீண்ட கவிதையை உதாரணம் காட்டலாம்.

"முழுமையான உடலுடனும் மனதுடனும் உருவங்களைக் காணுகையில்,

முழுமையான உடலுடனும் மனதுடனும் சப்தங்களைக் கேட்கையில்,

ஒருவர் நெருக்கமாகப் புரிந்துகொள்கிறார்;

எனினும் அது பிம்பங்களை உடைய கண்ணாடி போன்றதில்லை,

நிலவின் கீழுள்ள தண்ணீர் போன்றதுமில்லை -

ஒருபக்கம் அறியப்படுகையில், மறுபக்கம் இருண்டிருக்கும்.

புத்தரின் மார்க்கத்தைக் கற்றறிவது அகத்தைக் கற்றறிவது. அகத்தைக் கற்றறிவது அகத்தை மறப்பது.

அகத்தை மறப்பது அனைத்தாலும் ஞானமுறுதல்.

அனைத்தாலும் ஞானமுறுவது தனது மற்றும் பிறரின் உடலிலிருந்து மனதிலிருந்து விடுபடுதல்.

ஞானத்தின் தடயமெதுவும் எஞ்சியிருக்காது, தடயமற்ற இஞ் ஞானமே என்றென்றும் நீடிக்கும்..."

III

இத்தகைய தேடலும் புரிதலும் உள்ள ஒருவரால் எப்படி உளவு பார்க்க முடிந்தது?

1953 இல் மத்தீசன் தன் நண்பர்களுடன் சேர்ந்து பாரிஸ் ரிவ்யூவை பாரிஸில் நிறுவினார். அமெரிக்காவிலிருந்து பிரான்ஸ் வந்து தங்கியிருந்த எழுத்தாளர்களே இந்நண்பர்கள். அப்போது அமெரிக்க CIA வில் உளவாளியாகப் பணியாற்றிய மத்தீசன் தன் நடவடிக்கைகளை மறைப்பதற்காகத் தொடங்கியதே பாரிஸ் ரிவ்யூ எனப்பட்டது. இச்செய்தி வெளியானதும், அவர் கடும் விமர்சனத்திற்கு உள்ளானார். உடனே வருத்தத்துடன் அவர் தெரிவித்தார்: "நான் உளவாளியாயிருந்தேன், அது குளிர்யுத்தத்தின் முடிவுக்காலம் - ரஷ்யா அப்போது பெரும் தொந்தரவாயிருந்தது. CIA வில் சேர்வது நாட்டுப்பற்றுமிக்கதாக இருந்தது. எனது அரசியல் என்னை இடதுசாரியினர் பக்கம் தள்ளும் என்பதை அறியாதிருந்தேன்; CIA வை நிந்திக்கலானேன்.

பட்டம் பெற்றதும், இந்நண்பர்களைப் போலவே புலம்பெயர்ந்த எழுத்தாளர் வாழ்விலிருந்த மத்தீசன், 1951 இல் CIA வில் சேர்ந்ததற்கு இப்படி வருத்தம் தெரிவித்தாலும், அவரது வாழ்வில் அவ்வப்போது முகம் காட்டி, மறையாத கறையை ஏற்படுத்திவிட்டது.

என்றாலும், இதன்பிறகே அவர் இடதுசாரி பார்வையுடன் செயல்பாட்டாளராகிறார். அது ஜென் ஈடுபாட்டுக் காலம் முழுக்க தொடர்கிறது. செவ்விந்திய இயக்கம் மற்றும் மீனவர் மாயமாதல் பிரச்சனைகள் தொடர்பாக செஸார் சாவேஸினை ஆதரித்து நூல்கள் எழுதினார். 'தமக்காகப் பேசமுடியாதவர்களுக்காகப் பேசுவதே எழுத்தாளனின் பொறுப்பு' என்னும் ஆல்பெர் காமுவின் வாசகம் அவரது லட்சியமானது.

1975 தெற்கு டகோடா முற்றுகையின்போது, அமெரிக்க உள்நாட்டுப் புலனாய்வு அமைப்பின் (FBI) முகவர்கள் இருவரைக் கொன்றுவிட்டார் என்று தண்டிக்கப்பட்ட லியோனார்ட் பெல்டியர் கள்ளங்கபடமற்றவர் என்று வாதிட்டு Sprit of crazy horse நூலினை 1983 இல் எழுதினார். புலனாய்வு

அமைப்பின் முகவர் ஒருவரும் தெற்கு டகோடா ஆளுனரும் தொடுத்த வழக்கில் இப்புத்தகம் நிறுத்திவைக்கப்பட்டது. வழக்குகளிலிருந்து விடுவிக்கப்பட்டபின் 1992 இல் புத்தகம் மீண்டும் வெளியானது.

பண்ணைத் தொழிலாளர் தலைவர் செஸார் சாவேஸுக்கு ஆதரவாக எழுதினார்.

தன் இறுதிக்காலத்தில் அவர் எழுதிய நாவல் In Paradise. இது ஜெர்மானிய நாஜிகளின் ஆஸ்விட்ஸ் நச்சுவாயுக்கூட யூத இனப் பேரழிப்பை விவரிப்பது. முதலில் அபுனைவாக எழுதத் தொடங்கி, அது தீவிரமில்லாது போகவே, புனைவாக மாற்றி செறிவான இலக்கியப் படைப்பாக்கினார். நூல் வெளியாவதற்குக் காத்திருந்த அவர், புற்றுநோய் பாதிப்பால், முன்னரே மடிந்து விட்டார்.

ஆஸ்விட்ஸ் வளாகத்திற்குள் 'ஏன் என்பது இல்லை' என்பதுடன் அது நாகரிகத்தின் உள்ளார்ந்த ஒன்று என்பார் மத்தீசன். 'ஒரு பொத்தானைத் தட்டிவிடும் மாத்திரத்தில் நாம் அரக்கர்களாகி விடும் சாத்தியமுண்டு' என்றும் பதிவு செய்துள்ளார்.

ஆஸ்விட்ஸ் பேரின அழிப்பை எழுதும் முன், அங்கு சென்றுவந்த அனுபவத்தை அவர் இப்படிப் பதிவு செய்துள்ளார்:

"மடிந்தவர்களின் சாம்பலைக் கொட்டிய சாம்பல் பள்ளங்களில் தாவரங்கள் முளைக்கத் தொடங்கியிருந்தன. குளிர்கால உச்சத்தில்கூட இதனைப் பார்க்க முடிந்த எனக்கு, ஆச்சரியமாயிருந்தது. பொது தகனமேடை மீது பனி மூடியிருந்தது. சிறுசிறு மான் தடங்கள். வாயுக்கூட செங்கற்களில் பாசியும் பெரணிகளும். வாழ்வு திரும்பிக் கொண்டிருக்கிறது. எங்கணும் அசாதாரண உயிராற்றல் எழுவதை உங்களால் கண்டுகொள்ளாது இருக்க இயலாது. இருளின் அடியாழத்தே, முற்றிலும் நஞ்சான கந்தகம் கொந்தளிக்கும் பூமியடுக்குகளின் நகர்விலுள்ள கடலடியிலும் இதனைக் கண்டுள்ளனர்."

ஒட்டுமொத்த தாவர, விலங்குலகமும் மனிதனுடன் பின்னிப் பிணைந்திருப்பது. மனிதன் மீண்டும் தலைகாட்ட முடியும் உயிர்ப்புக் கொள்ள முடியும் என்ற நம்பிக்கையை

அறிவிப்பதாக, மானின் தடங்களும் பாசியின் முளைப்பும் இருக்கக் காண்கிறார்.

"தண்ணீரிலோ வேறெங்கோ, உயிர் அதிசயம் என்பதான ஒன்றிலிருந்து நாமெல்லாம் வரவில்லை என்று கற்பிதம் செய்வது சிரமமானது.... நாமெல்லாம் ஒரே வெடிப்பின் பகுதியே. அதனுடனான தொடர்பை உணர்கிறேன். வாழ்வுடன். மரணத்துடன். ஏனெனில் அதுவும் அதன் பகுதியே."

இதனையெல்லாம் ஆழமாக உணர்த்திடும் அக்மதோவா வரிகளை நூலுக்கு முகப்பு வாசகமாக வைத்துள்ளார்:

"அதிசயமானது அண்மிக்கின்றது அவ்வளவு அருகே

சிதைந்த தூசு படிந்த வீடுகளை -

யாருமறிந்திராதது

ஆனால் பலநூறு ஆண்டுகளாய் கனல்கிறது எம் நெசங்களில்"

அத்துடன் வேறுசில நிகழ்வுகளும் அவரது வாழ்வில் நிரடலாக இருந்ததை அவரின் உறவினர் ஜெஃப் வீல்ரைட் எடுத்துக் காட்டுகிறார். கடற்படையில் பணியாற்றிய இரண்டு ஆண்டுகாலத்தில் ராணுவ நீதிமன்ற விசாரணைக்கு உள்ளாகாமல் நழுவியிருக்கிறார். முதலாவது மனைவி பாட்ஸியுடனான நிச்சயதார்த்தத்தை நிறுத்தி பாட்ஸியின் அம்மா முதலானோரைப் புண்படுத்தி இருக்கிறார். பொதுவாக நெருக்கடியின் விளிம்புக்கு வந்து, அதிலிருந்து தப்ப முற்பட்டு, அதற்குள்ளேயே மீண்டும் சிக்கியிருக்கிறார்.

இந்த ஆளுமைச் சிக்கலை விளக்கும் அவரது வாழ்க்கை வரலாற்றாளர் வில்லியம் டோவி, 'இருண்ட பக்கத்தையும் பயன்படுத்திக் கொள்ளும் ஆற்றல்' என்கிறார். "புதினத்தில் அவர் ஒப்பிடப்படும் ஆளுமைகளான மெல்வில், கான்ராட் மற்றும் தாஸ்தோயெவ்ஸ்கியிடம் இருந்தது போன்ற ஒரு பண்பே."

IV

ஜென், சிந்தனை, வாழ்க்கை முறை என்றால் தன்னால் ஒடுங்கிவிடுதலாக/திளைப்பதாக இருந்துவிடும். ஆனால்

50 ஆண்டுகால ஜென் ஈடுபாடு கொண்டிருந்தும், அவரது சாகசப் பயணங்கள், காட்டுயிர்கள் - அருகிவரும் உயிர்கள் மீதான பாதுகாப்பு அக்கறை, எழுத்து, சமூக நடவடிக்கைகள் தீவிரம் குன்றாமலே இருந்துள்ளன. எப்படி?

அவருக்கு ஜென் பயிற்சி அளித்த அமெரிக்க ஜென் குருமார்கள் அப்படி விளங்கியுள்ளனர். அமைதியை நிலைநாட்டுவதில் ஆர்வங் கொண்டுள்ளனர். அவர்களில் ஒருவரான பெர்னார்ட் கிளாஸ்மென் ஒடுக்கப்பட்ட மக்களுக்காக எய்ட்ஸ் பாதிக்கப்பட்டவர்களுக்காக வீதியோர மக்களுக்காக எப்போதும் பாடுபடுபவர். Zen Peacemakers என்னும் அமைப்பை நிறுவி உலகின் பிரச்சனைக்குரிய இடங்களுக்கெல்லாம் சென்று உதவி வருபவர். தென்ஆப்பிரிக்கா, ருவாண்டா, பாலஸ்தீனம், இஸ்ரேல் என பல நாடுகளுக்கு மத்தீசன் அவருடன் சென்றுவந்துள்ளார்.

அத்துடன் அநீதி இழைக்கப்பட்டவர்களுக்கு குரல் கொடுத்திருப்பவர் மத்தீசன். அப்படியான நபர்களுள் எட்கர் வாட்சன் ஒருவர். சந்தர்ப்பங்களின் நிர்ப்பந்தத்தால் குற்றங்கள் புரிய நேர்ந்த வாட்சனை ஒரு தொன்ம-*இதிகாசப் பாத்திரமாக* Killing Mister Watson இல் உருவாக்கியிருப்பார். இதில் அவரது நோக்கம் அநீதி நிறைந்த அமைப்பு ஒருவனை குற்றவாளியாக்குகிறது என்பதை எடுத்துக்காட்டுவதே.

"ஒரு கொலைகாரனை நீங்கள் நேசிக்க வேண்டும் என விரும்பினேன். அவனை மீட்க வழிவகை இல்லை. அவனொரு குடிகாரன், கொலையாளி. குறைந்தபட்சம் 7 பேரைக் கொன்றான். ஆனால் அவன் மோசமானவனாக இருந்ததற்குக் காரணங்கள் இருந்தன. அந்நாட்களில் அவன் தீமையால் சூழப்பட்டிருந்தான்."

V

அவரது பனிச்சிறுத்தைத் தேடலில் என்ன தனிச்சிறப்பு?

கஞ்சன்ஜங்கா சிகரத்தை ஒட்டிய உயரிய இமாலயப் பகுதிகளில் உறையும் பனிச்சிறுத்தையின் முக்கியத்துவம், சுற்றுச்சூழல் பாதுகாப்பிலிருந்து காடுகள், ஆறுகள், நீர்வள ஆதாரங்களின் பாதுகாப்புவரை நீட்சி கொள்வது. இதன்பொருட்டு

இந்தியா, சீனா, ஆப்கானிஸ்தான், மங்கோலியா முதலான 12 நாடுகள் கைகோர்த்துள்ளன. 'ஆசியாவின் மலைச் சூழலியல் அமைப்பே இவற்றை ஒன்றிணைக்கின்றன - சுற்றுச்சூழல் ரீதியிலும் பண்பாட்டு ரீதியிலும் ஆன்மீக ரீதியிலும். தெற்கு - வடக்கு துருவங்களுக்கு வெளியே, புவிக்கோளத்தின் நிரந்தர பனி மற்றும் உறைநிலைக்கு கீழுள்ள அடிமண்ணின் களஞ்சியம் எனப்படும் மூன்றாவது துருவத்தின் மிக உயரிய பகுதிகளின் வாழிட ஆரோக்கியத்திற்கு அடையாளமாயிருப்பவை பனிச்சிறுத்தைகள். மிருகத்தனமான குளிர், குறைந்த ஆக்ஸிஜன், மரங்களற்ற பாறைகள், முகடுகள் நிறைந்த பனிப்பிரதேசத்தில், அங்கே அடித்துச் செல்லும் மாற்றங்களால் பாதிப்புறாமல் இருப்பவை."

பனிச்சிறுத்தையின் பிரதான இரை பரால் எனப்படும் மலையாடு. ஆடும் இல்லாமல் கிடாயும் இல்லாமல் கிடாய் போன்ற ஒரு விலங்கிடமிருந்து தோன்றிய ஒன்று. பரிணாமத்தில் ஆட்டின் குணங்களைப் பெற்று, ஆடுகள் திரிந்த வெளிகளில் தங்கிவிட்டவை. உயிரியலாளர் ஜார்ஜ் ஸால்லருடன் சேர்ந்து மத்தீசன் இமாலயப் பனிச்சிறுத்தையைக்காண உலவிய 'சால்டங்' கிராமம் வெறிச்சோடிக் கிடக்கிறது. வீட்டுக்கு ஒருவர் பிழைப்புக்காக வெளியே போயுள்ளார்; புல்லோ தீவனமோ இல்லாததால் ஆடுமாடுகளும் வீடுகளில் இல்லை; கொள்ளையரை விரட்டியடிக்க ஈட்டிகள் நிறுத்தப்பட்டிருக்கும்; கனத்த பிரார்த்தனைக் கற்களையுடைய சுவர்கள், தூபிகள். மர்மமான நிலவியல் பகுதி. அசைவற்ற குதிரையின் நிழல் தீச்சகுனத்தைக் கொண்டிருக்கும். 'ஒருநாள் இச்சில்லிடும் இருப்பில் நம்பிக்கையிழந்து போகும் கடைசி திபெத்தியரின் பண்பாடு, பாறைகள் இடிபாடுகள் இடையே அழைத்துச் செல்லப்படும்' என்கிறார் மத்தீசன். இவ்வளவு சவால்களுக்கிடையே பெரும் சிரமங்களை சகித்துத்திரிந்த மத்தீசனால் இம்முறை பனிச்சிறுத்தையைக் காணமுடியாது போயினும் அவருக்கு ஏமாற்றமில்லை. தோல்வியுணர்வில்லை.

'பனிச்சிறுத்தை அரிதானது மட்டுமில்லை; தன்னை மறைத்துக் கொண்டு மாயமான முறையில் நழுவிச் சென்றுவிடக் கூடியது. தொலைவில் அது இருப்பதை உணர்ந்து கொண்டாலும் பார்க்கத் தவறிவிடுவோம். வேட்டைக்காரர்களே அவ்வப்போது பார்த்திருப்பார்கள். பல ஆண்டுகால தேடலில் ஜார்ஜ் ஸால்லெர் இரு

சிறுத்தைகளையும் ஒரு குட்டியையும் பார்த்துள்ளார். அதுவும் 1970 இல் பாகிஸ்தானில். மிகப்பெரிய பூனை இனத்தில் பனிச்சிறுத்தை மிக மர்மமானது; அதன் சமூக அமைப்பு பற்றி ஒன்றும் தெரியவில்லை. பெரிதும் தனித்திருக்கும்...'

பனிச்சிறுத்தையைப் பார்க்க முடியாது போனால்...

"பனிச்சிறுத்தை தன்னை வெளிக்காட்டினால், அதனைப் பார்க்க ஆயத்தமாயுள்ளேன். இல்லாவிடில், அதனைக்காண நான் ஆயத்தமாயில்லை - (ஜென் பயிற்சியில்) புதிர்களை விடுவிக்க நான் ஆயத்தமாயில்லாததுபோலவே, நான் நிறைவாக இருக்கிறேன். இவ்வளவுதூரம் வந்தும் காண முடியாததில் நான் ஏமாற்றமடைந்தேன் மற்றும் ஏமாற்றமடையவுமில்லை. பனிச்சிறுத்தை இருக்கிறது, இங்கே இருக்கிறது, பனிகவிந்த அதன் விழிகள் எங்களை மலையிலிருந்து காண்கின்றன - அது போதும்."

இதன் தொடர்ச்சியாக ஜென் மனநிலையும் அவருக்கு வாய்க்கின்றது: "மற்ற மலைகளெல்லாம் பனிபோர்த்தி வெண்மையாயிருக்க, வெறுமையாயுள்ள இம்மலை மீது இறுதிமுறையாக தியானிக்கிறேன். ஜென் புதிரின் வெற்றுச்சிகரம் போல, இது என்னிடமிருந்து வேறுபட்டதாக இல்லை. இம்மலையை அறிவேன் ஏனெனில் நானே இம்மலை, இத்தருணத்தே இது சுவாசிப்பதை என்னால் உணரமுடியும் - இதன் புல் மண்டிய உச்சிகள் பனியில் அசைந்தாடும்போது. மேலேயுள்ள பாறையிலிருந்து பனிச்சிறுத்தை பாய்ந்துவந்து என்முன்னே தன்னை வெளிக்காட்டினால், அத்தூய்மையான பீதியில் என்னை மீறி உண்மையாகவே என்னால் காண இயலும், விடுதலையை உணரமுடியும்."

நியூகினிக்கு அவர் மைக்கேல் ராக்ஃபெல்லருடன் சென்றிருந்தபோது, மைக்கேல் ராக்ஃபெல்லர் காணாமல் போய்விட்டார் - காட்டுமிராண்டிகளால் கொல்லப்பட்டு விட்டாரா அல்லது எப்படி இறந்தார் என்பது மர்மமாகவே உள்ளது.

2012 இல் சைபீரிய வரிப்புலியைக் கண்டு எழுதும்பொருட்டு மங்கோலியா சென்றார். உடல்நலக்குறைவு இருந்தும், 20 மணிநேர விமானப் பயணமும் அப்புறம் மலையேற்றமும்

கொண்ட அச்சாகசப் பயணத்தில் ஈடுபட்டார். ஓய்ந்துபோய் திரும்பிவந்தார். புற்றுநோய் கண்டிருந்தது.

உயிரியலாளரான ஜார்ஜ் ஸால்லெர்ஸ் நூற்றுக்கணக்கான மைல்கள் பனிப்பிரதேசங்களில் அலைந்து திரிந்து தரவுகள் சேகரிப்பதில் அவசியம் உள்ளது. மத்தீசன் ஏன் அதனை மேற்கொள்ள வேண்டும்? அவர் எதனைக் காணும் நம்பிக்கை கொண்டிருந்தார்?

"நீலநிற ஆடுகளை/பனிச்சிறுத்தையை/தொலைதூர மடாலயங்களைக் காண அக்கறை கொண்டிருந்தேன் என்பது இதற்கான பதிலில்லை - அது உண்மையாயினும்; யாத்திரை மேற்கொண்டேன் என்பது மிகையானது, தெளிவற்றது; - அது உண்மையாயினும். எனவே எனக்குத் தெரியாது என ஒத்துக் கொண்டேன். தேடுதல் என்னும் உண்மை காரணமாகவே நழுவவிடப்படும் பனிமனிதன்போல, இதுவரை இன்னும் அறியப்படாத ஒன்றைத்தேடி மலைகளின் ரகசியங்களை ஊடுருவிப் பார்க்க விரும்பினேன் என எப்படி நான் கூறுவேன்?"

இதனால்தான் நூலின் முகப்புவாசகமாக ரில்கேயின் மேற்கோளை முன்வைக்கிறார்:

"நம்மிடம் கோரப்படும் ஒரே தீரம் அடியாழத்தில்: நாம் எதிர்கொள்ளக்கூடிய மிகவும் விசித்திரமானதிற்கான, தனித்துவமானதிற்கான, விளக்கமுடியாததற்கான தீரம் கொண்டிருப்பது. இவ்வகையில் மனிதசமூகம் கோழைத் தனத்துடன் வாழ்வுக்கு முடிவற்ற தீங்கிழைத்திருக்கிறது; 'தரிசனங்கள்', 'ஆன்ம- உலகம்', மரணம் எனப்படுபவை, மிக நெருக்கமாக நமக்கு இருப்பவையெல்லாம் அன்றாடம் தவிர்க்கப்பட்டு, வாழ்வினால் குவிக்கப்பட, அவற்றை நாம் பற்றிக்கொள்ள துணைபுரியக் கூடிய புலன்கள் ஸ்தம்பித்துப் போயுள்ளன. கடவுள் பற்றிச் சொல்ல எதுவுமில்லை."

'ஒவ்வொரு சுவாசத்தின் அடியிலும் நிரப்பப்பட வேண்டிய வெற்றிடம் இருந்தால்' என்ன செய்வது? போதை மருந்துகள் தரும் காட்சிகள் பரவசம் அளிக்கின்றன. ஆனால் இடையில் ஒரு பனித்திரை நிலவவே செய்கிறது. வேதிப்பொருட்கள் தடுத்து நிற்கின்றன. ஜென் மனநிலை இருந்தால் போதும். எதையும் எதிர்கொள்ளலாம், தாங்கிக் கொள்ளலாம்.

வெறுமையினை பூரணமாக்கிக் கொள்ளலாம். 'பிரபஞ் சத்தையெல்லாம் எனக்காகவே வைத்துக் கொள்கிறேன். பிரபஞ்சம் என்னை அப்படியே தனக்காக வைத்துக் கொள்கிறது.' 'ஒரு மலரின் அறிவை புரிந்துகொள்ளும் மட்டும் ஒருவன் வளர்ந்தாக வேண்டும்.'

ஜென் மனநிலையின் உச்சம் என்று கருதப்படக்கூடிய ஒன்றினை பாஷோ விவரிக்கிறார்:

"தினங்கள் - மாதங்கள் நித்தியத்தின் பயணிகள். அப்படியேதான் கடந்தேகும் ஆண்டுகள்... மேகத்தால் உந்தப்படும் காற்றினால் நானே நீண்டகாலமாக தூண்டப்பட்டிருக்கிறேன் - அலைந்து திரியும் பெரும் ஆசை நிரம்பி... மிக உயரிய வெளியில் மெல்லிய காற்றைச் சுவாசித்தும் நழுவிச்செல்லும் பனியில் அடி யெடுத்துவைத்தும் பனிமூட்டங்கள் - மேகங்களி னூடே நடந்தேன், மேகங்களின் வாயிலாகத் தோன்றியதினூடே சூரிய- சந்திரரின் பாதைகளுக்கு வரும்வரை - முற்றிலும் சுவாச மிழந்து அநேகமாக இறந்துவிடும் நிலைக்கு உறைந்து போனவனாக சிகரத்தை அடைந்தேன். இப்போதைக்கு சூரியன் கீழே இறங்க, வானில் பிரகாசித்தபடி எழுந்தது சந்திரன்."

திபெத்திய மலைப்பகுதிகளில் ஷெர்பாக்களுடன் தங்கி பனிச்சிறுத்தையை தேடியலைந்தபோது ஷெர்பாக்களே அவருக்கு கற்றுத்தரக்கூடியவர்களாக இருந்துள்ளதை தியோடர் பாஸ்கரன் பதிவு செய்கிறார்: "புத்த சமயத்தில் பீட்டருக்கு இருந்த ஈடுபாடு இமயத்தில் அவர் மேற்கொண்ட அலைச்சலுக்கு ஒரு பொருளைத் தந்தது. நாள் முழுவதும் நடந்துவிட்டு ஒவ்வோர் இரவும் மலையில் வாழும் ஷெர்பாக்களுடன் தங்குவார்கள். பௌத்தம் சார்ந்த அவர்களது வாழ்க்கை முறையைக் கூர்ந்து நோக்கி தனது கவனிப்புகளை பதிவு செய்தார். "உலகில் பெரிய பாவம் காட்டுப்பூக்களைப் பறிப்பதும் குழந்தைகளைத் திட்டுவதும்தான்" என்று அவர்கள் கருதினார்கள்..."

ஆதாரங்கள்

1. The snow Leopard/Peter Matthiessen/Vintage Books, London, 2003 (1978).
2. Nine Headed Dragon River/Peter Matthiessen/Flamingo, 1987 (1986).
3. The Tree where Man was Born/Peter Matthiessen/Picador, 1984 (1972).
4. Cat on the Roof of the World/Prenna singh Bindra/BussinessLink, Oct 21, 2017.
5. வாழ்நாள் அர்த்தம் உணர்த்திய பனிச்சிறுத்தை/சு. தியோடர் பாஸ்கரன்/இந்து தமிழ்திசை, மார்ச் 16, 2019.
6. Peter Matthiessen - Environmentalist, Novelist and Wildlife author best known for the snow Leopard/Michael Carlson/the guardian.com, April 6, 2014.
7. A writer's controversial past that will not Die/Jeff Wheelwright/Paris-review-cia.html - 02.02.2018.
8. Obituary by Tom Vitale/Paris-review-06.04.2014.
9. The Art of Fiction No. 157/theparisreview.org
10. Peter Matthiessen's Lifelong quest for peace/smithsonianmag.com
11. Interview by kay Bonetti.

பேரூஸ் பூச்சாணி:
மலைகளைத் தவிர நண்பர் யாருமில்லை

ஆஸ்திரேலியாவின் மிக உயரிய இலக்கிய விருதான Victorian prize for Literature மற்றும் Victorian primier's prize for Non-fiction (2019) பெறத் தகுதியானது என No Friend But the Mountains தெரிவு செய்யப்பட்டபோது, நடுவர் குழுவில் ஒரேயொரு ஆட்சேபம் எழுந்தது. 'நூலை எழுதிய பேரூஸ் பூச்சாணி, ஆஸ்திரேலியர் இல்லையே?'. நூலை எழுதியவர் யாராயிருப்பினும் நூல் ஆஸ்திரேலியாவைப் பற்றியது, விருதுபெறத் தகுதியானதே என இறுதி செய்யப்பட்டது. ஆனால் விருது பெறுவதற்கு பூச்சாணி நேரில்வர அனுமதிக்கப்படவில்லை. நூலின் மொழிபெயர்ப்பாளர் பெற்றுக் கொண்டார்.

அப்படியானால் நூலாசிரியர் எந்நாட்டவர்? அவர் ஆஸ்திரேலியா பற்றி எழுத நேர்ந்தது எப்படி?

இவ்வளவுக்கும் இந்நூல் வழக்கம்போல கையெழுத்துப் படிகளிலிருந்தோ தட்டச்சுப் படிகளிலிருந்தோ உருவானதோ அல்ல. ஸ்மார்ட்போனில் குறுஞ்செய்திப் பதிவுகளாக வாட்ஸ்அப் பதிவுகளாக அடிக்கப்பட்டு, பாரசீக மொழியில் அனுப்பப்பட, உதவிப் பேராசிரியர் ஓமிட் டோஃபிகியான் அவற்றை ஆங்கிலத்தில் மொழியாக்கம் செய்துவர உருவானது.

அவ்வளவு அவசரமும் அவசியமும் இதற்கு ஏன் எழுந்தது?

ஆஸ்திரேலியாவின் மானஸ் தீவிலும் நவ்ரு தீவிலும் தடைக்காவலில் ஆறுவருடங்களுக்கு மேல் இருந்து வந்த, 600 அகதிகளின் விடுதலையைப் பெறும் நோக்கம் கொண்டவை இச்செய்திகள். ஆஸ்திரேலியாவின் ஃபாஸிஸ முகத்தை உலகிற்கு அம்பலப்படுத்தும் வேட்கை கொண்டவை. 600 அகதிகளுள் ஒருவராக இருந்து, இச்செய்திகளை

ரகசியமாக அனுப்பிக் கொண்டிருந்தவர் ஈரானிய - குர்து பத்திரிகையாளர் பேரூஸ் பூச்சாணி (பி.1983-) தடைசெய்யப்பட்ட குர்து ஜனநாயகக் கட்சி உறுப்பினர். 'வெர்யா' என்னும் குர்து இதழை ஆரம்பித்து நடத்தி வந்தவர். அரசின் கண்காணிப்புக்குள்ளானது 'வெர்யா'. பூச்சாணியின் சகாக்கள் 11 பேர் கைதாகிவிட, பூச்சாணி தப்பிவிட்டார். அவர் இந்தோனேஷியா வந்து, அங்கிருந்து 60 அகதிகளுடன் ஆஸ்திரேலியாவுக்குள் நுழைந்திட படகில் சென்றபோது, ஆஸ்திரேலிய கடற்படையால் தடுக்கப்பட்டு, மானஸ் தீவில் தடுப்புக் காவலில் வைக்கப்படுகிறார். 600 பிற அகதிகளுடன் சேர்ந்து 2013லிருந்து 2017இல் அத்தடுப்புக்காவல் முகாம் சட்டவிரோதமானது என்னும் காரணத்தால் மூடப்படும் வரை.

இக்காலகட்டப் பசியும் பட்டினியுமான, அவலமும் அவமானமுமான இருப்பையும், இதன் மத்தியிலும், மானுட கண்ணியத்தை மீட்டும் எத்தனிப்பில் 22 நாட்கள் போராடி தடுப்புக் காவலை முடிவுக்குக் கொண்டு வருவதான போராட்டத்தை நடத்திடுவதையும் பேசுகிறது பூச்சாணியின் நூல்.

பலமொழிகள் பேசும் பல்வேறு நாட்டவர் கொண்ட இப்படியான முகாமில், சுகாதார- மருத்துவ வசதிகள் இன்றி, அடைந்து கிடந்ததையும் வெளிஉலகத் தொடர்பின்றி தவித்ததையும் நம்பிக்கையிழந்தும் நம்பிக்கை எழுந்தும் அல்லாடித் தவித்தும், பேசமுடியாது புழுங்கிவெந்தும், வியர்வைத் துளிகளாக குருதித் துளிகளாக நாடித்துடிப்புகளாக செய்திகளில் கடத்தப்பட்டிருக்க வேண்டும்.

ஆஸ்திரேலியாவுக்குள் அனுமதிக்கப்படாமல் அகதிகளாக அடைத்து வைக்கப்பட்டிருப்பதால், தன் சகாக்களை பெயரிட்டு அழைக்காமல், குணச்சித்திரப் பெயர்களால் அழைத்து, நிகழ்வுகளைப் பதிவு செய்கிறார் ஆசிரியர். The Cadaver (பிரேதம்), Irascible Iranian (எளிதில் கோபப்படும் ஈரான் நாட்டவன்), பெங்குவின், வளைந்த காலுள்ள மணி, கோல்ஸிம்ப்டெஹ், ஆஸாடெஹ், நீலக்கண் சிறுவனின் நண்பன், பல்லில்லாத முட்டாள், இலங்கைத் தம்பதியர், ரோஹிங்யா சிறுவன், பொறியாளரான முதல்வர், புன்னகைக்கும் இளைஞன், கோமாளி என்றெல்லாம் இடம்பெறுகின்றனர்.

இவர்களில் வளைந்த காலுள்ள மணி தன் மனைவி மற்றும் கைக்குழந்தையுடன் தவிப்பவன். அதுபோலவே இலங்கைத் தம்பதியரும் கைக்குழந்தையுடன். நீலக்கண்ணுடையவன் தன் சிநேகிதி ஆஸாடெஹுடன் இருப்பவன்.

இந்த முகாம் வாழ்வில் அவர்களது சலிப்பையும் தவிப்பையும் தன் குறும்புகளாலும் விநோதங்களாலும் மறக்கவைத்து, சற்று சிரித்து ஆறுதல்பெற வைப்பவன் கோமாளி. பின்னர் போராட்டம் எழும்போது முதலாவது ஆளாக இருப்பவனும் அவனே.

"கோமாளி ஃபாக்ஸ் சிறையில் இனிமையானவனாக அனைவராலும் விரும்பப்பட்டவனாக இருந்தான். வரிசையில் நின்றபோது அதிகாரிகளிடம் சில்மிஷம் செய்வான் அல்லது விசித்திர பாவனைகளால் சிரிக்க வைத்து விடுவான். சக கைதிகளைக் கூட்டி வைத்து தன்னை கேலிப் பொருளாக்கி அமர்க்களப்படுத்தி விடுவான். போர்க்கருவியாக, முன்னணிப்படைவீரனாக, சீறியெழும் ஆண்மையாற்றலாக, சிறைவாயிலைத் தகர்த்திட தீர்மானித்தவனாக இருந்தான்.

"யுத்தகள வன்முறைக்குள் மாட்டிக்கொண்ட வேளையிலும், மற்றவர்களைச் சிரிக்க வைக்க ஏதேனும் தந்திரங்கள் வைத்திருந்தான்..."

நம்பிக்கை கொள்ள வழியின்றி, அபாயம் அபத்தமாகிவிடும் சந்தர்ப்பங்களிலெல்லாம், முட்டாள்தனமாக நடந்துகொள்ள நேர்வதும், சட்டென்று தைரியம் பிறப்பதுமான நேர்வுகளும் பூச்சாணியால் முன்வைக்கப்படுகின்றன.

அறுபதுபேருடன் நெருக்கியடித்துப் பயணிக்கும் படகு, கொந்தளிப்பான கடலில் அலைகளில் சிக்கிக் கொள்வதும், துளை விழுந்து படகுக்குள் நீர் நுழைந்து பீதியை எழுப்புவதும், அடுத்தகணம் சந்திக்க இருப்பது மரணத்தை என்பது நிச்சயமாகும்போது, தர்க்கபூர்வ அறிவார்த்த மனிதனாக யாரால் இருக்கமுடியும்?

"அபாயத்தைப் புரிந்துகொள்ளாது இருக்கும் மட்டும், எனது உள்ளார்ந்த முட்டாள்தனத்தை வளர்த்தெடுத்துக் கொள்ளுமாறு என்னை நிர்ப்பந்தித்துக் கொண்டேன். எனக்காகக் காத்திருந்த அபாயங்களைப் புரிந்துகொள்ள, என் அறிவுத் திறன்களை நான் மேற்கொண்டிருந்தால், என்னால்

பெருங்கடலில் பயணித்திருக்கவே முடியாது என்பதில் சந்தேகமில்லை...”

“இதனை அறிவேன்: தீரத்துடன் இன்னும் ஆழ்ந்த தொடர்புடையது நம்பிக்கையின்மை ஒருவன் எவ்வளவு நம்பிக்கையிழந்தவனோ அவ்வளவு வேட்கை மிக்கவன்.”

“லட்சக்கணக்கிலான மற்றவர்களின் மரணங்களிலிருந்து வேறுபட்டதாக, இதுவரை மரணமடைந்துள்ளவர்களின் இறப்பிலிருந்து வேறுபட்டதாக, நிகழவிருக்கும் மரணங்களிலிருந்து வேறுபட்டதாக நம் மரணங்களைக் கருதுவது தவறு. எல்லா மரணங்களும் அபத்தம், வீண். ஒருவரின் தாயகத்தைக் காக்க மடிவது, பெரிய லட்சியத்திற்காக மடிவது அல்லது அய்ஸ்க்ரீமுக்காக மடிவது என்பவற்றிற்கிடையே பேதமில்லை.

மரணம் மரணமே!
வெளிப்படையானது எளிமையானது
அபத்தமானது சட்டென்று நேர்வது
பிறப்பைப்போல அப்படியே.”

(பக்கம் 74- 6)

சிறைவாழ்வில் மிகக்கடுமையானது தனிமையுணர்வு. இதனை விவரிப்பது சிரமமானது. கவிதை வரிகளால் இயலுமா என்று பூச்சாணி எழுதிப்பார்க்கிறார்.

“தனிமையால் பீதிகொள்ளச் செய்கிறது சிறை, எல்லாவற்றிற்கும் மேலாக
கைதயின் வாழ்வில் மிகவும் அதிர்ச்சி தருவது இதுவே
காலம் கரைகின்றது உங்கள் முன்
ஆயிரமாயிரம் முகங்களுடன் மணம்செய்து கொள்கிறது
நித்தியம் போலும்
புன்னகைகள், கேவல்கள், கண்ணீர்
மற்றும் கசக்கும் கனவுகள்”

இன்னும் எழுதிப் பார்க்கிறார்:

“மிகத் தகுதியான வாழ்தெலென்பது தனித்த ஒன்றுதான் போலும்
ஓர் அமைதியான வாழ்வு, உயிரோட்டமான இருத்தல் மற்றும் கீர்த்திமிக்க ஒன்று
ஆனால் அது எவ்வளவு கசப்பான வாழ்வு

வாழ்வென்பது உன்னதமானது
வாழ்வென்பது பயங்கரமானது
அயலகத்தில் நுழைந்து அயலகச் சிறை வேலிகளில்
தனிமை பிரதிபலிக்கக் காணும் கைதி
தனித்திருப்பவனாகக் காண்கிறான் தன்னை
அழகும் அதிசயமும் கொண்ட உலகம்
மோதுகிறது அவன் தலைமீது
அப்போதுவரை உலகம் சலனமின்றி நிற்கிறது
கைதி தீர்மானித்துக்கொள்ள வேண்டும் தன் விதியை
தன் வாழ்வுடனும் கண்களின் முன்னுள்ள ஆயிரமாயிரம்
முகங்களுடனும் பிம்பங்களுடனும் சமாதானமடைய வேண்டும்
தனிமை ஊர்ந்துவருகிறது அவன் வேண்டும் சருமத்தின் கீழ்
அது அவனை சுற்றிவளைத்துள்ளது என்று சட்டென்று உணரும்வரை
இறுதிமானுடனை அவன் பிரதிநிதித்துவப்படுத்துவதாகத் தோன்றுகிறது
அம்மணமாக அப்பட்டமாக
அவன் பதிலளிக்கவேண்டும் வாழ்வின் சிக்கலான வினாக்களுக்கு
தான் யாரென்று என்னவென்று அவன் வெளியிட்டாக வேண்டும்
அவன் ஏன் தோற்கிறான், ஏன் திகைத்துள்ளான் என்று பதிலளித்தாக வேண்டும்
அவன் ஏன் நிசப்தமாயுள்ளான், ஏன் பதிலளிப்பதில்லை
இம்மனவுலகமே ஒரு சிறைதான்
உலர்ந்த சுள்ளிபோல கிழிபட்டுள்ளது அவனது இருப்பு
வெறுமையான பெரும்பாலையில் அடிபட்டுக் கிடக்கிறது
அதுவொரு சிறிய நசிந்துகொண்டிருக்கும் படகு
ஆளும் துடுப்புமற்ற கலவரமுற்ற படகு
நிசப்தமான சாகரத்தின் மீதான படகு
பால்வண்ணச் சாகரம்
ஆயிரமாயிரம் தாரகைகள் சிதறியுள்ளன பிரபஞ்சத்தின் ஆழத்தில்
வானமெங்கிலும்
மின்னுகின்றன
சவாலுக்கிழுக்கின்றன அதனை

குருதியின் நிறத்தில் தொடுவானம்
அதிசயங்களால் நிரம்பிய நிலவியல்
மர்மமும் வினாக்களும் சவால்களும் நிரம்பியதாய்
கைதியைப் பிரக்ஞையின்றி இயங்கச் செய்வதாய்த் தோன்றுமிடம்
துயரத்தைப் பகிர்ந்துள்ள பிறருடன் அவன் சரணாலயத்தைக் கண்டறியும்வரை.”

(பக். 131- 3)

அபூர்வமாக நனவோடைச் சிதறலாக, கனவுகளைப் பின்னிச் செல்வதாக, புனைவின் வீச்சாக ஓரிடம். பூச்சாணி தனது சிறிய அறைக்குள் திரும்புகிறார். ஏற்கனவே வாழ்ந்திருந்த குடும்பத்தின் ஞாபகங்கள் நிரம்பியுள்ளது அறை. கூரையில் கோஸ்ரோவ், சூஸன், ஸாக்யாக், நிலாவ் என ஓர் ஈரானியக் குடும்பத்தின் பெயர்கள். கூடவே தேதிகள் குறிக்கப்பட்டுள்ளன. இப்பெயர்களையும் அமைந்துள்ள ஒழுங்கையும் கவனித்தால், கோஸ்ரோவ் குடும்பத் தலைவர், சூஸன் தாய், ஸாக்யாக் மூத்த பெண், நிலாவ் மிகப்பிரியமான கடைக்குட்டிப் பெண்ணாக இருக்கவேண்டும். குடும்பத்தலைவரிலிருந்து கடைக்குட்டி நபர் வரையிலான ஒரு மரபார்ந்த ஈரானியக் குடும்பம். கோஸ்ரோவ், பழங்கால மன்னரின் பெயர்; சூஸன், ஸாக்யாக், நிலாவ் என்பன மலர்களின் பெயர்கள். அருகில் ஒரு பாரசீகக் கவிதை. இது அத்தாய் எழுதியதாக இருக்கும். ஏனெனில் ஈரானியக் குடும்பத் தலைவன், அவ்வளவு எளிதில் நொறுங்கிவிட மாட்டான் - அதுவும் குடும்பத்தினர் முன்னிலையில். சூஸன் மற்றும் ஸாக்யாக்கின் உள்ளார்ந்த உணர்வோட்டங்களை வெளிப்படுத்துவதாக இருக்கவேண்டும் இக்கவிதை. இருளில் நிராசையிலும் பீதியிலும் எழுதப்பட்டிருக்க வேண்டும். எழுதி ஆறுதலடைய இயலாத நிலாவ், தன் தாயிடம் ‘என்ன எழுதுகிறாய்/அப்பா பெயரருகே என் பெயரை எழுதமாட்டாயா?’ என்று கேட்டிருக்கும்.

ஒரு தேவாலயமாக/மசூதியாக இருந்திருக்க வேண்டிய கூடாரத்தருகேயுள்ள பல்வண்ண பூக்களிடையே நிலாவ் அன்றாடம் விளையாடியிருப்பாள், பட்டாம் பூச்சிகளைத் துரத்தியிருப்பாள். ... அவள் கிறுக்கியுள்ள ஒரு வீடு, இரண்டு சன்னல்களுடன். முரட்டு மீசையுடன் அப்பா, இருண்ட கண்களுடன் அம்மா, பெரியவளாக ஒருத்தியும்

சிறியவளாக ஒருத்தியுமா இரு பெண்கள். ஈரானில் தமாவந்த் சிகரத்தைப் போல ஒரு மலை. மலையின் பின்னே சூரியன் உதயமாகிறது. சூரியன் மகிழ்ச்சியாகத் தோன்றுகிறது. கருணை மிக்கதாக நிலாவ் மனதில் பட்டிருக்கும். அதன் வெப்பம் ஆறுதலளிப்பது. (பக் 112- 4)

....

சிள்வண்டுகள் ஆரவாரிக்கும் இருள் ஓர் அதிசயமாகிறது பூச்சாணிக்கு.

"சிள்வண்டுகள் அசாதாரண உயிரினங்கள். வெளியில் நான் நுழைந்த மாத்திரத்தில் அவை ஒன்றுடன் ஒன்றி இணக்கமாக நிசப்தமாகின்றன. தம்பாடல் உருவாக்க உச்சத்தில் ஒத்திசைக்கும் இசைக்கலைஞர்கள் குழுபோல; நடத்துனரிடமிருந்து ஒரு சமிக்ஞை வெளிப்பட்டதும், இசைப்பதை நிறுத்தி, அப்படியே நிற்பதுபோல உள்ளது. தம் நிசப்தத்தை குலைத்த இம்மிருகத்தால் ஆபத்தில்லை என்பது நிச்சயமானதும், தம் மந்திர உச்சாடனத்தைத் தொடர்கின்றன. இப்போது பழைய சந்தம் ஒன்றிற்குத் திரும்புகின்றன. மூத்த சிள்வண்டு ஒன்று, மற்றவற்றையெல்லாம் விட உரத்த குரலில், வித்தியாசமான பாடலை ஆரம்பிக்கின்றது. அப்புறம் மற்றவை அவ்வப்போது இணைந்து கொள்கின்றன. கச்சிதமான ஒத்திசைப் பண்ணாகி விடுகிறது."

....

ஒரு ரசவாதம் நிகழ்கிறது. ஓநாயிடமிருந்து தற்காத்துக்கொள்ளும் நாய், ஒரு தருணத்தில் ஓநாயின் பண்பைப் பெற்றுவிடுகிறது. பெரும்பாலும் ஓநாய்கள் வலுவாயும் ஆவேசமிக்கதாயும் இருக்கும். சமயங்களில், தாக்கவரும் ஓநாயின் கழுத்தில் தாடையைப் பதிக்கும் வேட்டைநாய், ஓநாயால் தாங்கிக் கொள்ள முடியாதுபோகும்வரை, அப்படியே இருக்கும் - ஓநாய் சரணடையும்வரை. இவ்வனுபவம் நாயை உருமாற்றி விடும். தன்னம்பிக்கையைத் தாண்டிய சுய உணர்வு பெற்றுவிடும். தன்னை ஓநாயாக மறு அடையாளம் காணும். அப்போது அவை கட்டுப்படுத்த முடியாதவை என்பது மேய்ச்சல்காரர்களுக்குத் தெரிந்துவிடும்.

உயிரினம்தாண்டிய புரிந்து கொள்ளலுடன் பூச்சாணி பதிவு செய்கையில், இயற்கை அடையாளங்களும் உருவகங்களும்

துலக்கம் கொள்கின்றன. சுற்றுச்சூழல், விலங்குகளுடன் அகதிகள் மரியாதைமிக்க உறவுநிலையை நிறுவாது போயிருந்தால், சிறையின் அடக்குமுறை அவர்களை நீண்டநாட்களுக்கு முன்னரே கொன்று போட்டிருக்கும்; இந்த அடக்குமுறையை எதிர்ப்பதில் இயற்கை, கைதிகளுடன் சேர்ந்து பணியாற்றியது என்பது அவரின் அழுத்தமான நம்பிக்கை.

....

அரைகுறையாக உண்டு, சதா பட்டினியின் பிடியிலிருந்து விடுபட முடியாத முகாம்வாசிகளைப் பொறுத்தவரை, பட்டினியை நுகர்ந்துவிடும் அளவுக்கு அது வாசனை கொண்டதாகிவிடுகிறது. முகாமின் ஒரு கோடியிலிருந்து மறுகோடிவரை சுற்றி வருகிறது. அவ்வாசனை மிக ஆழமாக உள்ளுணர்வுடன் பிணைந்துவிடுகிறது. அப்போது அவர்களை ஓநாய்களாக்கிவிடுகிறது. 'மனிதர்கள் பட்டினி கிடக்கையில் தம் சகாக்கள் ஒருவரின் அடிவயிற்றிலே பற்களைப் பதித்து மிருகத்தின் வெறியுடன் விழுங்கி விடுவார்கள்.'

முகாமைக் கண்காணிக்கும் பொறுப்பு - குறிப்பாக சில நபர்களைக் கண்காணிப்பது - G4S என்னும் நிறுவனத்திடம் ஒப்படைக்கப்பட்டிருந்தது. இந்நிறுவனத்தை Bastard's Security Company என ஆத்திரமும் பரிகாசமும் சேர்ந்து குறிப்பிடுவார் பூச்சாணி. அவர்களை காவல் நாய்கள்/தாக்கும் நாய்கள் என்றுகூடச் சொல்லலாம் என்பார். கள்ளக்குழந்தையாக இருப்பதுபோல அவர்களின் அணுகுமுறை இருக்கும். ஒவ்வொருவரையும் அருவருப்பாகப் பார்த்து வேலை செய்வது, கள்ளக்குழந்தையின் வேலை என்ற பொருளில் அப்பாதுகாப்பு/கண்காணிப்பு நபர்களைத் திட்டுகிறார் பூச்சாணி.

சகிக்க முடியாத நிலையில் பொறுமையின் எல்லையைத் தாண்டிவிடும் நிர்ப்பந்தத்தில் சிறைக்காவலை எதிர்த்துப் போராடுகின்றனர். 22 நாட்களாக. காயம்பட்ட ஒருவனைத் தூக்கிக்கொண்டு தைரியசாலி ஒருவன் தப்பி ஓட முற்படுகிறான். சுடப்படுகிறான். வலி தாங்காமல் 'அம்மா' என அலறுகிறான். அது ஒரு குர்து ஆணின் குரலே என்று புரிந்துகொள்கிறார் பூச்சாணி. எப்படி? ஏன்?

‘பிற பண்பாடுகள்/இடங்களிலுள்ள தாய்-மகன் உறவிலிருந்து வேறுபட்டது குர்துகளின் தாய்-மகன் உறவு. அவர்களுக்கிடையிலான பந்தம் ஆழமானது, சிக்கலானது. குர்து அல்லாதவர்கள் மட்டுமல்ல, குர்துகளாலேயே புரிந்துகொள்ள முடியாத பந்தம் அது. ஒருவன் தன் தாயை அழைக்கும்போது, முக்கியமான இருத்தல் சார்ந்த தருணம் வெளிப்படுகிறது. இது குர்து தாய்மார்கள் தம் மகள்களுடன் கொண்டுள்ள உறவுநிலையிலிருந்து முற்றிலும் வேறுபட்டது. இது எனக்கும் புரிபடாதது. ஆனால் என் நாளங்களில் குருதி பாய்வதை உணர்கிறேன். என் தாயுடனான பந்தத்தை உணர்கிறேன். இவ்வுணர்வு குர்து மகனுக்கும் அவனது தாய்க்குமிடையே ஆழமான பிணைப்பை உருவாக்குகிறது - இதனை ஒருவர் அறிந்தாலும் அறியாதபோதும் கொண்டிருக்கிறார். இது போருடன் தொடர்புடையது. சந்தேகத்திற்கிடமின்றி யுத்தம் விட்டுச் சென்றுள்ள அடையாளமே.’

‘இத்தொலைதூரத்து சிறையிலிருந்து தன் தாயை அழைத்தது யார்?
இத்தீவிலிருந்து தாயை அழைத்தது?
இவ்வனத்திலிருந்து தாயை அழைத்தது?
இவ்விரவில் தாயை அழைத்தது?’

“போராட்டம் வெடித்த மாத்திரத்திலேயே, தம்மீது கற்கள் வீசப்படும் பதற்றநிலையிலேயே, நரகத்தின் கூக்குரல் ஓலமிடும் வேளையிலேயே, பீதியூட்டும் யுத்தகளத்திலேயே, கைதிகள் சுதந்திரமாக உணர்ந்தனர். அவர்தம் பாதங்களின் கீழே சிறையும் சிறையதிகாரமும் அற்பமாகின்றன. அவர்கள் ஏறிநின்றபோது அது அடிபணிந்தது. முதல்முறையாக அவர்கள் வேலிகளால் ஒடுக்கப்படுவதை உணராது இருந்தனர். முதல்முறையாக விதிகளும் ஒழுங்குமுறைகளும் ஒன்றுமற்றவை ஆயின - ஒடுக்குமுறை அமைப்பு அழிக்கப்பட்டிருந்தது. அனைவரும் பார்க்க நிகழ்ந்து கொண்டிருந்த இந்த யுத்த நாடகத்தின் ஆவேச இயக்கத்தில், கைதிகளுக்கிடையே சகோதரத்துவ பந்தம் எழுந்தது. இந்த உணர்வு அப்போது இசைவற்றதாயினும் நிஜமாயிருந்தது.”

'கைதிகள் பெற்றனர் சிறைமீதான முழுக்கட்டுப்பாட்டினை
அவர்தம்கை மேலோங்கிற்று
இப்போது வெளிப்படுத்த முடிந்தது வெற்றியின் ஆனந்தத்தை
ஒருவரைஒருவர் பார்த்து புன்னகைக்க முடிந்தது
விதிகளையும் ஒழுங்குமுறைகளையும் பார்த்து நகைக்க
முடிந்தது
அரசாங்கத்தின் அடக்குமுறையை
யுத்தம் சட்டென்று ஓய்ந்துவிட்டதாய்த் தோன்றிற்று
கற்கள் பறந்துவரவில்லை
நிசப்தமாயிருந்தது சிறை
வேறுபட்ட கட்டத்தை எட்டியிருந்தது சூழல்
மாறியிருந்தன வண்ணங்கள்.'

ஏற்கனவே யுத்தகளமான ஈரானிலிருந்து தப்பிவந்த பூச்சாணிக்கு முகாம் வாழ்வும் அடக்குமுறையும் போராட்டமும் புதிதில்லை. 'போரின் குழந்தை' எனத் தன்னைக் குறிப்பிடும் அவரது குர்து மக்கள், ஈராக்கின் பாதிஸ்டாக்களுக்கும் ஈரானின் அடிப்படைவாதிகளுக்கும் இடையே சிக்கிக் கொண்டு வதைபடுபவர்கள். தப்பியோடும் அவர்களை அரவணைத்து ஆறுதலளிப்பவை மலைகளே. எனவேதான் 'மலைகளைத்தவிர நண்பர் யாருமில்லை' என்ற குர்து வாசகம்.

ஈரானில் முப்பது ஆண்டுகால போராட்ட வாழ்வை விவரிக்கையில், தன்னிடம் என்ன எஞ்சியிருக்க முடியும் என்று வேதனையை கவிதையாக்குகிறார்.

'முப்பதாண்டுகளுக்குப்பின் வாழ்வில் என்நிலை
அச்சர்வாதிகாரத்தில் அதிகபட்சம் போராடிய முப்ப
தாண்டுகளுக்குப்பின்
ஈரான் எனப்படும் இறையியலாட்சிக்குள்ளே போராடிய முப்பதாண்டுகளுக்குப்பின்
முப்பதாண்டுகளுக்குப்பின் என் நிலை ஒன்றுமில்லை
கவிதைப் புத்தகம் தவிர்த்து வேறெதனை நான் எடுத்து
வரக்கூடும்?'

அவர் குறிப்பிடும் இக்கவிதைப் புத்தகம், அவரது சிநேகிதரும் கவிஞருமான சபீர் ஹகா எழுதியது - Fear of Being a Labourer Again in the Afterlife. ஈரானிலிருந்து பூச்சாணி தப்பிவந்தபோது அவரது பையில் இருந்தது இப்புத்தகம் மட்டுமே. படகில் ரகசியப் பயணம் மேற்கொண்டபோதும், உடனிருந்தது இப்புத்தகம்

மட்டுமே. நனைந்த அப்பிரதிதான் நனைக்கமுடியாத பூச்சாணியுடன் இருந்தது.

ஈரானில் மலைப்பகுதிகளில் தப்பி ஒளிந்து கொண்டிருந்தபோது ஏற்பட்ட காதல் நினைவுகளை மட்டும் இருதயத்தில் பத்திரப்படுத்திக் கொண்டு அங்கிருந்த சர்வாதிகாரத்தை எதிர்த்துள்ளார். ஆஸ்திரேலியாவின் மானுஸ் தீவில் சக அகதிகளுக்காகப் போராடி, அகதிகளின் நிலையை உலகமறியச் செய்துள்ளார். ஓரியக்கம் செய்யவேண்டிய பணியை தனி ஒருவராகச் சாதித்துள்ளார். இவ்வளவு பொறுமையினையும் தீரத்தையும் உறுதிப்பாட்டையும் அவருள்ளே விதைத்திருக்கிறார் ஈரானின் நாடோடிப் பெண் ஒருத்தி.

'மரணப் புள்ளிவரையிலான நேசத்தில்
கண்ணீர் உகுக்கின்ற வேளைவரையிலான நேசத்தில்
வயிறு அதிருப்தியுற்று செரித்துக்கொள்ள மறுதலிப்பது வரையிலான நேசத்தில்
குறிப்பிட்டதொரு ஈர்ப்புவடிவம்
குறிப்பிட்டதொரு வசீகரச் சுற்றுச்சூழல்
குறிப்பிட்டதொரு தப்பித்தல் தந்திரம்
இருவரால் பிணைக்கப்பட்டுள்ளன வளமான உண்மைகள்.'
'காட்டுமலர் வாசத்தால் வசீகரிக்கப்பட்டு இருந்த குன்றில் காதல்வயப்பட்டேன்
வசந்தகால தினமொன்றில் காதல்வயப்பட்டேன்
காட்டுப்பூக்களின் வாசனையுடன் காதல்வயப்பட்டேன்
மலைகளிலிருந்துவந்த கல்லில் நான் அமர்ந்திருக்கையில் காதல்வயப்பட்டேன்
என்கனவுகளிலும் நம்பிக்கைகளிலும் மூழ்குகையில் காதல்வயப்பட்டேன்
இளமையின் தவிப்புகளில் அமிழ்ந்தபோது காதல்வயப்பட்டேன்
தொடுவானைநோக்கி என் பார்வையைத் திருப்பியபோது காதல்வயப்பட்டேன்.'

முகாம் வாழ்வில் ஓர் இரவில் காதலியின் நினைவுகள் வந்து மீட்டிக் கொண்டிருக்கின்றன. கம்பீரமாக மட்டக்குதிரையிலமர்ந்து சென்று கொண்டிருக்கிறாள் அந்நாடோடிப் பெண் ஜெஸ்வான். பெருமிதமிக்கவளாக கண்ணியமானவளாக உன்னதமானவளாக இருக்கிறாள்.

காற்றின் கட்டளைகளிடம் சரணடைகிறது அவள்கூந்தல். அவளது குட்டைப் பாவாடையின் அடுக்குகள் நர்த்தனமாடுகின்றன காற்றில். ஆகாயம் பூங்கொத்தாகிறது. ஆயிரக்கணக்கிலான பட்டாம்பூச்சிகள். மாட்சிமை கொண்டிருக்கிறாள். மச்சகன்னியாயிருக்கிறாள். அவள் விழிகள் சிந்திப்பது விடுதலையை... அவள் புன்னகை பூக்கின்றது முத்தமாக...

'கனவுகள் பிரதிநிதித்துவப்படுத்துவது வாழ்வை
கனவுகளே வாழ்வு
கனவுகளே கவிதை
அர்த்தம்... வருத்தம்... அழுகை... மற்றும் காதல்
எத்தகையே நனவோடை, எத்தகைய சஞ்சலமான பிரக்ஞைநிலை
எத்தகைய அர்த்தமற்ற பறத்தல் கடந்தகாலத்திற்குள்
எத்தகைய பீதியான மனநிலை வாழ்வை எதிர்கொள்ள
பீதியான மனநிலை காதலில் திளைக்க
பீதியான மனநிலை ஒருவருடன் கலந்துறவாட
ஒளிந்திருக்கின்றன நட்சத்திரங்களெல்லாம்
என்னால் காண இயலவில்லை, ஆனால் அங்கே
அவைஇருக்கின்றதை என்னால் கூறமுடியும் விண்ணகத்தில் ஆழப்பதிந்து
நட்சத்திரங்களற்ற வானைக் கற்பிதம் செய்வது சாத்தியமா?'

....

ஈரானிலிருந்து தப்பி இந்தோனேஷியா வழியாக படகில் சக கைதிகளுடன் பயணித்து வருகிறார். மற்றவர்களெல்லாம் கலவரத்துடன் அழுது அரற்றிக் கொண்டிருக்க 'மரணத்தின் பாதையும் வாழ்வின் மலரும் உடலில் வெளிப்பாடு காண்பது புலப்படுகிறது' பூச்சாணிக்கு. விழிகள் மட்டும் விழித்திருக்கும் சடலம் உயிர்பிழைக்க போராடுவது தெரிகிறது.

'அக்கணத்தில் அனைத்தும் அபத்தம்
தேடுகிறேன் என் நனவிலியில்
என் இருப்பினை வடிவமைத்தது யாரென்று
என் மனதின் ஆன்மாவின் ஆழங்களில்
அல்லது தரையில்
கடவுள் மீதான நம்பிக்கை
அல்லது ஓர் அப்பாலை ஆற்றல்

எதையும் காணஇயலவில்லை என்னால்'
இப்போது தூக்கத்தின் சுழலில் சிக்கிக்கொள்ளும் பூச்சாணியின் மனம் இன்னொரு கவிதையை ஆக்குகிறது.
'கலவரமுற்ற எங்கள் குழுவின் அமளி
பின்புலத்தில் அழுகைச் சப்தம்
அலைகளின் வீச்சு
பயந்துநடுங்கும் நிசப்த ஆற்றல்
வதைபட்ட கேவல்
அலைகள் தாலாட்டுகின்றன பிரேதமுள்ள தொட்டிலை
அனைத்தும் மரணத்தின் இருளின் தளத்திற்குள்
எனது அம்மா இருக்கிறாள்
தனித்திருக்கிறாள்
பெருங்கடலின் மேலே பயணிக்கிறாள் அல்லது
அலைகளிலிருந்து எழுகின்றாள்
எங்கே இருக்கின்றாள்
தெரியவில்லை
அங்கிருக்கின்றாள் என்பதே தெரியும்
என்னுடன்
அஞ்சுகிறாள்
புன்னகைக்கின்றாள் மற்றும் அஞ்சுகின்றாள்
துயரத்தின் ஆண்டுகளிலிருந்து வடிக்கிறாள் கண்ணீரை
எனக்குத் தெரியவில்லை
என் அம்மா ஏன் உற்சாகமாயிருக்கிறாள்
ஏன் அழுகின்றாள்?
நாட்டியச் சடங்குடன் திருமணவிழாவைக் கண்டேன்
அழிவுக்கு ஆணையிட்ட ஓலங்களைக் கண்டேன்
இவ்விடம் எங்கிருக்கக் கூடும்?
மாபெரும் சிகரங்கள் பனிபோர்த்தியுள்ளன
அங்கே நானிருக்கிறேன்
நானொரு கழுகு
மலைப்பிராந்தியத்தில் பறந்து கொண்டிருக்கிறேன்...
கடலில் தத்தளித்துப் போய்க்கொண்டிருக்கையில் கடல் பூச்சாணியை விசாரணை செய்கிறது.
'இம்மானுடன் தன்னை யாரென்று எண்ணுகிறான்?
அவன் கொண்டுள்ள அதே கோட்பாடுகளைச் சிந்திக்கின்றானா?
இம்மானுடன் தீரத்தைக் கொண்டுள்ளானா?'

திரும்பத் திரும்பக் கேட்கிறது இக்கேள்விகளை. ஆண்டாண்டு காலமாக அவரின் மனத்தை ஆக்கிரமித்து வந்துள்ளன இக்கேள்விகள். அறுதியாக பூமியின் மறுகோடிக்கு அவரை உந்தித் தள்ளியுள்ளன, கடலுக்குள் உந்தித்தள்ளியுள்ளன - 'புவியியல் பாடப்புத்தகங்களில் மட்டுமே நான் கண்டுள்ள கடலுக்குள்' என்று அவருக்குத் தோன்றுகிறது. - *(பக். 70)*

கேள்விகள் கேட்கும் பெருங்கடல், ஒரு புரிதலை/விளக்கத்தை/விழிப்புணர்வை வழங்கவும் செய்கிறது. "அமைதியை நேசிக்கும் உணர்வைக் கொண்டிருக்கிறேனா அல்லது வெறுமனே பீதியுற்றிருக்கிறேனா என்று இதுநாள்வரைக்கும் தெரியவில்லை. மலைகளில் சண்டையிடப் பயந்திருந்தேனா, துப்பாக்கியை ஏந்திடப் பயந்திருந்தேனா அல்லது துப்பாக்கிக்குழல் வழியே குர்திஸ்தான் விடுதலையைச் சாதிக்க இயலாது என உண்மையிலேயே நம்பினேனா என்று இன்னும் எனக்குத் தெரியவில்லை. இது என்னை அரித்தெடுத்தது; அமைதியை தெரிவுசெய்வதை நோக்கி, பேனாவின் ஆற்றலின் மீது என் எண்ணங்களை திருப்வுவதை நோக்கி, பண்பாட்டு வெளிப்பாட்டை எதிர்ப்பாக பின்தொடருமாறு நிர்ப்பந்திப்பதை நோக்கி என் கோழைத்தனம் என்னை திருப்பிவிட்டிருக்கக் கூடும்.

"மரணத்தை/பயத்தை எதிர்கொள்ளும்போது
மரணத்தை/பயத்தை எதிர்த்துப் போராடும்போது
ஆழ்ந்த அகப்பார்வைகள் பெறுகிறோம்,
இக்கருத்தமைவுடன் குறித்த வளமான புரிதலைக் கண்டறிகிறோம்
இவ்வாய்ப்புகளை வழங்கியது இப்பெருங்கடல்
மரணத்துடனும் பயத்துடனும் சாத்தியமாகிடும்
மிகநெருக்கமான உறவினை அறிமுகப்படுத்தியது இப்பெருங்கடல்
வெறிகொண்ட இருகிடாய்கள் கொம்புகளால் முட்டிக்கொள்வதுபோல
இரும்பினை நொறுக்கும் சுத்தியல்போல" - *(பக். 70- 2)*

....

அகதிகள் 22 நாள் போராடி, பூச்சாணி அகதிகள் சட்டவிரோதமாக வதைக்கப்படுவதை அம்பலப்படுத்தியபிறகு ஏற்பட்ட சலனங்கள்:

ஆஸ்திரேலிய பாராளுமன்ற உறுப்பினர் ஆடம் ப்ராண்ட் மார்ச் 2017 இல் இப்பிரச்சனையை எழுப்புகிறார். நோய்வாய்ப்பட்ட அகதிகளை சிகிச்சைக்காக ஆஸ்திரேலியாவுக்குள் அனுமதிக்க பாராளுமன்றம் சட்டம் இயற்றுகிறது. அமெரிக்கா இப்பிரச்சனையில் தலையிட்டு 100 அகதிகளை அமெரிக்காவில் அனுமதித்துள்ளது.

....

Whatsapp செய்திப் பரிமாற்றங்களிலிருந்தே, பாரசீகத்திலிருந்து ஆங்கிலத்தில் மொழிபெயர்த்துள்ள ஓமிட் டோஃபிகியான் பொறுப்புணர்வுடன் ஒரு கடமையை நிறைவேற்றியுள்ளார். குர்து இலக்கிய மரபுக்கும் குர்து மக்களின் எதிர்ப்புணர்வுக்கும் இந்நூல் ஒரு பங்களிப்பாக இருக்கும் என்பதை உணர்ந்து இப்பணியில் ஈடுபட்டுள்ளார். பலரிடம் கலந்தாலோசித்து விவாதித்து தெளிவுபெற்று மொழியாக்கத்தை முடித்துள்ளார். இந்நூல் வடிவம் பெறுவதில் பூச்சாணியின் பங்கிற்கு இணையானது மொழிபெயர்ப்பாளர் ஓமிட் டோஃபியானுடையது என்று அழுத்தமாகச் சொல்ல வேண்டும்.

பூச்சாணியின் எழுத்துவகையினை ‘பயங்கர மிகையதார்த்த வாதம்’ (horrific surrealism) என்கிறார் மொழிபெயர்ப்பாளர். இயற்கைச் சூழலை பயங்கர நிகழ்வுகளை கட்டமைப்பை படைப்பாக்க ரீதியில் மறுகற்பிதம் செய்து, யதார்த்தத்தை கனவுகளுடன் பிணைத்துள்ளார் பூச்சாணி. தான் உள்ளிட்ட பலவான தனிநபர்களிடத்தே திருப்பிவிடப்பட்ட, கட்டற்ற ஆழ்மன அனுபவ வடிவிலே யதார்த்தம் முன்வைக்கப்படுகிறது.

நனவோடையை அல்லது அறுபட்ட நனவோடையை முன்வைக்கும் பூச்சாணியின் எழுத்தில், ஆழ்மனதின் பங்கு மையமானது. கவிதாபூர்வமாயும் மிகையதார்த்தமாயும் முன்வைக்கப்படுகிறது அவரது எழுத்து. குர்து மொழியின் வாய்மொழி-எழுத்து மரபிலிருந்து உத்வேகம் கொண்டு, நவீன உலகின் எதிர்ப்பு இலக்கியத்தை வார்த்தெடுக்கும் பூச்சாணி, தனித்துவமான இலக்கியவகையினை உலக இலக்கியத்திற்கு வழங்கியுள்ளார். பீதியூட்டுவதாக, இருண்டதாக, அவநம்பிக்கை தருவதாக உள்ள யதார்த்தத்தினுள்ளே போய்வரும் பூச்சாணியால் புன்னகைக்க முடிகிறது - நாடோடிப் பெண்ணை மீண்டும் காண முடியும், 600 ஏதிலிகளை

விடுதலைபெற்ற மானுடராக்க முடியும், ஃபாஸிஸத்திற்கு சாவுமணி அடிக்கமுடியும் என்னும் நம்பிக்கையில்.

பல இடங்களில் தொன்ம - இதிகாசப் பண்புகளுடைய இந்நூல், அரசியல் சித்தாந்தம் மற்றும் காலனியத்தன்மை/ நவீனத்துவம் சார்ந்து ஆய்வுரையினையும் முன்வைக்கிறது என்று மதிப்பிடுகிறார் மொழிபெயர்ப்பாளர். ஆக்கிரமிப்பிற்கு எதிரான குர்துமக்களின் போராட்ட வரலாற்றிலிருந்து விளைவது அது என்று விளக்குகிறார்.

இதழியல், சுயசரிதம், தத்துவம், அரசியல் விளக்கவுரை, சாட்சியம், உளவியல் விசாரணை எல்லாம் ஒருங்கிணைந்து 'பயங்கர மிகையதார்த்தவாதத்தை' உருவாக்குகின்றன.

ரிச்சர்ட் ஃப்ளானகன் என்னும் ஆஸ்திரேலிய எழுத்தாளர், இதனைப் படித்துவிட்டு தன் மனச்சாட்சியைப் பேச விட்டுள்ளார். இக்குற்றங்களுக்கு யாரேனும் பதிலளித்தாக வேண்டும். இல்லாது போனால், மானுஸ்- நங்கு தீவுகளின் அநீதி பெருமளவில் முடிவின்றி ஆஸ்திரேலியாவில் நிகழும் என்று.

"இந்நூல் வெறுமனே 'நான் குற்றஞ்சாட்டுகிறேன்' என்பது மட்டுமன்று. வார்த்தைகள் இன்னும் பொருட்படுத்தக் கூடியவை என்று காட்டியுள்ள இளம் கவிஞனுக்கு இது பெரும் வெற்றியாகும். ஆஸ்திரேலியா அவரது உடலை சிறைப்படுத்திற்று, ஆனால் அவரது ஆன்மா சுதந்திர மனிதனுடையது போல இருந்தது. இப்போது அவரது வார்த்தைகள் மாற்றமுடியாதபடி நம் வார்த்தைகளாகியுள்ளன. இனி நம் வரலாறு அவரது கதைக்கு பொறுப்பேற்க வேண்டும்."

பின் குறிப்பு:

நவம்பர் 29 இல் நிகழவிருக்கும் World Christchurch Litrerary Feftival இல் பங்கேற்க வருகையாளர் அனுமதி கிடைத்ததால் 14.11.19 இல் நியூசிலாந்து வந்துள்ள பூச்சாணி ஆறு ஆண்டுகளுக்குப் பிறகு விடுதலையைக் கொண்டாடுவதாகக் குறிப்பிட்டிருக்கிறார்.

ஆதாரங்கள்

1. No Friend But The Mountains/Behrouz Boochani/Tr by omid Tofighian/Picador 2018

2. BBC News - World 31, Jan 2019

3. Iranian Refugee "Free" after 6 years in OZ detention Camp/ TOI, 15.10.19, Trichy Edition.

- தடம்

ப்ரூஸ் சாட்வின்: புதிருக்குள் ஒரு புதிர்

ப்ரூஸ் சாட்வின் (1940- 89) இங்கிலாந்தைச் சார்ந்த ஒரு பயண எழுத்தாளர், நாவலாசிரியர், பத்திரிகையாளர். ப்ரூஸ் சாட்வின் என்ற ஆளுமை புதிரானது. விளக்க முற்படுகையில் இன்னும் புதிராகிவிடும். அவரது எழுத்தும் அப்படியே. தன்னை ஒரு கதைசொல்லியாகவே அவர் அடையாளப்படுத்திக் கொண்டார். வில்லியம் டேல்ரிம்பிள், கிளாடியோ மாக்ரிஸ், பிலிப் மார்ஸ்டென், ரோரி ஸ்டூவர்ட் போன்ற ஆய்வாளர்களுக்கு பயண எழுத்தாளர்களுக்கு முன்னோடியாகத் திகழ்ந்து வருபவர். நாடோடி மக்கள் வாழ்வில் தீராத ஈர்ப்புக் கொண்டிருந்த அவர் 'நகர்ப்புற நாடோடி' என்றழைக்கப்பட்டார். நாடோடியாக விளங்கிய எழுத்தாளர் என்றால் சரியானதாக இருக்கலாம்.

தொல்பொருட்களை கலைப்பொருட்களை ஏலம் விட்டு விற்பனை செய்யும் Sothby's நிறுவனத்தில் சாதாரண ஊழியராகச் சேர்ந்து அதன் இயக்குனர்களுள் ஒருவராக ஆகியுள்ளார். அந்நிறுவனத்தைச் சேர்ந்த எலிஸபெத்தை மணந்துள்ளார்; தொல்லியல் பயின்று வந்து, அதனைக் கைவிட்டு, பத்திரிகையாளர் ஆகியுள்ளார். அப்போது அவர்கண்ட நேர்முகங்களும் கட்டுரைகளும் உயிர்ப்பானவை, வசீகரமானவை. இந்தியாவில் அவசரநிலை காலம் முடிந்து, தேர்தல் பணியில் பங்கேற்று பயணித்துக்கொண்டு இருந்த வேளையில், இந்திராகாந்தியைச் சந்தித்து, இந்திராவின் துணிச்சலான அணுகுமுறைகளையும் சஞ்சய்காந்தியால் அவசரநிலைக் காலத்தில் நிகழ்ந்த அக்கிரமங்களையும் சரியாகப் பதிவு செய்துள்ளார். பிரான்ஸில் டிகால் அமைச்சரவையில் உறுப்பினராயிருந்து, உலகப்போரில்

பங்கேற்று, உலகளாவிய செல்வாக்குப் பெற்றுள்ள ஆளுமையான ஆந்த்ரே மால்ராவைப் பற்றி விரிவாக எழுதியுள்ளார்.

இந்தியா தொடர்பான அவரது செய்திக் கட்டுரைகளில் முக்கியமானது ஷாம்தேவ் என்னும் 'ஓநாய்ச் சிறுவன்' பற்றியது. எட்டல்லது ஒன்பது வயதில், ஒருவர் பராமரிப்பிலிருந்து, அன்னை தெரசாவின் இல்லத்தில் (லக்னோ) சேர்க்கப்பட இருந்த சிறுவன் ஷாம்தேவ். அவன் கைகள் பாதங்களைப் போல் இருக்கின்றன. பேசாமல் சைகைகள் செய்கின்றான். மிருகங்களைப்போல மாமிசமே தின்கிறான். இவன் ஆரம்பத்தில் ஓநாயால் காட்டில் வளர்க்கப்பட்டு, வெளி உலகுக்கு வந்திருக்க வேண்டும். யாரையும் கடித்துவிடுவான் என்றெல்லாம் அவனைப் பற்றியவை மர்மமிக்க பதிவுகளாகவே உள்ளன. இந்த விஷயம் தொடர்பாக சுல்தான்பூரிலிருந்து லக்னோவுக்குப் போகிறார். தொடர்புடையவர்களையெல்லாம் சந்திக்கிறார். ஷாம்தேவை நேரில் பார்க்கிறார். ஓநாய்ச் சிறுவர்களைப் பற்றி ஏற்கனவே உள்ள தகவல்கள் எல்லாம், நேரில் பார்க்காமல் கேள்விஞானத்தைக் கொண்டே பதியப்பட்டிருப்பதை அறிகிறார். அப்போது ஓநாயிடம் பாலருந்தி விளையாடுவது, ஓநாய்க்குட்டிகளுடன் விளையாடி வளர்வது என்னும் செய்திகளில் ஒருவித நம்பகத்தன்மை குறைவு தலைகாட்டுகிறது. முடிவில் மர்மம் விலகுகிறது.

ஓநாய்ச்சிறுவர்கள்/சிறுமிகள் எனப்படுவோர், ஆடிஸம் பாதிக்கப்பட்ட குழந்தைகளாக இருக்கவேண்டும். அவர்களுக்கு சிகிச்சையளிப்பது சாத்தியமில்லை என்று முன்காலங்களில் கருதிய பெற்றோர், அப்பிள்ளைகளைக் கைவிட்டிருக்க வேண்டும். காட்டில் உயிர்பிழைத்த அப்பிள்ளைகளைக் கண்டுபிடிப்போருக்கு அவை ஓநாய்கள் போல நடந்துகொள்வதாகத் தோன்றியிருக்கவேண்டும். அல்லது சுல்தான்பூரை ஒட்டியுள்ள ஓநாய்களுக்கு மனிதரிடம் இயற்கையான நெருக்கம் இருந்திருக்குமா? என்றெழுதுகிறார் சாட்வின்.

சாட்வினுக்குப் புகழ்சேர்த்துள்ள நூல் In Patagonia என்னும் பயணநூல். அர்ஜெண்டினாவிலும் சிலியிலும் விரிந்து படர்ந்துள்ள பாலைவனப் பிரதேசம் படகோனியா. தென் அமெரிக்காவிலுள்ள மிகத் தொலைதூரப் பகுதியான

அங்கு போகவேண்டும் என்ற எண்ணம் ஏன் தோன்றியது அவருக்கு? முன்காலங்களில் இருந்துவந்த பாரிய கரடியின் தோல்பகுதி சாட்வினின் பாட்டி வீட்டில் இருந்திருக்கிறது. சாட்வினின் உறவினர் ஒருவர் கப்பல் விபத்தில் சிக்கித் தப்பித்தபோது, கடலிலிருந்து இதனைக் கண்டெடுத்துள்ளார். இத்தகைய தோலுள்ள கரடிகள் முன்னர் படகோனியாவில் வாழ்ந்துள்ளன என்றறிகிறார். டார்வின் ஆய்வுசெய்த தொலைதூரப் பகுதிகளுள் படகோனியாவும் ஒன்று என்பது கூடுதல் கவர்ச்சி.

இருபது ஆண்டுகளுக்கு மேலாக அவரது சிநேகிதியாக விளங்கிவந்த புகழ்பெற்ற ஆடை வடிவமைப்பாளர் எய்னார் கிரே தன்னால் படகோனியா செல்ல இயலவில்லை என்றதும் அவர்பொருட்டு, அங்கு செல்லவேண்டும் என்று சாட்வினுக்குத் தோன்றியிருக்கிறது.

சண்டே டைம்ஸ் இதழில் பணியாற்றிக் கொண்டிருந்த வேளையில், திடீரென்று படகோனியாவுக்குப் புறப்பட்டு விடுகிறார். 6 மாதம் சுற்றித் திரிகிறார். அவரது பயணங்களில் நாளொன்றுக்கு 40 மைல் நடந்துபோனதும் உண்டு.

'பெரிதும் விசித்திரமானவர்கள், பைத்தியங்கள், கனவு வாசிகளைக் கொண்டுள்ளவர்களின் செழுமையான, ஆழமான பண்பாட்டு வரலாற்றைக் கொண்டிருப்பதாக படகோனியா அவருக்குத் தோன்றுகிறது.

அங்கு ஷெர்மன் எபெர்ஹார்ட் என்னும் நபரைப் பற்றி கேள்விப்படுகிறார். ஒரு கர்னல் தன் மகனை தன்னைப் போல உருவாக்க வேண்டும் என ராணுவப் பள்ளியில் சேர்க்கிறார். அவனோ அங்கிருந்து தப்பி மாயமாகி விடுகிறான். 5 ஆண்டு காலம் - நெப்ரஸ்கா, பீகிங் என்று. கடைசியில் ஒருவர் அவனைக் கண்டறிந்து கர்னலிடம் சேர்க்கிறார். மகன் 20 ஆண்டுகாலம் கடும் உழைப்புச் செலுத்தவேண்டும் என்று அவரே தண்டிக்கின்றார். மற்றவர்கள் தலையிட, தண்டனையை 18 மாதங்களாகக் குறைக்கிறார்.

பின்னர் அவன் ஃபால்க்லாந்தில் விமானியாகின்றான். அடுத்து புவனஸ் அயர்ஸிலிருந்து ஒரு சொகுசுப்படகை வால்பரைஸோவுக்குக் கொண்டுசெல்லும் பணி. அதற்காக 1000 பவுண்டுகள் பெறுகிறான். ஆட்டுப்பண்ணை நடத்துகிறான்.

மேய்ச்சல் நிலங்களைத் தேடியலைகையில், ஒரு குகையில் கிடைத்த விலங்குத்தோலை அவனது நண்பர்களிடம் காட்ட, அது சாட்வினுக்குக் கிடைத்திருந்த பெருங்கரடித் தோல் பகுதியாக இருந்திருக்கிறது. ஆக அந்த ஹெர்மன் எபெர்ஹார்ட் தன்னை நினைவூட்டுகிறான்.

“பாலைவனத்தில் திரிவோர் தம்மில், கடவுளின் அமைதி போன்றதாய் இருக்கக்கூடிய புராதன அமைதியைக் கண்டறிகின்றனர்” என படகோனியாவில் தான் பெற்ற அனுபவத்தை W.H.ஹட்சன் குறிப்பிட்டிருந்தார். அந்த வரிகள் சாட்வின் நினைவில் எழுகின்றன.

அத்துடன் ‘நீங்கள் கிறித்தவரா?’ என்ற வினவும் இஸ்லாமியருக்கு சாட்வின் தந்த பதில்: “இக்காலை வேளையில் எனக்கு தனிச்சிறப்பான மதமும் இருக்கவில்லை.எனது கடவுள் நடைப்பயிற்சியாளர்களின் கடவுள். நீங்கள் கடுமையாக நடந்துவிட்டால், வேறெந்தக் கடவுளும் தேவைப்படாது.”

ப்ரூஜெரியா என்னும் ரகசியப் பிரிவு படகோனியாவில் இருந்ததைத் துருவி ஆராய்கிறார். தொன்மம் சார்ந்ததாக சடங்கியல் கொண்டதாக உருவகமானதாக வேடிக்கைமிக்கதாக துன்பியலானதாக அவரது தேடல் உருமாறிக்கொண்டே போகிறது - அவரிடம் தாக்கம் செலுத்திய ஆளுமைகளில் ஒருவரான போர்கெஸைப் போல. ‘சாட்வினின் உரைநடையும் போர்கெஸின் உரைநடையின் சாயலைப் பெறுகிறது.’

“மனிதன் தன் தோற்ற ஆதாரத்திலிருந்து மிகவும் தொலைவில் நடந்துசென்றது படகோனியாவுக்குத்தான். ஆதலின் அது அவனது அலைபாய்தலின் அடையாளம்” என்றார் ஒருமுறை.

ஆனால் பிற ஆய்வாளர்களைப் போல வரலாற்றாசிரியர்களைப் போல, பார்த்த/கிடைத்த/கேள்விப்பட்ட விபரங்களை அப்படியே ஆவணமாகத் தருவது சாட்வின் பாணியில்லை. எதுவாயினும் அவருக்குச் சுவையானதாக வேண்டும். அப்படியில்லையெனில் சுவையானதாக ஆக்கிவிடுவார்.

‘படகோனியாவில்’ நூலைப்போலவே Songlines பதிவிலும் பிரச்சனைகள் உண்டு - இவை துல்லியமான விபரங்கள் அல்ல. புனைவும் பொய்களும் நிரம்பியவை எனக் குற்றச்சாட்டுகள் எழுந்தன. Songlines ஆஸ்திரேலியப் பூர்வகுடிகள் நம்பிக்கைகளை அறிய முற்படும் பதிவு.

அதற்கு சிறந்த பயணநூல் ('தாமஸ்குக்') பரிசளிக்க நடுவர் குழு முடிவெடுத்தபோது (1987), சாட்வினே நேர்மையாக அதனை மறுதலித்தார் - அது உண்மைவிபரமும் புனைவும் சேர்ந்தது என்று.

ஆஸ்திரேலிய பூர்வகுடிகளின் Songlines எனப்படுபவை கனவுகாணும் வழித்தடங்கள். ஒவ்வொன்றும் ஒரு தனிப்பட்ட கதை. படைப்புக் கதையாகவும் வரைபடமாகவும் செயல்படுவது; ஒவ்வொரு ஆஸ்திரேலியனுக்கும் ஒரு Songlines உண்டு. மரபணு சார்ந்ததாக அவன் நம்பிடும், அலைந்து திரிவதற்கான மானுடத்தேவை குறித்த அவனது கருத்துக்களுக்கு துணைநிற்கும் உருவகமாக அவற்றைப் பயன்படுத்த முடியும் என்பது சாட்வின் வற்புறுத்துவது.

சாட்வினின் நெருங்கிய நண்பராயிருந்த சல்மான் ரஷ்டி இந்நூல் குறித்து எழுதுகிறார்: "இந்த நூல் அவருக்குப் பெரும் பீடிப்பாக இருந்தது... அவரது சுகவீனம் அவருக்குச் சலுகை காட்டி, அப்பீடிப்பிலிருந்து விடுபடச் செய்தது. இல்லாவிடில் இதனைப் பத்து ஆண்டுகளுக்கு எழுதிக் கொண்டிருந்திருப்பார்"

சாட்வினைப் பொறுத்தவரை, இந்நூல், "கேள்விகளுக்கெல்லாம் கேள்வியாக இருந்துள்ளது - மானுட அலைபாய்தலின் இயற்கையைப் பற்றியதாக இருந்துள்ளது."

வெள்ளை ஆஸ்திரேலியர்களின் ஆதாரங்களை மட்டும் வைத்து எழுதப்பட்டதால், காலனியாதிக்கவாதியின் பார்வை உள்ளது இந்நூல் என்ற கடுமையான விமர்சனம் உண்டு. மானுடவியலாளர்கள் இந்நூலை நிராகரிக்கின்றனர்.

காலனியத்தன்மை குறித்த குற்றச்சாட்டு குறித்தும் சாட்வினின் ஆளுமை குறித்தும் பேசுவதுபோல, ஸ்டீபன் ஸ்பெண்டர் குறிப்பிடுகிறார்:

"இருநூறு ஆண்டுகளுக்கு முன் வாழ்ந்திருந்தால் ப்ரூஸ் (சாட்வின்) பேரரசின் பெரியதொரு பகுதியை வென்றிருப்பார், மிகச் சீக்கிரமே ஆஃப்கானிஸ்தானில் மடிந்து புதைக்கப்பட்டிருப்பார். அவர் இங்கிலாந்தை விரும்பவில்லை - அது ஆங்கிலேயத்தன்மைதான். பிரிட்டீஷ் பேரரசே, பிரிட்டனிலிருந்து விடுபட முற்பட்டவர்களால் ஆனதுதானே."

II

பயணத்திற்கு அடுத்தபடியாக சாட்வினை ஈர்த்திருந்த விஷயம் நாடோடிகளின் வாழ்க்கை. சூடானில் 1965 இல் அவர் சந்தித்த நாடோடிகளிலிருந்து, வரலாற்றுக் காலங்களில் அவர்கள் சதா சுற்றி அலைவது, சிலர் ஒருகட்டத்தில் நிலைபெற்றுவிடுவது குறித்தெல்லாம் வரலாற்றாசிரியர் போல பதிவு செய்கிறார்.

'Nomad என்பதன் கிரேக்க வேர்ச்சொல் Nomas என்பதற்கு மேய்ச்சல் நிலம் (Pasture) என்று பொருள். இவ்வகையில் நாடோடி என்பவன், நடமாடும் முல்லை நிலத்தவன் - பழக்கப்பட்ட விலங்குகளின் உரிமையாளன், வளர்ப்பவன். வேட்டையாடுதல், விலங்குகளைக் கொல்வது எனில், நாடோடித்தன்மை அவற்றை உயிருடன் பராமரித்தல். நாடோடிக்கு நடமாடுதல் ஒரு சீலமாகும். அவனுக்குச் சடங்கு சம்பிரதாயங்கள் நிறைந்த மதம் இல்லை. நாடோடிகளாயிருந்து நிலைபெற்ற மக்களிடையேதான் யூதம், கிறித்தவம், இஸ்லாம், ஜொராஸ்ட்ரியனியம், பௌத்தம் போன்ற மதங்கள் பரவின."

என்று நாடோடிகளைப் புரிந்துகொள்ள வேண்டும் என்கிறார். "பறவைபோல அலைந்து திரியவும் திரிந்து திரும்பவும் எனக்கு ஒரு நிர்ப்பந்தம் இருந்திருக்கிறது" என்கிறார், நாடோடியும் கதைசொல்லியுமான சாட்வின். நாடோடியாக அவர், வழக்கத்திற்கு மாறான நிகழ்வுகளைத் தேட, கதைசொல்லியாக அவற்றைப் பதிவு செய்கிறார்.

அங்கு அவருக்கு வழிகாட்டியாக விளங்கிய நாடோடி, கையில் வாளும் பணப்பையும் வைத்திருந்தான்; தலையில் வாசனைத்தைலம் பூசியிருந்தான் என்கிறார்.

ஆனால் நாடோடிகளைப்பற்றி அவர் எழுதிய நூல் வெளியீட்டாளரால் நிராகரிக்கப்பட்டிருக்கிறது.

1986 இல் எய்ட்ஸ் பாதித்து சிகிச்சைகள் பெற்றுவந்தார். இதனைப் பெரிதும் ரகசியமாகவே வைத்திருந்தார் - குடும்பத்தினருக்குத் தெரிவிக்காமலேயே. தனது ஆப்பிரிக்கப் பயணத்தின்போது இது தனக்கு ஏற்பட்டிருக்க வேண்டும் - ஒருவகை பூஞ்சைக்காளான் தொற்றாக இருக்கவேண்டும் என்றார்.

சிறுசிறு பிணக்குகள் தவிர்த்து, எலிஸபெத்துடன் 25 ஆண்டுகளுக்கு மேலாக இல்லறவாழ்வில் இருந்தவர்தான் அவர். ஆனால் இருபால் உறவாளர். எட்மண்ட் ஒயிட், ஜேம்ஸ் அய்வரி என்னும் இயக்குனர் உள்ளிட்ட பல ஆண்கள் அவரது உறவாளர்கள்.

அவரின் அபிமானத்திற்குரிய பயணநூல் The Road to Oxiana-வை எழுதிய ராபர்ட் பைரன்கூட ஒருபால் உறவாளர்.

சாட்வினுக்குப் பிடித்த மாண்டெய்னின் மேற்கோளில், சாட்வினது தேடலைப் பற்றி ஒருவாறு அறிந்துகொள்ளலாம்.

"எனது பயணங்களுக்கான காரணம் என்னவென்று வினவுவோருக்கு நான் சாதாரணமாக விடையளிக்கிறேன் - நான் எதிலிருந்து தப்பியோடுகிறேன் என்பதை நன்கறிவேன், ஆனால் எதனைத் தேடுகிறேன் என்பதை அறியவில்லை." என்றார் மாண்டெய்ன்.

அத்துடன், வியட்னாமிய எழுத்தாளர் நூயென் க்வி டுக்கின் வாசகமும் சாட்வினை ஒருவிதத்தில் மதிப்பீடு செய்வதாக அமைகிறது. "முன்காலங்களில் நாடோடிகள் உணவுக்காகவும் இருப்பிடத்திற்காகவும் தண்ணீருக்காகவும் அலைந்து திரிந்தனர். நவீனகால நாடோடிகளான நாங்கள் எங்களைத் தேடிச் சுற்றித் திரிகிறோம்."

III

Songlines விவரிக்கும் பயணம் கண்டறியப்பட்டதே, பொதுவான அர்த்தத்தில் அது பயணநூல் அல்ல என்றார் சாட்வின். அது நாவலாக வெளியிடப்பட்டது. கறாரான பொருளில் அது நாவலும் இல்லை.

'அவருக்கு கதைகள் சொல்லவும் அவற்றை ஒருங்கிணைக்கவும் பெரிதாக்கவும் அவற்றுக்கு வர்ணம் தீட்டவும் மேம்படுத்தவும் அவரிடம் கற்பனை இருந்ததேஒழிய, அவற்றைக் கண்டுபிடிக்க அல்ல?

பயண இலக்கியம் அவரின் வேட்டைக்களம் என்றாலும், அவர் எழுதியவை அதற்கும் கூடுதலானவை - அடிக்கடி அபுனைவுடன் கலந்துவிடுபவை. உண்மையைச் சொல்வதில் அவர் அதிக சுதந்திரம் எடுத்துக்கொள்கிறார் எனப்படுகிறது.

மறுபுறத்தில் 'கதைகள்' என்னும் தலைப்பிலேயே சில எழுத்துகள் உண்டு. அவற்றில் உண்மை விபரங்களும் சேர்ந்துள்ளன. ஒன்றில் அவரது தனிப்பட்ட வாழ்வின் சிக்கலும் மறைமுகமாக வெளிப்படுகிறது.

Until My Blood is pure என்பது அக்கதை. பிரெஞ்சு கதை சொல்லியான ஆங்கிலேயன் ஆப்பிரிக்காவுக்கு பிழைக்க வந்துள்ள இன்னொரு ஆங்கிலேயன் கடுமையான நோயினால் பாதிக்கப்பட்டிருப்பதைச் சொல்கிறான். இந்த நோய் பெண்களுடனான உறவில் வந்தது என்பது தெரிகிறது. இந்த நோயால் அவனது ரத்தம் கெட்டுவிட்டதாகவும் அது சரியாகாதவரை அவனால் வீட்டுக்குத் திரும்பமுடியாது என்றும் சொல்லப்படுகிறது. வந்திருக்கும் நோய் எய்ட்ஸ் என்பதில் சந்தேகமில்லை.

தனக்கு எய்ட்ஸ் பாதிப்பு இருந்ததை ஒருவித பூஞ்சைக்காளான் தொற்று என்று மறைத்து வந்திருந்த சாட்வின், இங்கே பிரெஞ்சு தெரிந்த கதைசொல்லியாகி விடுகிறார். உண்மையான சாட்வின் இன்னொரு ஆங்கிலேயன் ஆகிவிடுகிறார்.

மாற்றம் வடிவத்தில் மட்டுமின்றி விஷயத்திலும்தான். இறுதிக்காலங்களை பிரான்ஸின் நைஸ் பகுதியில் கழித்து அங்கேயே இறந்துபோனவர் அவர்.

"வாழ்விலிருந்து அவசியமற்ற பொருட்களை விலக்குவதும் உரைநடையிலிருந்து அவசியமற்ற வார்த்தைகளை விலக்குவதுமாயிருந்த ரஷ்யக் கவிஞர் ஓஸிப் மெண்டல்-ஸ்டோம் அவருக்குப் பிடித்த எழுத்தாளர். அவரது மனைவி நாடெஸ்டா மெண்டல்ஸ்டோமைச் சந்தித்து மூன்று பக்கங்களில் உணர்வுக் கூர்மையான பதிவாக்கியுள்ளார்.

'உலகங்களைப் பக்கங்களில் சுருக்கிவிடுகின்ற, கத்தரிக்கப்பட்டு, மெருகேற்றப்பட்ட உரைநடை' சாட்வினுடையது என்கிறார் ஜான் அப்டைக்.

சாட்வின் வாழ்க்கை வரலாற்றை எழுதி, சாட்வின் என்னும் புதிரை விளக்கமுயன்றவர் எழுத்தாளர் நிக்கோலஸ் சேக்ஸ்பியர். சாட்வினிடம் செல்வாக்கு செலுத்திய 5 நூல்களை சேக்ஸ்பியர் பட்டியலிட்டுள்ளார்:

1. The Road to Oxiana/Robert Byron

2. Labyrinths/Borges

3. Journey to Armenia/Osip Mandelstatm

4. Planet and Glow/Edith Sitwell

5. The Rings of Saturn/WG Sebald

இவற்றில் முதலாவதும் மூன்றாவதும் அய்ந்தாவதும் அநேகமாக பயணநூல்கள். புனைவிலும் அபுனைவிலும் செறிவான நடையைக் கொண்டது இரண்டாவது. நான்காவதான சிட்வெல்லின் நூல் துண்டு துணுக்கான குறிப்புகளிலிருந்து ஒரு கதையாடலை உருவாக்க முற்படுவது.

ஓயாமல் சளசளவென்று பேசிக்கொண்டே இருந்தவரான அவர், அவ்வளவு சுருக்கமாக செறிவாக எழுதினார்.

"நாமெல்லாம் பதிலளிக்க விரும்பிடும் கேள்விகளை அவர் முன்வைத்து, அவையெல்லாம் பதிலளிக்கப்பட வேண்டியவை என்னும் மயக்கத்தைத் தந்திருக்கலாம்" என்கிறார் அவரது நண்பர் ரோபின் டேவிட்ஸன்.

எலிஸபெத்தை ஏன் மணமுடித்துக் கொண்டார் என சாட்வினை வினவியபோது, 'நான் பைத்தியமாகாமல் இருப்பதற்காக' என்பது அவரின் பதிலாக இருந்தது. அவர் எப்போதும் சார்ந்திருக்கக்கூடியவராக எலிஸபெத் விளங்கினார். அப்படி இருந்து வந்ததில் மகிழ்ச்சியுற்றார் எலிஸபெத். "எலிஸபெத்தும் நானும் வழுவான திருமணவாழ்வைப் பெற்றிருக்கவில்லை. நாங்கள் வேறுயாரையும் நேசிக்காததால், அது (திருமண வாழ்வு) பிழைத்திருக்கிறது" என்றார் சாட்வின். எச்அய்வி எய்ட்ஸாக வளர்ச்சியுற்ற நிலையில், அவரது உத்வேகங்களுள் ஒருவரான கவிஞர் ரிம்பா போலவே பிதற்றிக் கொண்டிருக்கிறார். 1891 இல் மார்ஸெயில்ஸ் மருத்துவமனையில் மடிந்தவேளையில் "கவிதைப் படிமங்களை நீரோட்டமாக பிதற்றிக் கொண்டிருந்தார் - கையில் காகிதமும் பென்சிலுமாக இருந்த அவரது சகோதரி இஸபெல்லாவால் அவை எழுதுவதற்குரியனவாகக் கருதப்படவில்லை."

IV

சாட்வினை முதலில் அணுகும்போது ஒரு கலவையான சித்திரமே கிடைக்கிறது. வசீகரமான இளைஞனாக வலம்

வந்துள்ளார். முக்கிய பிரபலங்களைச் சந்தித்துள்ளார். திரை உலகப் பரிச்சயம் இருந்துள்ளது. ஹெர்ஸாக் போன்ற இயக்குனர்கள் ஈர்க்கப்பட்டுள்ளனர். தொன்மையான கலைப்பொருட்கள் சேகரிப்பு - விற்பனை என்று ஒரு துணைவருவாயுடன், பத்திரிகையாளராக/பயணியாக/ எழுத்தாளராக அவ்வப்போது இயங்கியுள்ளார்.

ஆனால் முழு ஈடுபாட்டுடன் அவர் இயங்கியது சாகச வாழ்க்கையல்ல. பத்திரிகையாளராக இருந்தாலும் பயணியாக இருந்தாலும் எழுத்தாளராக இருந்தாலும், புதிரான விஷயங்களை புதிரான இடங்களை புதிரான ஆளுமைகளை நோக்கியே இயங்கியுள்ளார்.

நாடோடிகளும் பாலைவனங்களுமே அவரை முழுமையாய் ஈர்த்தவை. எட்கர் ஆலன்போவும் போர்கெஸூம் ரிம்பாவும் மெண்டல் ஸ்டாமும் அவரது உத்வேக ஆளுமைகள்.

ஆங்கிலேயரான அவர் அமெரிக்கப் பெண்ணை மணந்து கொண்டு பிரான்ஸில் மடிந்தார். இந்தக்காலங்களில் கிரேக்க ஆசாரவாத கிறித்துவத்திற்கு மாறினார். அவரசநிலை காலத்தில் இந்திராவை நேர்முகம் காண இந்தியா வந்திருந்த போது, அவரது நண்பர் டாம் மொரேஸூடன் தங்கி விருந்துண்டிருந்த வேளை. 'மேனகா காந்தி, இந்திராவை விடவும் கூர்மையானவர். அவரை ஏன் பிரதமராக்கவில்லை?' என்று கூறியுள்ளார். அவர்கள் இரவுநேரம் காரில் சென்றபோது, ஓட்டுனர் சற்று கண்ணயர, உடனே சுதாரித்து வண்டியைச் சரியாகச் செலுத்தியுள்ளார். டாம் மொரேஸின் சமையல்காரரை ஓரங்கட்டிவிட்டு, அவரே சமைத்துள்ளார். 'சாட்வின் சாதாரண வகையில் ஏகாந்தவாசியா என்பது சந்தேகத்திற்குரியது. அவர் தன்னைக் குறித்து தனக்காக எழுதவேண்டியிருந்தது - அதில் மற்றவர்களுக்கான செய்திகள் பதிந்திருந்தன...' என்கிறார் டாம் மொரேஸ்.

'சில்லிடும் மீனாக, கதகதப்பான சிநேகிதராக, பாலினம் தாண்டிய மாணவர்- சாரணராக, தீவிரமாகப் பேசுபவராக, அடக்கத்திற்கு முன்னுதாரணமாக, ஆவேசமான உற்சாகமிக்கவராக - அவ்வுற்சாகம் நொடிப்பொழுதில் வடிந்துவிடுபவராக' - இப்படிப் பலவித ஆளுமைகளாக பலபேருக்குத் தோன்றியுள்ளார்.

தொல்கால நாகரிகங்கள், தொலைதூர இடங்கள், அரசியல்-வரலாறு-புவியியல் சார்ந்து எனப் பல்வேறு தளங்களில் அவர் எழுதினாலும், மானுடவியலாளராக, இனவரைவியலராக, தொல்லியலாளராக இயங்கியதில்லை. இதுதான் வாசகர்கள்/ஊடகங்கள் அவரை அணுகுவதிலுள்ள பிரச்சனையாயிருந்தது.

விஷயஞானத்தை விபரங்களை விவரணங்களைத் தொகுத்து அளிப்பது தனது வேலையில்லை என்று அவர் கருதியிருக்க வேண்டும். மனிதனின் பின்னே இயற்கையின் பின்னே சமூகங்களின் பின்னேயுள்ள ரகசியங்களைக் கண்டறிந்துவிட வேண்டும் என்னும் வேட்கைதான் அவரை உலகமெல்லாம் அலைந்து திரிய வைத்திருக்கிறது.

பழமைவாத விக்டோரிய மனோபாவமுள்ள ஆங்கிலேயச் சூழலில், இருபால் உறவாளராக, அதுவும் எய்ட்ஸ் பாதிப்பு வந்துவிட்டவராக அவர் இருந்தார். இருந்தும் திருமணவாழ்வில் பெரிய சிக்கல்கள் இல்லாமல் நீடிக்கமுடிந்தது.

துறைசார்ந்த வல்லுநராக அவர் ஏற்கப்படவில்லை. ஆனால் சிறந்த பத்திரிகையாளர், வசீகரமான பயணி. எல்லாவற்றுக்கும் மேலாக புதுமைதேடும் ஆய்வாளர் (Explorer). முதுகில் பையை மாட்டிக்கொண்டு பயணிக்கத் தொடங்கும் இக்காலத்தவருக்கு முதலில் நினைவில் வரும் பெயர் 'சாட்வின்' என்பதே.

"மாபெரும் பயணிகள் ஒதுங்கிக் கொள்ளும் ஆளுமைகள்; மிகச்சிறந்தவர்கள் நினைவில் இருத்திக்கொள்ள முடியாதவர்கள். உருவில் அசைவு அவசியமானதொரு திறனே; தன்னை அழித்துக்கொள்ளும் கொடை, ஒருவர் காணவோ கேட்கவோ கூடாதவற்றை, காணுமாறும் கேட்குமாறும் செய்வதை உறுதிப்படுத்துகிறது. பயணி என்ற வகையில் ஒருவரின் இலக்கு, மறக்கப்பட வேண்டியதும் மணலில் காலடிகளை விட்டுச் செல்லாதிருப்பதுமே" என்கிறார் ஹன்யா யனாக்தபா. சாட்வின் இதற்கு சரியான எடுத்துக்காட்டாயிருக்கிறார்.

ஆதாரங்கள்

1. What Am I Doing Here/Bruce Chatwin/Picador, 1989
2. In Patagonia/Bruce Chatwin/Vintage. 1977

3. fivebooks.com/interview/Nicolas shakespeare

4. In Patagonia - Review by The quarterly Conversation

5. Unusual Marriage/Roger Clarke/The Hindu, April 11, 1999

6. Bruce Chatwin/Nicolas Shakespeare - Book Review by DJ Jaylor - The Hindu. June 6. 1999

7. The Incurable Traveller/Dom Moraes/The Hindu - January 31, 1993.

சூயோங் பார்க்:
சைபீரிய வரிப்புலியைத் தேடி

"ஆய்வுப் பயணத்திற்காக நீங்கள் செல்கையில் புலி உங்களை நோக்கும் ஆனால் கண்காணிப்புக்காக ஓரிடத்தில் இருக்கையில் நீங்கள் புலியை நோக்குகிறீர்கள். ஆய்வுப் பயணத்தில் முகவராகின்றேன் ஆனால் கண்காணிப்புகளில் தன்னிலையுடன் ஒன்றாக இருக்கிறேன். ஒரு முகவராக பெரும்பகுதியைக் கவனிப்பேன், விவரணங்கள் சிலவற்றை விட்டுவிடுவேன். ஒரு தன்னிலையாக பெரும்பகுதியைக் கவனிக்க இயலாது, ஆனால் விவரணங்களை அண்மையில் காண்பேன்"

\- சூயோங் பார்க்

கோதுமை வயல்களையும் சைப்ரஸ் மரங்களையும் சூரியகாந்தியையும் தீட்டுவதிலே ஒருவர் தன் ஆயுளை ஏன் கழிக்க வேண்டும்?

உலகத்தை பேரழிவிலிருந்து காப்பாற்றிவிட முடியுமென்று நம்பி ஒருவர் ஏன் திரைப்படங்களை உருவாக்கிக் கொண்டே இருக்கவேண்டும்? உறையவைக்கும் சைபீரியக் குளிரில் சைபீரிய வரிப்புலியைப் பார்ப்பதற்காக ஒருவர் ஏன் உயிரைப் பணயம் வைக்கவேண்டும்?

அப்படிப் பணயம் வைத்துப் பார்த்து பதிவு செய்திருப்பவர் தென்கொரியாவின் சூயோங் பார்க். 20 ஆண்டுகளாக இயற்கை ஆவணப் படங்களை எடுத்து வருபவர். ரஷ்யாவில் சைபீரியா, சீனாவில் மஞ்சூரியா, வடகொரிய எல்லைப்பகுதி, தென்கொரியாவில் டேபேக் மலைகள் என பல ஆண்டுகளாக அலைந்து திரிந்து சைபீரியப் புலி என்னும் அரிய உயிரினத்தைத் தேடிக் கண்டு ஆவணமாக்கியிருக்கிறார்.

Siberian Tiger Quest என்னும் காட்சிப் பிரும்மாண்டமாகவும் Great soul of siberia - Passim, obsession, and one man's quest for the world's Most Elusive Tiger என்னும் காவியமாகவும்.

காட்டு உயிர்களையும் காட்டு வாழ்வையும் பதிவுசெய்வது பரவலாகிவிட்ட இப்போது, சைபீரிய வரிப்புலியைப் பதிவுசெய்வதில் என்ன தனிச்சிறப்பு? ஒன்று அதன் வாழிடம் - அவ்வளவு சுலபமாக அங்கு இயங்கிட முடியாது; உறைய வைக்கும் பனியில், நெருங்க முடியாத மலைமுகடுகளில், அடர்வனத்தில் அலைந்து திரியவேண்டும். இரண்டு, சைபீரிய வரிப்புலி அரியவகை உயிரினம். ஒருகாலத்தில் 10,000 ஆக இருந்தவை, பார்க் ஆய்வு செய்யும் தொன்னூறுகளில், 350 ஆக சுருங்கி விட்டிருந்தது.

பார்க்கிற்கு முன்னர் சைபீரியப்புலி பற்றி பதிவு செய்திருந்தவர்கள், பொதுவான தகவல்கள் விவரணங்களைத் தந்துள்ளனர். பார்க் மட்டுமே, மூன்று தலைமுறைகளாக ஒரு புலிக்குடும்பத்தை கவனித்து, புலியின் தனிப்பட்ட பண்புகளை ஆராய்ந்து பதிவு செய்திருப்பவர். அதுமட்டுமல்லாது சைபீரியப் பகுதிகளில் இப்புலியின் வாழிடத்து மக்களது அபூர்வமான வாழ்க்கையை, வழக்காறுகளுடனும் நம்பிக்கைகளுடனும் இணைத்துத் தந்திருப்பவர். ஒரு மலையடிவாரத்தில் பதுங்குகுழி அமைத்து, - 30^0 செல்ஸியஸில் 6 மாதகாலம் தானே சிறைப்பட்டுக்கொண்டு, உடலியக்கம் மரத்துப்போகும் நிலைக்குச் சென்று, தான் தேடிச்சென்ற வரிப்புலி தன் குட்டிகளுடன் சூழ்ந்துவிட, இன்னொருமுறை அச்சத்தால் உறைந்தும் பின் சிலிர்த்தும் போயிருப்பவர்.

"ஆற்றங்கரையில் அடியெடுத்துவைக்க இருந்த நான், உறைந்துவிட்டேன். காலடித்தடம். ஒரு காலடித்தடத்தை மிதிக்க இருந்தேன். அத்தடத்தின் சரியான அளவை என்னால் அறிய முடியவில்லை ஏனெனில் அது மிருதுவான மணலில் பதியப்பட்டிருந்தது; அதன் உருவரை தெளிவாயிருந்ததால் சமீபத்தில்தான் பதிக்கப்பட்டிருக்க வேண்டும்.

"என் இருதயத்துடிப்பொன்று நின்றுபோனது. அத்தடத்தைத் தொடர்ந்த நான், இதற்குமுன் கவனித்திருக்காததைக் கண்டேன். எங்கு பார்த்தாலும் தடங்கள். அச்சிறிய மணற்கரை, இத்தடங்களால் அதிர்ச்சியுற வைத்தது. புலிகள் ஓடியாடித் திரிந்து விளையாடியதின் தடயங்கள். வெறுமனே

ஒரு புலியல்ல. குறைந்தது மூன்றல்லது நான்கு புலிகள் இங்கே ஓய்வெடுத்து, விளையாடி இருக்கவேண்டும்.

"புலிகள் தனித்து வாழ்பவை, மற்ற புலிகளின் தோழமையை விரும்பாதவை. ஆனால் இந்த ஆற்றங்கரையில் ஒரு குழு உற்சாகமாயிருந்ததற்கான சான்று இங்கு இருந்தது. என் இருதயம் கடுமையாகத் துடித்தது. Bloody Maryயின் பிரதேச மையத்தில் இருந்தது அந்த நதி. ஆக அவை அதன் குட்டிகளாக இருப்பதற்கான வாய்ப்பு இருந்தது.

"அப்போது தரையில் விசித்திரமானவற்றைக் கண்டேன். கரையோரத்துப் புல்லின்மேல் மீனின் வால்பகுதிகள் சிதறிக் கிடந்தன. அவை மஞ்சூரிய ட்ரவுட் மீனின் வால்பகுதிகள் என்று தெரிந்தது. தலைகளோ முட்களோ காணவில்லை. ஆழம் குறைந்த பகுதிகளில் முட்டையிட வந்த மீன்களைப் புலிகள் தின்றிருப்பதாகத் தோன்றிற்று. மீன்களைப் பிடித்துத் தின்றுள்ள புலிகளைப் பற்றிக் கேள்விப்பட்டுள்ளேன், ஆனால் என் கண்களால் நான் பார்த்திருப்பதற்கான முதல் சான்று இதுதான்.

"Bloody Maryயின் உணவுத் தடயங்கள் அதன் அற்புதமான அறிவுத்திறனை வெளிப்படுத்தின - மஞ்சூரிய ட்ரவுட் மீன்கள் எப்போது எங்கே முட்டையிடும் என்பதை அறிந்திருந்தன; வறண்ட பருவத்தில் நீருக்குள் செல்வது எளிது என்பதை அறிந்திருந்தன.

"காலடித்தடங்கள் மிஸினெட்ஸ் நதியைச் சந்திக்கும்வரை பயணித்தன. அவ்வளவு தொலைவிலில்லை. வனத்தைத் தாண்டி ஆற்றினுடன் சங்கமிக்கும் ஒரு நீரோடையைக் கடந்து வந்தேன். நீரோடையை ஒட்டிய சகதித் தடத்தில், ஒரு புலிக் குடும்பத்தின் தெளிவான காலடித் தடங்கள். மொத்தம் நான்கு புலிகள். ஒன்றின் காலடித்தடத்தின் அகலம் 9.7 செ.மீ. நிச்சயம் அது Bloddy Maryதான். அதற்கு இரு பெண்குட்டிகளும் ஒரு ஆண்குட்டியும். பெண்குட்டிகளின் காலடித்தடங்கள் 9.2 மற்றும் 9.4 அளவிலிருக்க, ஆண்குட்டியினுடையது 10.8 செ.மீ. ஆக இருந்தது..."

அவர் தேடிவந்தது இந்த குருதிவடியும் மேரியைத்தான். தன் குட்டிகளுடன் அவரது பதுங்குகுழியைத் தாண்டிச் சென்றுள்ளது. அதன் திகைப்பும் பீதியும்தான், மேலேயுள்ள அவரது வரிகள். வரிப்புலி குறித்த வரிகள்.

மூடியுள்ள அவரது பதுங்குகுழியை மேரியும் குட்டிகளும் நெருங்கி, பதுங்குகுழி மேலேயே பாதங்களைப் பதித்து, உள்ளே என்ன இருக்கிறது என்று மோப்பம் பிடித்துக் கொண்டிருந்த அனுபவமும் பார்க்கிற்கு வாய்த்துள்ளது. "குருதிவடியும் மேரி இடமிருந்தும் வலமிருந்தும் லென்ஸ்களை மோப்பம் பிடித்தது. குவிமுனை வளையத்தைச் சரிசெய்வதற்காக, இடது கையுறையை உருவினேன், இடதுகையின் பின்னே குருதிவடியும் மேரியின் கதகதப்பான மூச்சினை உணர்ந்தேன். மெய்சிலிர்த்து, முதுகு முறிந்துவிடுவது போலானேன். அதன் வலுவான முன்பாதம் லென்ஸ்களை தாக்கியது. விவரிக்க முடியாத குருதியை உறையச் செய்யும் அலறல். தாக்குதல் ஆரம்பித்தது. நுழைவாயிலை மூடியிருந்த தழைகளை எறிந்துவிட்டு, பலகையைக் கிழித்தெறிய முற்பட்டது குருதிவடியும் மேரி. குட்டிகள் மண்ணைத் தோண்டி எறிந்துகொண்டிருந்தன. பதுங்கு குழியின் மூலையில் துளைகள் தென்பட்டன. அவற்றில் மூக்குகளைப் பதித்து மோப்பம் பிடித்தன குட்டிகள்..."

நல்வாய்ப்பாக, வேறொரு அரவத்தால் புலிகளின் கவனம் திருப்பப்பட, பார்க் பிழைத்தார். அங்கிருந்து அவை நகர்ந்தாலும் தொலைவில் இருந்தபடி ஸ்பிங்ஸ் நிலையில் அமர்ந்தபடி சிறிதுநேரம் பதுங்கு குழியைப் பார்த்துக் கொண்டே இருந்து அப்புறம்தான் விலகிச் சென்றது மேரி என்கிறார் பார்க். தனக்கு ஏதோ ஆபத்து நெருங்கியுள்ளது என்னும் சந்தேகம் வந்துவிட்டால் அதனைத் தீர்த்துக் கொள்ளும்வரை விழிப்பாக இருக்குமாம் புலி.

ஆண்புலிக்கும் அதன் ஆண்குட்டிகளுக்கும் இடையிலான உறவுநிலை மிகவும் வித்தியாசமானது. ஆண்குட்டி தன் தந்தையுடன் ரத்த உறவு கொண்டிருப்பினும், ஒரு போட்டியாளராக விளங்கும். தந்தை, தன் சகோதரர்களுடனும் பிள்ளைகளுடனும் தன் பிரதேசத்தைப் பகிர்ந்து கொள்ளாது. இதனால் வளர்ந்து வரும் ஆண்குட்டிகள், தம் தந்தையைச் சந்திக்க நேர்கையில், மோதல்கள் ஏற்படும். அவற்றின் உறவுநிலைகளில் ரத்த உறவை விடவும் போட்டியே மிகுந்த செல்வாக்கு செலுத்தும். இதை வைத்து ஒரு நம்பிக்கை எழுந்தது. குட்டிகள் முழுதாக வளராத நிலையில், தந்தை அவற்றைச் சந்திக்க நேர்ந்தால், கொன்றுவிடும். உஸ்ஸூரி, மஞ் சூரியா வடகொரியாப் பகுதிகளில் இந்நம்பிக்கை நிலவுகிறது.

புலிகள் இணைசேரும் நிகழ்வு, அவ்வளவு ஆவேசமும் தகிப்பும் தீவிரமும் மிக்கது. பெண்புலி வேட்கை கொண்ட மாத்திரத்தில், அதன் வாசனையால் ஆண்கள் ஈர்க்கப்பட்டு சூழ்ந்து கொள்ளும். ஒவ்வொரு இரவும் உரிமை கொண்டாடும் ஆண்கள், தமக்குள் மோதி சமயங்களில் ஒன்றையொன்று சாகடிப்பதுவரை சென்றுவிடும். இது இருவாரங்கள்கூட நீடிக்கும். இக்காலகட்டத்தில், புலிகள் காட்டில் ஆரவாரிப்பதும் இலைகளை மிதித்துச் செல்வதும் விடாது கனைப்பதும் முனங்குவதும் பெருமூச்செறிவதுமாக இருக்கும். இது எரிச்சலூட்டுவதாக இனிமையானதாக விரோதமானதாக அடுத்தடுத்து மாறிக்கொண்டே இருக்கும் மனிதர்களுக்கு. புலிகளுக்குப் பைத்தியம் பிடித்துவிட்டதா என்று எண்ணவைக்கும்.

சூல்கொள்ளும் தருணம் நெருங்க நெருங்க பெண்ணின் தவிப்பும் வேட்கையும் உக்கிரம் கொள்ளும். இரண்டு மூன்று தினங்களில் அறுபதுமுறை உறவு கொள்ளும்.

தனித்திருப்பதை விரும்பும் புலியைக் காண்பதற்காக காத்திருக்கும் வேளைகளிலான தனிமை அவ்வளவு கொடுமையானது. புலியால் தின்னப்படுவதை விடவும் குளிரால் உறையவைக்கப்படுவதை விடவும் குரூரமானது. கடலுக்குள் குதித்து அரற்றவேண்டும் போல் செய்துவிடும். முடமாக்கிப் போட்டுவிடும் பதுங்கு குழிக்குள். புலிகள் எப்படித் தனித்திருக்கின்றன? என்று எண்ண வைக்கும். புலிகளுக்காகக் காத்திருக்கும் ஆசை ஒரு திசையிலும் தனிமையின் அவலம் எதிர்த்திசையிலும் இழுத்துப்போகும். 'இத்தனிமையை எதன் பொருட்டு யார் பொருட்டு தாங்கிக் கொண்டிருக்கிறேன்?' என்று கேட்க வைக்கும்.

"உருண்டோடும் கல்லில் பாசி படியாது. ஆனால் அது சோர்வுறவும் வைக்கும். முழுமையாக வாழ்ந்திடும் நம் முயற்சியில், சிலவேளைகளில், நம்வாழ்வில் உண்மையாகவே எதை இழக்கின்றோம் மற்றும் அவ்வெற்றிடத்தை நிரப்புவது எப்படி என்று சிந்தித்துப் பார்க்கும் நேரத்தை இழந்தவர்களாகி விடுகிறோம். சில வேளைகளில் பாசிபடிந்த கல்லாக இருப்பது மிகச்சிறந்தது. நின்று நிதானித்து ஆர அமர யோசிக்க நேரமில்லையெனில், உங்கள் திசைவழியை

இழந்துவிடுவீர்கள்." மூன்றாம் தலைமுறைக் குட்டிகள் இரண்டு, ஆணும் பெண்ணுமாக மணலில் விளையாடித் திரியும் உற்சாகம் பார்க்கினைத் தொற்றிக் கொள்ள, அவற்றிற்கு தேவதைக்கதைப் பாத்திரங்களான ஹான்ஸல், கிரெடெல் என்பவற்றின் பெயர்களைச் சூட்டி மகிழ்கிறார்.

II

கூடவே இப்பகுதிகளில் வாழ்ந்து வரும் மக்கள், இயற்கையுடன் இன்னும் நெருக்கமான தொடர்புடையவர்களாக புலிகளை வணங்குபவர்களாக இருப்பதை நுட்பமாக தெரிவித்துக் கொண்டே போகிறார். மனிதரின் உயிர்கள் மரங்களிலிருந்து வருவதாக நம்பும் அவர்கள், மனிதர் இறந்துவிடுகையில், மரங்களுக்குத் திரும்பிவிடுகின்றன என்கின்றனர்; ஆண்களாயிருந்தால் அவர்கள் உயிர் வில்லோ மரங்களிடமும், பெண்களாயிருந்தால் பிர்ச் மரங்களிடமும் திரும்பும். அவர்களைப் பொருத்தவரை இவ்வுலகம், துயரமோ மரணமோ இல்லாத, நித்திய சுழற்சிகளுக்குள் உயிர் சென்றுவிடும் வெளி; உலகிலுள்ள ஒவ்வொன்றும் ஆற்றலைப் பெற்று வழங்கிடுவது மற்றும் அவ்வாற்றல் இயற்கையிடமிருந்து தற்காலிகமாக இரவல் பெறப்பட்டிருப்பதால், வேளை வருகையில் திருப்பி அளிக்கப்பட வேண்டும் - வாழ்வும் மரணமும் இச்சுழற்சிகள் திரும்பத்திரும்ப நிகழ்பவையே, ஆற்றலின் சுழற்சியே.

தவிர்க்கமுடியாமல் ஒரு மரத்தை வெட்ட வேண்டி வரும்போது, அதில் உறைந்துள்ள பூஸா என்னும் உயிரை வெளியேறிவிடுமாறு வேண்டிக் கொள்ள வேண்டும். இயற்கை, உயிர்களையும் உயிர்கள் விட்டுச் செல்லும் தடயங்களையும் அவற்றைச் சூழ்ந்துள்ள உள்ளுணர்வுகளையும் உள்ளடக்கியது. உயிர்வாழும் புலிகள் போன்றவை விட்டுச்செல்லும் காலடித்தடங்கள், எச்சங்கள், நகக் குறிகள் மற்றும் பிற அடையாளங்களே இத்தடயங்கள். உள்ளுணர்வு என்னும்போது அனுமானங்களையும் உணர்வோட்டங்களையும் மட்டும் ஒப்பிடவில்லை. நீண்டகாலமாக இயற்கையை உற்றுநோக்குவதிலிருந்து வரும் புறவயமான உள்ளுணர்வைக் குறிப்பிடுகிறது. வனத்தில் உள்ளுணர்வே அறிவியல்...

'ஆனால் அனைத்து அடையாளங்களும் காலத்தில் மறைந்து

போகும். காற்று அவற்றை அகற்றிவிடும், மழை அடித்துச் சென்றுவிடும், பனி மூடிவிடும்...'

"இயற்கை அனைத்தையும் நம்விழிகளால் கண்டுவிட முடியாது, அவசியமும் இல்லை. தனது கவனிப்பில்லாமலேயே பறவைக்குஞ்சு வளர்ந்துவிடும் என்று நம்பும் பிக்குவைப் போலவே, பார்க்காமலேயே நாம் நம்புவது முக்கியமாகும். பறவைக்குஞ்சினைப் பிக்கு புறக்கணித்தால், பறவைக்குஞ்சு பிக்குவைப் புறக்கணிக்கும். நாம் புலிகளைப் புறக்கணித்தால் புலிகளும் நம்மைப் புறக்கணிக்கும்."

பதுங்குகுழியிலிருந்து புலிக்காகக் காத்திருப்பதும் புலியைக் கண்காணிப்பதும் பார்க்கிற்கு அறுதித் தருணங்களாக அமைந்து விடுகின்றன. "மக்கள் படுத்தபடுக்கையாகும்போது அல்லது மரணத்திடமிருந்து ஒருசில அங்குலங்கள் தூரத்தில் இருக்கையில், மரத்திடம் திரும்புகின்றனர். வாழ்வில் எது முக்கியமாயிருந்தது/இல்லை என்பதை அவர்களால் தெளிவாகப் பார்க்கமுடிகிறது. பதுங்குகுழியில் கண்காணிக்கும்போது இதுபோன்ற ஒன்று நிகழ்கிறது: உங்கள் வாழ்வின் முடிவு, உஸ்ஸூரிப் புலியின் திடமான காலடிகள் போல, ஒருவேளையில் ஓரடியென எடுத்துவைத்து உங்களை நோக்கி வருவதை உணரமுடியும். உங்கள் வாழ்வு முடியுமுன்னே நீங்கள் செய்ய விரும்புபவற்றைச் செய்யுமாறு ஊக்கப்படுத்திடும் அனுபவம் அது.

"வாழ்க்கை வலையில் மாட்டிக்கொண்டால், முக்கிய அம்சங்களிலிருந்து விவரணங்களைப் பிரித்தறிவது சிரமம். உலகிலிருந்து துண்டிக்கப்படுகையில், சிந்திக்கவும் நினைவு கூரவும் வெளி கிடைக்கிறது - சில்லிட்டு வளர்ந்தபிறகே பைன்மரங்களின் பசுமையை ஒருவர் கவனிப்பதுபோல."

மற்ற இயற்கை ஆர்வலர்களுக்குக் கிட்டாத எடுத்துரைப்பும் பதிவும் பார்க்கிற்கு எப்படி வாய்க்கின்றது? அவர் 17 ஆண்டுகாலம் இலக்கியம் வாசித்துவருபவர். ஒரு நேர்முகத்தில் அவர் கூறுகிறார்: 'வெண்பனியின் பின்புலத்தே அப்பட்டமான கருப்பும் அழகிய மஞ்சளுமான சருமத்துடன் ஒரு புலி தோற்றமளிக்கையில் அது உரித்தானதாயிருந்தது. பதுங்குகுழியில் புலிகளுக்காக நான் காத்திருந்தது, நான் என்னைக் கண்டுகொள்ளவும் உதவிற்று. முதலில் எனக்கு வெளியிலுள்ள மலைகளையும் மரங்களையும் புல்லையும்

காற்றையும் பனியையும் பெருங்கடலையும் பார்த்துச் சிந்தித்தேன். ஆனாலும் அது சீக்கிரமே சலிப்பூட்டிற்று. அப்புறம் என்னிடத்தே திரும்பி, என் அகவாழ்வை ஆராய்ந்தேன். நான் யார்? ஆனால் என்னை ஆராய்ந்ததும் சலிப்பூட்டுவதாகிறது. மனிதரால் தனித்து வாழ இயலாது - நாம் சேர்ந்துவாழ வேண்டியுள்ளது. எந்தவொரு உறவுநிலையும் இல்லாதபோது, உறவுகளின் முக்கியத்துவத்தைக் காண்பது சாத்தியமே. பதுங்குகுழியில் இருந்தது இப்புரிதலை வழங்கிற்று.'

'என்னைப் பணிவுகொள்ள வைப்பதால் சைபீரியப் புலிகளை நேசிக்கிறேன். நான் பணிவாயிருக்கையில் என் அகந்தையை விட்டுவிட்டு, வாழும் அனைத்தையும் நேசிக்கிறேன்.' என்னும் பார்க்கின் இன்னொரு வாசகமும் முக்கியமானது.

III

இந்தியாவின் ரந்தோம்பூர் உயிரியல் சரணாலயத்தில் ஒன்பது ஆண்டுகளாக மச்லி என்னும் ஆண்புலியைத் தொடர்ந்து அவதானித்து, விவரணங்கள் சேகரித்து ஆவணப்படமாக்கியுள்ளார் எஸ். நல்லமுத்து என்னும் இயற்கை ஆர்வலர். அறிவியலாளர் நம்பி நாராயணனின் உறவினரான இவர், 'ஒரு புலியைக் காப்பாற்றினால் ஒரு வனத்தைப் பாதுகாப்பதாகும்' என்ற செய்தியுடன் தன் பணியை மேற்கொண்டுள்ளார். மச்லியின் குடும்பம், அது வேட்டையாடுதல், அதன் முதுமை, முதுமையில் இயற்கையாக மரணமடைதல் என அனைத்துத் தருணங்களையும் பதிவு செய்துள்ளார். மச்லியின் இறுதி நெருங்குகிறது என்பது உணரப்பட்டுவரும் நிலையில், மச்லியும் அந்தப் பிரக்ஞை கொண்டதாக, மறைவதும் உலவுவதுமாக அலைபாய்கிறது. ராக்கி கொண்டாட்டத்தின் உற்சாகத்தில் வனத்துறையினர் உட்பட அனைவரும் ஆயத்தமாகிக் கொண்டிருந்த ஒரு அதிகாலைப்பொழுதில் (4 மணி), நல்லமுத்து மச்லியினைப் பின்தொடர்வதுதான் அதன் இறுதித் தருணங்களாகி விடுகிறது. லீயர் அரசன் நாடகத்தின் துன்பியல் முடிவின் தீவிரம் கொண்டுவிடுகிறது.

IV

இந்தியில் சிறந்த கவிஞராக விளங்கி வந்துள்ள கேதார்நாத் சிங் (1934- 2018) புலியைப் பற்றி நீண்ட கவிதையை உருவாக்கியுள்ளார். பல்வேறு சாயல்களில் இக்கவிதைகளில் முகம்காட்டுகிறது புலி, கம்பீரமாக, பரிதாபமாக, குழந்தைத் தனமாகவெல்லாம் இருக்கிறது.

அதில் ஒரு பதிவு:

"அதிகாலை
அழத்தொடங்கியது குழந்தை
அதன் கையிலிருந்து விழுந்துவிட்டது
களிமண் புலிபொம்மை.
தாரகைகள் சந்திர சூரியன்
கடற்கொள்ளையருடனெல்லாம்
போரிட்ட புலி நழுவியது
துகள் துகளானது
அதன் கண்முன்னே
அழுகின்றது இப்போது -
உலகிலேயே வல்லமையான மன்னன்
இவ்வளவு எளிதாய் நொறுங்கிவிட முடியுமா?
பொன்னிறச் சூரிய ஒளியிலிருந்த
வீழ்ந்த புலியின்மீது பதிந்திருந்தது
அதன் கண்ணீர்மல்கும் கண்கள்
அப்போது சட்டென துண்டு துணுக்குகளிலிருந்து
அதிர்வுடன் நடுங்கிய புலி
தாவிவிட்டது
சன்னலிலிருந்து!
என்ன செய்வது இப்போது?
திடீரென சாலையில் செல்லும்
கவி திரிலோசன் கண்ணில் பட்டார்.
"குழந்தை அழுகின்றது,
ஏதேனும் செய்தாக வேண்டும், சாஸ்திரிஜி"
"இன்னொன்றைக் கொண்டு வருவோம்"
"அது வேலைக்காகாது
அதே புலி வேண்டுமென்று
அடம் பண்ணுகிறது குழந்தை"
"அப்படியானால்,

அதே புலியைக் கொண்டுவருவோம்"
"அதே புலி எங்கே கிடைக்கும்?"
"கொண்டுவருவோம்
ஏதேனும் ஒரு வழியில்
அக்குயவனின் கண்களில்
தடயங்கள் எஞ்சியிருக்கும்"
உறுதிப்படுத்தினார் கவி.
அவரை நான் சந்தேகிக்கவில்லை
உடன் நடந்தேன்.
பல ஆண்டுகள் கழிந்தன
இன்னும் நடந்து கொண்டிருக்கிறோம்
திரிலோசன் முன்னே செல்ல
அவரைத் தொடர்ந்து நான்
ஒரு புலியைத் தேடி
தரையில் விழுந்து
நொறுங்குவதற்கு முன்னிருந்த...

....

இன்னொரு பதிவு:

நாட்டின் வடகோடியில் இப்போது சிதிலமாயுள்ள தொன்மையான நகரில், முன்னர் சிலவேளைகளில் புத்தர் வந்தார்; சிலவேளைகளில் புலி வந்தது. புத்தர் கிழக்கிலிருந்து வந்தால், புலி மேற்கிலிருந்து (அ) யாருமறியாத திசையிலிருந்து வந்திருக்கும். சமயங்களில் ஒருவரையொருவர் கடந்து சென்றனர். புத்தரின் கருணை (ம) புலியின் பீதி சந்தித்துக் கொள்ளும் சுர இணைப்பின் நிழலில் அந்நகரின் வாழ்க்கை ஓடிற்று. ஒருவர்மொழி மற்றவருக்குப் புரியாத நிலையில் விசித்திரப்பிணைப்பு இருவரிடமும். இமாலயச் சிகரத்தில் பனிவிழுந்தபோதும் நகரில் கடுங்காற்றடித்தபோதும் நகரத்தினர் எண்ணினர்: இக்காற்று புத்தரிடம் நடுக்கத்தையும் புலியிடம் ஊசலாட்டத்தையும் ஏற்படுத்தியிருக்கும்...

ஆதாரங்கள்

1. The Great soul of siberia/Sooyong park/William collins, 2016

2. மச்லி - ஆவணப்படம்/எஸ். நல்லமுத்து

3. Bagh (The Tiger)/Kedarnath singh/Trby Anamika from Hindi/ Indian Literature - July-August 2018.

அன்னபூர்ணா தேவி: ஆளுமையின் பரிபூர்ணம், இசையின் பரிபூர்ணம்

"ஒரு புறா பறக்கும்போது, அதன் சிறகுகள் லயத்துடன் அடித்துக் கொள்கின்றன. அத்தருணங்களை (மாத்திரைகளை) எண்ண முடியும். எத்தகைய இனிய குரல்... தனது ஒவ்வொரு படைப்பிலும் கடவுள் இத்தகைய இசைக் கருவூலத்தை முதலீடு செய்து வைத்துள்ளார், அதிலிருந்து கையளவு எடுத்துக் கொள்ள முடியுமே தவிர, அனைத்தையும் அள்ளிக் கொள்ள முடியாது..."

- உஸ்தாத் அலாவுதீன்கான்

அன்னபூர்ண தேவி யார்? ரவிசங்கரின் மனைவி, அல்லாவுதீன் கானின் மகள் என்ற பதில்களெல்லாம் போதாதவை. சூர்பகார் என்னும் அரிய இசைக்கருவிக் கலைஞர்; ஹரிபிரசாத் சௌரேஸியா, நிகில் பானர்ஜி, நித்யானந்த் ஹால்திபூர், சுரேஷ் வியாஸ் போன்ற கலைஞர்களை உருவாக்கியவர் என்ற பதில்கள் ஓரளவு சரி. தனிமனித அளவில் ஆரோக்கியமான ஆளுமையாகவும் இசையின் தேடலில் தூய, முழுமையான இசையைத் தேடிப் பயணித்த பறவை என்றால் மிகவும் சரி. அன்னபூர்ணா தேவி (1927-2018) உஸ்தாத் அலாவுதீன்கானின் மகள். இஸ்லாமியக் கலைஞரின் மகளுக்கு எப்படி இந்துப்பெயர்? அலாவுதீன் கான், இப்போதைய மத்திய பிரதேசத்தில் அமைந்திருந்த மைஹார் அரசவைக் கலைஞர். அன்னபூர்ணா பிறந்தது சித்ரா பௌர்ணமி அன்று. அன்னபூரணி தெய்வத்திற்கு உகந்த நாள். எனவே அன்னபூரணி தேவி என்று அழைப்போம் என மகாராஜா பிரிஜ்நாத் சொன்னதை ஆட்சேபணை இன்றி ஏற்றுக் கொண்டார் தந்தை. எனவே அப்பெயரிலேயே குடும்பத்திலும்

வெளியிலும் அழைக்கப்பட்டாள், அறியப்பட்டாள். இஸ்லாமிய சம்பிரதாயத்திற்காக ரோஷன் அரா என்ற பெயர் இடப்பட்டது. Roshan Ara என்பதை Roshanara என்று சேர்த்தும் கூறுவதுண்டு.

அலாவுதீன்கான் முதலில் கற்பிக்கத் தொடங்கியது மகன் அலிஅக்பர் கானுக்குத்தான். சிறுவயதிலிருந்தே கடுமையான பயிற்சி. பட்டம் விட்டுக்கொண்டும் பாட்டு கேட்டுக் கொண்டும் திரிந்து வந்த அலி அக்பருக்கு இசையில் அவ்வளவு நாட்டமில்லை. கவனம் குவிமையம் கொள்ளவில்லை. பொறுமையிழந்து கோபத்தில் திட்டிப் பார்க்கிறார் தந்தை. எரிச்சலடைகிறார். திருத்த முடியவில்லை. பொறுமையிழந்து பையையும் குடையையும் எடுத்துக்கொண்டு எங்காவது போகவேண்டும் என்று வெளியேறுகிறார். போகின்றபோது பர்ஸ் எடுத்துவரவில்லை என்பது ஞாபகம் வரவே திரும்பிவருகிறார். வீட்டை நெருங்கும்போதே இன்னோசை சுரங்களாக காதில் விழுகின்றன. வீட்டுக்குள் போனால் மகள் அன்னபூரணி அண்ணனுக்குக் கற்பித்துக் கொண்டிருக்கிறாள். அதிசயத்தைக் காண்பவராக, அகமகிழ்ந்து, சூர்பகார் என்னும் கருவியை எடுத்துக்கொண்டு, அப்போதே மகளுக்கும் மகனுக்கும் கற்பிக்கத் தொடங்குகிறார்.

அதுவரை மகளுக்கு இசைப்பாடத்தை ஆரம்பிக்காதிருந்ததற்கு ஒரு காரணம் உண்டு. இசை கற்பிக்கப்பட்டிருந்த மூத்த மகள், ஜஹன் ஆரா திருமணம் ஆகி புகுந்த வீடு சென்றதும், இசைநாட்டத்தினை மதிக்காத மாமியார் குடும்பத்தின் போக்கால், ஓராண்டு காலத்திலேயே தாய்வீடு வந்துவிட்டவள். எனவேதான் அன்னபூரணியை விட்டுவிட்டு, அலி அக்பர்கானுக்கு பயிற்சிதரத் தொடங்கியிருந்தார்.

சிதார், சூர்பகார் என்னும் கருவிகளில் சிதார் செல்வாக்குப் பெற்றுள்ளதாயினும், தூயதும் ஆழமானதுமான இசைக்கு சூர்பகாரே பொருத்தமானது. Bass Sitar என்று சூர்பகாரைக் குறிப்பிடுவர். வீணை போல. கையாளக் கடினமானது. பொறுமையுடன் அணுக வேண்டும்.

கிதாரும் சூர்பகாரும் கற்றுவந்துள்ள அன்னபூரணி, சூர்பகாரில் கவனக்குவிப்பு செய்தார்.

13 நிரம்பியவளாய் அன்னபூரணி இருந்த வேளையில், அவளது தந்தையிடம் வந்து சேருகிறார் 18 வயது இளைஞன் ரவிசங்கர்.

இசை பயில. இசை கற்றுவரும் வேளையில் அண்ணன் உதயசங்கர் ஆலோசனைப்படி 15 வயது அன்னபூர்ணா தேவியை மணந்து கொள்கிறார். சுபேந்திர சங்கர் என்ற மகன் பிறக்கிறான். குடல் பின்னிப் பிறந்தமையால் தூங்காமல் அழுதுகொண்டே இருக்கிறான். பெற்றோருக்கு எரிச்சலும் கோபமும். இருவருக்குமிடையே சச்சரவுகள். அத்துடன் மனைவிக்கு கணவன் மீது சந்தேகமும்.

அண்ணன் உதயசங்கர் நாட்டியக் குழுவில் நர்த்தகராக, அய்ரோப்பிய நாடுகள் எல்லாம் சுற்றிவந்த ரவிசங்கருக்கு உஸ்ரா ஸேகல் என்ற பெண்ணிடம் ஈர்ப்பு. அடுத்து கமலா என்ற நர்த்தகியிடம் காதல். இந்நிலையில் அன்னபூரணா தேவியுடன் திருமண வாழ்க்கை. ரவிசங்கர் நடந்ததை மனைவியும் ஒப்புக்கொண்டாலும், அன்னபூரணா தேவிக்கு சஞ்சலம் தீரவில்லை.

அடுத்து சேர்ந்து வாழ்ந்து கொண்டிருந்த வேளையில் இருவரும் சேர்ந்து இசை நிகழ்ச்சிகள் நடத்துகின்றனர். அன்னபூரணா தேவி சூர்பகாரிலும் ரவிசங்கர் சிதாரிலுமாக ஜுகல்பந்தி. சூர்பகாரால் ஆட்கொள்ளப்படும் ரசிகர்கள் அன்னபூரணாதேவியை கூடுதலாகப் பாராட்டுகின்றனர். இதனை ரவிசங்கரால் சகித்துக்கொள்ள முடியவில்லை. அவர், மாறுகின்ற உலகத்திற்கு ஏற்ப நாமும் இசையை நவீனமாகத் தரவேண்டும். அதற்கு சூர்பகாரை விட சிதாரே பொருத்தமானது. சூர்பகாரைத் தொடர்ந்து நீண்டநேரம் இசைத்தால் பார்வையாளர்கள் பொறுமை இழந்துவிடுவார்கள் என்று மனைவியிடம் கூறுகிறார். அது மனைவிக்கு ஏற்புடையதாக இல்லை. பிரச்சனையினை நேரிடையாக எதிர்கொள்ள முடியாததால், சுற்றிவளைத்து வைக்கப்படும் தந்திரம் இது என்பதை புரிந்துகொள்கிறார். முடிவெடுத்து விடுகிறார் - 'இனி கச்சேரி செய்வதில்லை.'

கச்சேரி செய்வதை நிறுத்துவதுடன் வெளியுலகத்தொடர்பையும் துண்டித்து, தனிமை வாழ்க்கைக்குள் ஒதுங்கி விடுகிறார். பல ஆண்டுகள் மும்பையில் ஆகாஷ்கங்கா என்ற அடுக்ககத்தில் வாழ்ந்து வருகிறார். தேடிவரும் இசை ஆர்வலர்களுக்கு மட்டும் பயிற்சி அளிக்கிறார் - கட்டணமின்றி. இப்படி ஹரிபிரசாத் சௌரேஷியா (புல்லாங்குழல்), நிகில் பானர்ஜி (சிதார்), நித்யானந்த் ஹால்திபூர் (புல்லாங்குழல்), சுரேஷ்

வியாஸ் (சரோட்) முதலான தனித்துவமான கலைஞர்கள் அவரால் உருவாக்கப்பட்டுள்ளனர்.

தந்தைவழியில் மைஹார்-செனியா கரானா என்னும் இசைச் சம்பிரதாயத்தை பின்பற்றி வரும் அன்னபூரணா தேவியின் சீடர்கள் ஒரேமாதிரியாக இசையை அணுகுவதில்லை. அது ஒரே கருவி சார்ந்ததாயினும். ஒவ்வோர் ஆளுமைக்கேற்ப, திறனுக்கேற்ப, நாட்டத்திற்கேற்ப இசையைக் கற்றுத்தருவது அன்னபூர்ணாதேவியின் தனித்துவம். இது அவர் தன் தந்தையிடமிருந்து கற்றது.

மகனை வளர்த்து வருவதிலும் பிரச்சனைகள். தாயிடம் வளர்ந்து இசைப்பயிற்சி பெற்றுவரும் சுபேந்திராவுக்கு தந்தையைப் பார்க்காத ஏக்கம். இது தெரியவரும் ரவிசங்கர் அவனை அமெரிக்கா அழைத்துச் செல்கிறார். தீவிரக் கண்டிப்புடன் வளர்ந்துவந்த அவனுக்கு அமெரிக்கச் சுதந்திரம் அளவில்லா மகிழ்ச்சியைத் தருகிறது. திளைக்கிறான். ரவிசங்கரிடமிருந்தும் வெளியேறி தனியே வாழ்கிறான். கூலிவேலைக்குக்வட போக நேரிடுகிறது. ஒருநாள் நிமோனியா காய்ச்சலில் இறந்துவிடுகிறான்.

II

அன்னபூரணா தேவிக்கு மகத்தான கொடையாக இசையை அள்ளிவழங்கி, எல்லாமுமாக விளங்கிய தந்தையைப் பிரிந்து, வசீகரமான இசையாளுமை ரவிசங்கர் என்னும் கணவனைப் பிரிந்து, மகனையும் இழந்து, தானே ஏற்படுத்திக் கொண்ட தனிமை வாழ்வை எப்படி எதிர்கொள்வது என்பது பக்குவப்பட்டிருந்தது. தொடர்ந்து இசைச் சாதகம். அப்புறம் இசைப்பயிற்சி. மாலைவேளைகளில் முற்றத்தில் கூடிவிடும் புறாக்களையும் காகங்களையும் கவனிப்பது, அவற்றுடன் பேசுவது, இரைபோட்டு மகிழ்வது. இதுவும் தந்தையிடமிருந்து தொற்றிக் கொண்டது. 'தான் அனுபவித்திராத சுதந்திரத்தை புறாக்கள் அனுபவிப்பது கண்டு மகிழ்ச்சி. இன்னொருவகையில் தந்தைக்கு அஞ்சலி செலுத்துவதுபோல தினமும் அவற்றுக்கு தானியங்கள் அளித்து, செல்லமாகக் கண்டித்து அனுப்பிவிடுவார்.'

இசையில் கொண்ட லயிப்பு, ஆன்மிகக் கனிவாகிவிட, உலகியல் ரீதியிலான கசப்புகளும் வெறுப்புகளும் விரோதங்களும் துயரங்களும் ஏமாற்றங்களும் கரைந்து போகின்றன. வேறொரு உலகம் புலப்படுகிறது. உலகியல் பாரம் இல்லாது, தேவதைபோல பரிமளிக்க முடிகிறது. பேச முடிகிறது. அனைவரையும் புன்னகைக்கச் செய்யமுடிகிறது. "இசைச் சாகரத்திலிருந்து சிறிதளவு நான் எடுத்துக் கொள்கையில் என் காலம் முடிந்து போகிறது. இதுதான் பிரச்சனை, ஒருவனின் ஆயுட்கால உழைப்பின் கனி கனியும்போது.... கடவுளின் வழிமுறைகளை யாரோ புரிந்துகொள்ளக் கூடும்? ஒன்றை மட்டும் சற்றுப் புரிந்துள்ளேன். சீதாப்பழம் எனக்குப் பிரியமானது. தின்றுவிட்டு சன்னல் வழியே விதைகளை எறிந்து விடுவேன். ஒருநாள் பார்க்கிறேன், அதே பழம் காய்த்துள்ள இன்னொரு மரத்தினை. அதனை நான் தின்கிறேன், மற்றவர்களும் அனுபவிக்கின்றனர். இவ்விசையும் அப்படியே, இது ஒருவரின் சொத்தில்லை, பலருக்கு உரியது."

எழுபதுகளில் தன்னிடம் இசைபயில அமெரிக்காவிலிருந்து வந்திருந்த ரூசிகுமார் பாண்டேயை 1982 இல் மணம் செய்து கொள்ளுகிறார். மேலாண்மை ஆலோசகராக விளங்கிய பாண்டேக்கு இந்துஸ்தானி இசையில் நாட்டம் ஏற்பட்டதும், அன்னபூர்ணா தேவியிடம் பயில வருகிறார். அதுவரை உலகம் சுற்றியது, சம்பாதித்தது, புகழ்பெற்றது போதும், இனி இசைதான் என்று முடிவெடுத்திருந்தவர். தாவோயிஸம், ஜென் பரிச்சயங்கள் கொண்டிருந்தவர். அந்த ஆன்மீகச் சிந்தனையும் பயிற்சியும் அனுபவமாவதை அன்னபூர்ணா தேவியின் இசையில் கண்டு திளைத்தவர்.

"அந்த இசை உலகளாவியது, அமரத்துவத்தின் சமிக்ஞைகளை அளிப்பது, நமது பகுத்தறியும் அகத்திற்கு அப்பாலுள்ளது, உலகை ஆக்கியுள்ளவனுடன் ஒன்றாக உணரவைப்பது. புரிந்துகொள்ளலையெல்லாம் விஞ்சும் அமைதியை அளிப்பது, புற நிலைமைகளை ஊடுருவி நமது இருப்பின் ஆழத்தையே தொடவல்லது. சூஃபிகள் சொல்வதுபோல, எஞ்சியதெல்லாம் ஒருவர் இறப்பதற்குமுன் இறப்பது, கடவுளில் உயிர்த்திருப்பது."

இந்த இசையை தனக்குள்ளே சாகரமாக விரித்துக் கொண்டிருந்ததால்தான், தனிப்பட்ட வாழ்வின் ஏமாற்றம் கறையாகத் தன்னில் படிந்துவிடாது, விழிப்புணர்வுடன்

அன்னபூர்ணாவை இருக்க வைத்தது. ஆரோக்கியமான ஆளுமையாக இருக்க வைத்தது. நீண்டகாலம் கழித்து மும்பையில் இசைநிகழ்ச்சிகள் நடத்தும் பொறுப்பு தனக்கு வந்தபோது, அன்னபூர்ணாதேவி அழைத்திருந்த கலைஞர்களுள் ஒருவர் ரவிசங்கர்.

ரவிசங்கரைப் பற்றிய மதிப்பீடாக அன்னபூர்ணாதேவி முன்வைத்துள்ளதும் பக்குவமிக்க ஒரு வெளிப்பாடுதான்.

'பண்டிட்ஜி இசையை நேசிக்கிறார், இசை கற்கும் பொருட்டு நிறைய தியாகம் செய்துள்ளார். தேர்ச்சிபெற கடினமாக உழைத்துள்ளார். என் தந்தையிடமிருந்து கற்றுள்ளதை உலகத்திற்கு அழகாக முன்வைக்கின்றார். அப்போதுகூட ராகத்தின் தூய்மையைப் பராமரிக்கிறார். ஓர் இசைக்கலைஞராக எல்லாச் சிறப்புகளுக்கும் உரியவர். அவற்றை ஈட்டியுள்ளார். ரசிகர்களுக்கு இப்போது தேவை துரிதமும் சந்தமும். எனது அபிப்பிராயத்தில் இது துரோகம். மற்றபடி நமது இசைக்கான அவரது பங்களிப்பு மகத்தானது...'

கணவன்மீதான அதிருப்தியோ வெறுப்போ கலைஞன்மீதான மதிப்பீட்டில் குறுக்கிடுவதில்லை. கலைஞனை மதிப்பிடுகையில் அவனது வரம்புக்குட்பட்ட தன்மையை அல்லது அவனிடத்தேயான பிசிறினைச் சொல்லத் தயங்குவதுமில்லை. அதுதான் அன்னபூர்ணாதேவி.

பிரச்சனைகளால் கோபம் வந்தால், அது கலகமாகிவிடாது, நிசப்தமான எதிர்ப்பாக இருந்துவிடும். தன் அந்தரங்க வாழ்வின் நெருக்கடிகளை பொதுவெளியில் போட்டு உடைக்காது. மற்றவர்களை மாற்ற முடியாதபோது, தன்னை இன்னும் பக்குவப்படுத்திக் கொள்ளும், ஆரோக்கியப்படுத்திக் கொள்ளும்.

III

அன்னபூர்ணா தேவியை ரவிசங்கருக்கு மணம் செய்விக்கும் முன்னரே, கமலா மீதான ரவிசங்கரின் காதல், உதயசங்கர் குடும்பத்திற்கு தெரிந்திருந்தது. இதனால் கமலாவுக்கும் அமியா சக்கரவர்த்திக்கும் மணம் செய்து வைக்கப்படுகிறது. கணவர் இறந்தபிறகு கமலா ரவிசங்கருடன் சேர்ந்து வாழ்ந்தார் என்பது

ரவிசங்கரின் வாழ்க்கை வரலாறு. பின்னர் சுகன்யாவை ரவிசங்கர் மணந்து கொண்டதும் வாழ்க்கை வரலாற்றுப் பதிவு.

ரவிசங்கருக்கும் அன்னபூர்ணாதேவிக்கும் திருமணம் நடந்தபோது இருவரும் இளவயதினர். அதிலும் அன்னபூர்ணாவுக்கு 13 வயதுதான். இசை தவிர வேறுலகம் தெரியாத அன்னபூர்ணாவை மணக்க ரவிசங்கர் இசைந்ததுதான் நிரடலான விஷயம். ரவிசங்கர் நாட்டிய உலகத்திலிருந்து வந்தவர். உல்லாசமாயிருந்தவர். ஏற்கனவே இருபெண்களுடன் தொடர்பு வேறு. இஸ்லாமியக் குடும்பத்தினைச் சேர்ந்த ஒரு யுவதி, இந்துவாக மாறி மணந்து கொள்வதன் அருமையை உணர்ந்திருக்க வேண்டும். ஆனால் அப்படியெல்லாம் செய்யாமல் தன்விருப்பப்படி வாழ்ந்து கொண்டிருந்தார். இத்துடன் அனைத்திந்திய வானொலியில் வேலை. சிதார் கலைஞராக உலகமெல்லாம் சுற்றிவருகிறார். இது எப்படி சாத்தியமாகிறது? அவர் ஓர் ஆண். எதுவும் செய்யமுடியும்.

பெண்ணாயிருந்தால் புகுந்து செல்லும் வீடு சார்ந்து வளர்க்கப்பட வேண்டும் என, தந்தையால் முதலில் இசை கற்பிக்கப்படாதிருந்தவர் அன்னபூர்ணாதேவி.

கணவருடன் இசைநிகழ்ச்சி நடத்தும்போது தன்னைவிட அதிகப் பாராட்டும் சீராட்டும் மனைவிக்குக் கிடைக்கிறது என்பதால், 5 கச்சேரிகளுக்குப் பிறகு, மேடையேறாமல் இருக்கநேர்ந்தவர் அன்னபூர்ணாதேவி.

தாம்பத்திய உறவிலும் உயிருக்குயிரான கலையிலும் ஒதுக்கப்பட்ட அன்னபூர்ணா தேவி சண்டை சச்சரவிட்டு கணவனை அம்பலப்படுத்தாமல், தான் ஒதுங்கிக் கொள்கிறார் உலகியல் நடவடிக்கைகளிலிருந்து. இசையை தொழில்முறை விஷயமாக்காது, ஆன்மிக சாதனமாக்கிக் கொள்கிறார். பல ஆண்டுகளுக்குப் பிறகு, ரூசிகுமார் பாண்ட்யா என்னும் இசைமாணவன் வடிவில் தகுந்த துணை கிடைக்கும்போது ஏற்றுக் கொள்கிறார்.

இப்போது சரிசெய்ய முடியாது போனது, மகனின் சோகமான வாழ்வுதான். அதற்கு பெற்றோர் இருவரும்தானே காரணம். இதனை அன்னபூர்ணாதேவி உணர்ந்திருந்தார். “நமது பொறுப்பற்ற செயல்களால் அடுத்த தலைமுறைக்கு

என்ன தீங்கிழைக்கின்றோம் என்பதை நாமறிவதில்லை. பெற்றோரின் தவறுகளால் சந்ததிகள் வருந்துகின்றனர். உரிய விலையைத் தருகின்றனர். ஸோமும் காவேரியும் (பேரப்பிள்ளைகள்) பெரிதும் துன்பப்படுகின்றனர். முன்னே வரமுடியாதுள்ளனர்... எங்கள் குடும்பத்தில் சாபம் விழுந்திருந்திருக்கலாம். நமது விருப்பு - விருப்புகளின்படி சந்தோஷமான உணர்வோட்டங்களின்படி வாழ்கிறோம். ஆனால் கள்ளங்கபடமற்ற நமது குழந்தைகள் வருந்துகின்றனர். இதுதான் எனக்கு வேதனை தருவதாக இருக்கிறது..."

IV

சிதார், சூர்பகார், சரோட், புல்லாங்குழல் ஆகியவற்றைக் கற்பிக்கத் தெரிந்த அவருக்கு 1977 இல் பத்மபூஷண் விருதும் 1991 இல் சங்கீத நாடக அகாடெமி விருதும் வழங்கப்பட்டன. ஆனால் அவருக்கு இவையெல்லாம் ஒரு பொருட்டில்லை. அவரைச் சந்திக்க வீட்டுக்கு வருபவர்களுக்கே அறிவிப்பு கதவில் ஒட்டப்பட்டிருந்தது. 'செவ்வாய், வியாழக்கிழமைகளில் அனுமதி இல்லை. மூன்றுமுறை அழைப்புமணியை அழுத்தவும். கதவு திறக்கப்படவில்லையெனில் குறிப்பினை விட்டுச் செல்லவும்.' இவ்வளவு ஒதுங்கி தனிமைக்குள் விரும்பி தன்னை ஒப்படைத்து விடுவது மிகவும் அசாதாரணமானது. அத்தனிமையில் இசை இருந்தமையால் தனிமையுணர்வு இல்லாது போனது. கூடவே புறாக்களும் காகங்களும். அவ்வப்போது சீடர்கள். பிற்பாடு ரூசிகுமார் பாண்டே. எது இருந்தாலும் இல்லாவிட்டாலும் எப்போதும் சூர்பகார் இசை. எல்லாரும் நெருங்க முடியாதது, அணுக முடியாதது. அன்னபூர்ணாதேவியும் ஒரு சூர்பகார்தான். அபூர்வமானது, ஆழமானது, ஆச்சரியமானது.

ஒருமுறை பல சிக்கல்களைக் குணப்படுத்த மருத்துவமனையில் சேர்க்கப்பட்டிருந்தார் அவர். மருத்துவர்கள் பரிசோதித்துவிட்டு நம்பிக்கை இழந்த நிலையை உணர்த்தினர். ஆனால் மறுநாள் காலையில் மருத்துவமனைப் படுக்கையில் இருந்தபடி காலை உணவை உட்கொண்டு இருந்துள்ளார். மருத்துவர்களே திகைத்துப் போயுள்ளனர். அது எப்படி அவ்வளவு சீக்கிரம் குணமடைய முடிந்தது என்றால் அன்னபூர்ணாதேவியின் விளக்கம்: "குணப்படுத்தியது மருத்துவர்களல்ல, பாபா

(அப்பா)தான்... இறந்துவிட்டதாக எண்ணினேன். அப்போது பாபாவைச் சந்தித்தேன், 'ஓ, அனு, இன்னும் நேரம் வரவில்லை. உனக்குப் பொறுப்புகள் உள்ளன' என்றார். தலைவணங்கி, திரும்பி விட்டேன்." இது அவரது 85வது வயதில்.

அதிக சிபாரிசுகளுடன் ஓர் இளைஞன் இசைபயில வருகிறான். அன்னபூர்ணாதேவி அவனிடம் கூறுகிறார்: "உன் வாழ்வின் 15 ஆண்டுகளை என்னிடம் தந்துவிட வேண்டும். இதுதான் உன்னிடமிருந்து நான் வேண்டுவது. உன் வாழ்வு என்னுடையது. உன் பிரச்சனைகள் என்னுடையவை. நிபந்தனையின்றி உன் வாழ்வை என்னிடம் ஒப்படைக்க வேண்டும்."

அவரது இசையை அவரின் தந்தையினுடைய புலமைத்திறனை அளவுகோலாக வைத்து இப்படி மதிப்பிடுகிறார் - உஸ்தாத் அமீர் கான் -

'அன்னபூர்ணாதேவியினுடையது 80%, அலி அக்பர் கானினுடையது 70%, ரவிசங்கருடையது 40%.'

இதனையே அலிஅக்பர்கான் வேறுவிதமாக முன்வைக்கிறார் - 'ரவிசங்கரையும் பன்னாலால் கோஷையும் என்னையும் தராசின் ஒரு தட்டில் வைத்து, அன்னபூர்ணாதேவியை மறுதட்டில் வைத்தால், அதுதான் கனமாக இழுக்கும்.'

அன்னபூர்ணாதேவியின் இசை 'ஓர் வெளிப்பாடு, மாபெரும் இசை' என்கிறார் மோகன் சி. நட்கர்னி.

"உலகின் மிகச்சிறந்த வயலின் கலைஞர்களுள் ஒருவரான ஹெய்ஃபெஸும் ஒதுங்கி வாழ்ந்தார். சித்தார்த்தாவை எழுதியவரும் நோபல் பரிசை வென்றவருமான ஹெர்மன் ஹெஸ் தன் வாழ்வின் கடைசி வருடங்களைத் தனிமையில் கழித்தார். தமது துறைகளில் மேதைகளாக விளங்குபவர் உள்ளனர்.அவர்கள் குறிப்பிட்ட கட்டத்தில் தம் விருப்பப்படி வாழ விரும்புகின்றனர். சிலர் கசப்பினால் அப்படிச் செய்ய, சிலர் தேர்ந்தெடுத்துச் செய்கின்றனர், மற்றவர்கள் வேறுவழியின்றி செய்கின்றனர் - ஆனால் இதன் விளைவாக வலுவானவர்களாக, தீர்மானகரமானவர்களாக ஆகின்றனர். 'உங்களைக் கொன்றுவிடாத ஒன்று உங்களை வலுப்படுத்தும்' என்றார் நீட்ஸே." என்னும் ரூசிகுமார் பாண்டேயின் மதிப்பீடு அன்னபூர்ணாதேவிக்கும் பொருந்தும்.

மற்ற யாருடைய அபிப்பிராயத்தை விடவும், முதலில் கற்பிக்கத் தயங்கி, பின் இசைஞானத்தை எல்லாம் அள்ளி வழங்கிய அன்னபூரணாவின் தந்தையினுடையது முக்கியமானது, நுட்பமானது. "அலி அக்பர் மற்றும் ரவிசங்கருக்கு எந்தவிதத்திலும் துளியும் குறைந்தவள் அல்ல. என்னுடைய த்ருபத் பாணி முழு பாடமும் அன்னபூர்ணாதேவிக்குத்தான் நான் அளித்திருக்கிறேன். அவள் வெளியில் வாசிப்பதில்லை. நடுநிசியில் யாருமற்ற பொழுதில் அவள் தனக்குத்தானே இசையில் மூழ்கி வாசிப்பாள். இசையின் மூலமாக அவள் கடவுளின் இருப்பை அறிந்து கொள்கிறாள்."

அன்னபூர்ணாவின் குறிக்கோள் ஒன்றே ஒன்றுதான் என்று அடையாளப்படுத்துகிறார் அவரிடம் பயின்ற மாணவர்களுள் ஒருவரான சந்தியா: "அப்பாவைப் போலவே, அவரும் உணவு உறக்கம் எல்லாவற்றையும் மறந்து, ஒரு பைசாகூட வாங்காமல் நாள்முழுவதும் இசை வழங்கிக் கொண்டிருந்தார். அவரது லட்சியம் ஒன்றே ஒன்றுதான். அப்பா வாழ்நாள் முழுவதும் நிறைய கஷ்டங்களைச் சகித்துக்கொண்டும் துரோகங்களை எதிர்கொள்ளும் ஏமாற்றங்களைப் பொறுத்துக்கொண்டும் இந்த இசையில் ஒரு புதிய உலகத்தை உருவாக்கி இருக்கிறார். அவரின் இசையை அந்தக் கலையை அடுத்த தலைமுறையினருக்கு இசைமாணவ - மாணவியர்களுக்குக் கொடுத்து உயிர்ப்பித்திருக்கச் செய்வதுதான்..."

ஆதாரங்கள்

1. An unheard Melody - Annapurna Devi/Swapan Kumar Bondyopadhyay/Roli Books, 2005

2. All she had was music to give/Smarth Bali/The Hindu-Friday Review, Oct 26, 2018

3. Legendary Muscian Annapurna Devi Passes away/Gauri Vig/ The Hindu, Oct 14, 2018

4. The Tragedy and Triump of Ravishankar's First wife/Man's World.com May, 2000

5. சந்தியா/இசைமேதை அன்னபூர்ணாதேவி/தமிழில்: க்ருஷாங்கினி/காவ்யா தமிழ், ஜனவரி- மார்ச் 2018.

வோலே சோயிங்கா: ஆப்பிரிக்காவின் மனசாட்சி

1986 இல் நோபல்பரிசு பெற்ற சோயிங்கா (1934-) தான் சார்ந்த நைஜீரியாவுக்காக போராடியவர் மட்டுமல்லாது ஒட்டுமொத்த ஆப்பிரிக்க மக்களுக்காகவும் குரல் கொடுத்தவர். பன்மைத்துவம் என்பது அய்ரோப்பியரளித்த கொடையல்ல, ஆப்பிரிக்கப் பண்பாட்டிலிருந்தே மலர்ந்தது, ஆப்பிரிக்க மக்கள் ஒருபோதும் மதத்தின் பொருட்டு சண்டையிட்டதில்லை, யாரையும் மதமாற்றியதில்லை என அழுத்தந் திருத்தமாக உலகிற்கு அறிவித்தவர். நாடகங்கள், நாவல்கள், கவிதைகள் எழுதி வருவதுடன், அரசியல் போராளியாக இருந்து வருபவர்.

நைஜீரியாவின் யொரூபா நம்பிக்கை மரபு சார்ந்தும் கிறித்தவம் சார்ந்தும் வளர்ந்து வந்த சோயிங்காவின் தந்தை சாமுவேல் அயோடெலி பள்ளித் தலைமையாசிரியர், தாய் கிரேஸ் எனியோலா சிறு வியாபாரி, மக்கள்நல ஆர்வலர், தீவிர கிறித்தவர். சிறுவயதிலிருந்தே நாடகத்தில் ஈடுபாடு காட்டி வந்த சோயிங்கா இலக்கியத்தில் முனைவர் பட்டம் பெற்றவர். இங்கிலாந்தில் நாடகங்கள் தயாரித்தும் நடித்தும் இயங்கியவர்; யொரூபா நாடக மரபை ஆய்வுசெய்ய நைஜீரியா திரும்பியவர். இபதான், லாகோஸ், இஃபே பல்கலைகழகங்களில் நாடகம், இலக்கியம் கற்பித்து வந்துள்ளார். கேம்ப்ரிட்ஜ், ஷெப்பீல்ட், யேல் பல்கலைகழகங்களில் வருகைதரு பேராசிரியர்.

படிப்பு- ஆய்வு- கற்பித்தல் எனத் தீவிரம் காட்டிய அளவு, அரசியல் ஈடுபாடும் போராட்டமும் கொண்டு வந்துள்ளவர். நைஜீரிய விடுதலைப் போராட்டமானாலும் உள்நாட்டுப் போராட்டமானாலும் ஊழல் அரசாங்கங்களை அம்பலப்படுத்துவதானாலும் தொடர்ந்து ஈடுபட்டு வருபவர் - நோபல் பரிசு பெற்றபிறகு கூட அநீதிமிக்க நிர்வாகமுள்ள அரசில் வாழப் பிடிக்காமல், நாடு நீங்கி வாழ்ந்தவர்.

நைஜீரிய உள்நாட்டுப் போரில் உடன்பாடில்லாததால், எப்படியேனும் போர் நிறுத்தத்தை கொண்டுவர விரும்பினார். அரசு, இவரை ஒரு தரப்பு ஆதரவாளராகக் கருதி, பயாஃப்ரா கலகக்காரர்களுடன் சேர்ந்து சதிசெய்ததாகக் குற்றஞ்சாட்டி, 1969லிருந்து 22 வாரங்கள் வரை தனிக்கொட்டடியில் அடைத்துவைத்தது. அத்தனிமை நாட்களில் பேப்பர்-பேனாமை இல்லாத நிலையில், ஒரு தாவரச் சாற்றினை மையாக்கி கழிவறைக் காகிதத்தில் அவர் எழுதியதே The Man Died: Prison Notes என்னும் பதிவுகள். இந்தத் தாவரச் சாற்றுக்கு 'சோயிங்கா மை' என அவர் விளையாட்டாகப் பெயர் சூட்டினார். சர்வதேச நெருக்கடியால் ராணுவச் சர்வாதிகாரி யகூபா கோவோன் சோயிங்காவை விடுவித்தாலும், பிரான்ஸுக்குப் புலம் பெயர்ந்து சென்று, இசை சார்ந்த நிகழ்ச்சிகளில், படைப்புகளில் ஆர்வங்காட்டினார். என்றாலும் நாடகங்கள் அளவுக்கு இசை அவரிடத்தே அழுத்தமாகப் பதிந்ததுமில்லை, அவரிடமிருந்து வெளிப்பாடு கண்டதுமில்லை. தோற்றுவிட்ட இசைக்கலைஞன் எனத் தன்னைக் குறிப்பிட்டுக் கொள்வார்.

1975லிருந்து 1984 வரையிலான காலகட்டத்தில் அவருக்கு உடன்பாடுள்ள அரசு நைஜீரியாவிலிருந்ததால், சில பொறுப்புகளை அவர் கவனித்து வந்தார் - குறிப்பாக, சாலைப் பாதுகாப்பு.

1994 இல் யுனெஸ்கோவின் நல்லெண்ணத் தூதுவராகிறார். அதே ஆண்டில் நைஜீரியாவிலிருந்து வெளியேறி அமெரிக்காவில் தங்குகிறார் சிறிது காலம். 1997 இல் தளபதி சன்னி அபாச்சா அரசாங்கத்தால் தேச துரோக குற்றச்சாட்டுக்கு உள்ளாகி, தூக்குத்தண்டனை பெறுகிறார். சோயிங்கா இதனின்றும் அதிசயமாக காப்பாற்றப்பட்டாலும், அவரது நண்பர்கள் பலியாயினர்.

நாட்டின் எண்ணெய்வளம் தாரைவார்க்கப்படலாகாது என்பதன் பொருட்டு தீவிரமாகப் போராடி வந்த கென்சரோவைவாவும் மற்ற எட்டுப்பேரும் தூக்குதண்டனைக்கு உள்ளாகினர். சர்வதேச கவனத்தை ஈர்த்திருந்த இந்நிகழ்வை எப்படியும் தடுத்திட வேண்டும் என சோயிங்கா முயன்றார். பல அமைப்புகளுடன் தொடர்பு கொண்டார். ஆனாலும் அவை நிறைவேறாது போயின.

எண்ணெய்வளமிக்க தெற்கு நைஜீரியாவின் எண்ணெயினை எடுத்து, பன்னாட்டு நிறுவனமான Shell கம்பெனியுடன் சேர்ந்து ஆதாயமடைகின்ற அரசாங்கம், அப்பகுதி நிலங்கள் வளமிழந்து போவது பற்றியோ, மாசுறுவது பற்றியோ இழப்பீடு பற்றியோ கிஞ்சித்தும் கவலைப்படாதிருந்தது. இதன் பொருட்டுப் போராடிவந்த கென்சரோ வைவா, தேசத்துரோகக் குற்றச்சாட்டு உள்ளிட்ட பல பொய்வழக்குகள் போடப்பட்டதுடன் தூக்கிலிடப்படவும் செய்தார்.

*"மூதாதையர் பண்ணைகளில்
மடியும் விருட்சங்களின் வேதனை
மாசுறும் நீரோடைகளின் அழுகை
கலங்கிய நதிகளில் சேறும் சகதியும்
நல்வாய்ப்பற்ற குழந்தைகளின் இருதயங்கள்
சுவாசிப்பது மாசுற்ற காற்றினை..."*

எனத்தன்பிரதேச மக்களது அவலத்தையும் துயரத்தையும் அம்பலப்படுத்தியதுதான் கென்சரோ வைவாவின் குற்றம்/துரோகம்.

அமைதியான போராட்ட வழியில் ஈடுபட்டுவந்துள்ள சோயிங்கா ஒருமுறை குறிப்பிட்டார் - "அமைதியான மாற்றத்தை சாத்தியமற்றதாக ஆக்குவோர், வன்முறை மாற்றத்தை தவிர்க்க முடியாததாக்குகின்றனர்."

II

1939 இல் சோயிங்காவுக்கு *5* வயதாக இருந்த வேளையில், வானொலிச் செய்திகளில் இரண்டாம் உலகப்போர்ச் செய்திகள் வந்துகொண்டேயிருந்தன. ஹிட்லர் பெயர்தான் சதா ஆக்கிரமித்துக் கொண்டிருந்தது. தீமையின் உருவமாக சாத்தானின் அவதாரமாக ஹிட்லர் சோயிங்கா மனதில் படிந்துவிட்டார். தென் ஆப்பிரிக்க விடுதலைப் போராட்டத்தில் பங்கேற்று விடும் எண்ணத்துடன் ராணுவப் பயிற்சி பெற்றிருந்தார். *1956* இல் ஹங்கேரியில் சோவியத் எதிர்ப்பாளர்களுடன் சேர்ந்து போராடினார். ஒருமுறை தடுப்புக்காவல் கைதியாக எகிப்தில் இருந்தார். எழுத்தாளர் பிரதிநிதியாக கியூபாவில் இருந்தார்.

கென்யாவில் 11 பேர் இறப்புக்கு காரணமாக 'ஹோலா கேம்ப்' சம்பவம் அவரைப் பெரிதும் பாதித்த நிகழ்வாகும். இதனையும் கென்சரோ வைவா மற்றும் எண்மரின் தூக்குதண்டனையையும் தன் நோபல் உரையில் விரிவாகப் பேசி, தன் நோபல் பரிசை நெல்சன் மண்டேலாவுக்குக் காணிக்கையாக்கினார்.

ஒருமுறை மேற்கு நைஜீரியாவில் நடந்த தேர்தலில் தில்லுமுல்லுகள். ஊழல் படிந்த அரசாங்கச் சார்பில் வானொலியில் உரை ஒலிபரப்பாகும் வேளை. துப்பாக்கியுடன் இபதான் வானொலி நிலையத்தில் புகுந்த சோயிங்கா, அவ்வுரையின் ஒலிப்பேழையை அகற்றி, கலகத்தன்மையதான ஒன்றை ஒலிபரப்புமாறு செய்துள்ளார்.

நவீனமயமாதலைப் புறக்கணித்து கருப்பரின் கடந்தகாலத்தை விதந்தோதிடும் செனகல் நாட்டு லியோபோல்ட் செங்கோரின் நிலைபாட்டில் சோயிங்காவுக்கு உடன்பாடில்லை. 'புலி தன் தீரத்தை தம்பட்டம் அடிக்காது, செயலில்காட்டும்' என்று விமர்சனம் செய்தார்.

85 வயதிலும் கூட ராஜஸ்தானில் நடக்கின்ற ஜெய்ப்பூர் இலக்கியத் திருவிழாவில் உற்சாகத்துடன் பங்கேற்கிறார். டாவோஸில் நடக்கும் வர்த்தக மாநாட்டையும் விட்டுவைப்பதில்லை. வர்த்தக மாநாட்டுச் சூழலில் கூட, "வாழ்க்கை என்பது லாபம் சார்ந்தது மட்டுமில்லை, மனித உயிர்கள் சார்ந்தது என்று நினைவூட்ட வருகிறேன்" என்பார்.

III

கிழக்கு-மேற்குப் பண்பாடுகளின் முழுமையான பரிச்சயமுள்ள சோயிங்காவின் படைப்பாக்கம் யொரூபா பண்பாட்டில் ஆழங்கால்பட்டது. "அவரது எழுத்தில் திரும்பத்திரும்ப இடம்பெறும் படிமங்களும் குறியீடுகளும் அதனின்றும் அகழ்ந்தெடுக்கப்பட்டவை. அவரது அபிமான மூலமுதல் வடிவம் ஓகன்- போர் மற்றும் இரும்புக்கான கடவுள் ஆவர்; அத்துடன் கவிஞர்களின், எழுத்தாளர்களின் கடவுளும் ஆவார். தனியொருவராக மனிதரையும் கடவுளரையும் இணைக்க நீண்ட பயணம் மேற்கொள்கிறார். அதல பாதாளத்தின் இருளில் கொல்லப்படுகிறார். தன்

விடாமுயற்சியாலும் திடசித்தத்தாலும் உயிர்த்தெழுந்து விடுகிறார். இதன் காரணமாகவே ஓகனை மூலமுதல் வடிவமாக ஏற்கிறார் சோயிங்கா. பயங்கரமான சோதனைகளை மேற்கொள்ளுவோருக்கெல்லாம் முன்மாதிரி ஆக்குகிறார். தனக்கும் ஆதர்சமாக்கிக் கொள்கிறார். உடனிகழ்கால வாழ்வில் அத்தகைய ஒருவர் ஃபிடல் காஸ்ட்ரோ."

இன்னொரு சுவையான பார்வையினையும் அவர் முன்வைப்பார்: "தெய்வங்களிடமும் மதத்திலும் உள்ள ஒன்று, தெய்வங்களின் நகைச்சுவையுணர்வு. இவ்வொட்டுமொத்த படைப்பும் நகைச்சுவைத் துணுக்காகும், மனித இருப்பின் அபத்தம் பெரிய தமாஸாக உள்ளது. நகைச்சுவையில்லாத தெய்வங்கள் ஆபத்தானவை. பவித்திரமானதையும் ஆழமானதையும், தீவிரமானதையும் பிரதிநிதித்துவப்படுத்தும் தெய்வங்கள், சிலவேளைகளில் ஏதேனும் ஒன்றை மிகைப்படுத்தி, சமநிலை தவறவிட்டு, எதிர்மறைத்தன்மையைக் கொண்டு வந்துவிடும். அடிப்படைவாதிகள்தான் நகைச்சுவையில்லாதவர்கள், ஆபத்தானவர்கள். மானுடவாழ்வின் ஆழத்தை அடையாளங்கண்டிட, இருப்பின் வேடிக்கை அம்சத்தைக் காணக் கூடியவர்களாக இருப்பது முக்கியமாகும்."

ஓகன் தெய்வம் தனக்கு நம்பிக்கையூட்டி நெருக்கமாயிருந்ததை அவரே இப்படிக் குறிப்பிடுகிறார்:

"கடந்த காலத்தினை புராதன சமுதாயத்துடன் மீண்டும் ஒன்றுபடுத்திட காலத்தின் வனத்தினூடே பயணிக்கும் நாயகன் ஓகன். அமைதி - செயல்பாடு என்னும் புதிரை வெளிப்படுத்துகிறான். அப்புறம் அவன் மலைகளிடம் பின்வாங்கிச் சென்று முழுமையான தனிமையில் ஆழ்ந்து விடுகிறான். இச்சாராம்சத்தை புரிந்துள்ளதால் 22 மாத தனிக் கொட்டடிவாசத்திற்கு என்னால் தாக்குப்பிடிக்க முடிந்தது. புத்தகங்களின்றி மனிதத்தோழமையின்றி இருந்தது மிகவும் சிரமமானது. எனினும் மனநிலை பாதிப்புறாமல் அமைதியாக வாழமுடிந்தது. வெளிவந்தமாத்திரத்தில் செயல்பாட்டில் ஈடுபட்டேன்."

அவரது சுயசரிதம் சார்ந்த இருநூல்களுமே The Man Died: Prison Notes மற்றும் Isarah A voyage around Essay - சிறைவாழ்வின் தனிமையில் எழுதப்பட்டவை. அப்போது

எழுத்து அவருக்கு, சிகிச்சையாக, மீறலாக, உற்சாகமளிப்பதாக, காப்பாற்றத் துணைபுரிவதாக இருந்துள்ளது. தனது இருப்பை மறுஉருவாக்கம் செய்வதாக இருந்துள்ளது. கவிதை எழுதுதல் தனிப்பட்டதாக, நெருக்கமானதாக இருக்கிறது. நாடகத்தில் சமுதாயம் தன்னை நேரிடையாக வெளிப்படுத்திக் கொள்கிறது என்று கருதும் சோயிங்கா, 'நாடகத்தில் உயிரோட்டம் கொள்கிறேன்' என்பார்.

சுயசரிதம் சார்ந்ததாக அவர் எழுதினாலும் அவற்றிலும் தன்னைப்பற்றி குடும்ப வாழ்வு பற்றி அதிகம் எழுதுவதில்லை. பெயர்கள் உட்பட அனைத்தும் மாற்றப்பட்டு, அரசியல் சார்ந்த நிகழ்வுகளின் பதிவுகளாகிவிடுகின்றன. 'கொந்தளிப்பான அரசியல் நிலவரங்களில் தனிப்பட்ட வாழ்வு மடிந்துவிடும்' என்பார் பாஸ்டர்நாக்.

குழந்தை மரணம் சார்ந்து ஒரு நம்பிக்கையை சோயிங்கா விவரிக்கிறார். குழந்தை பிறந்ததும் இறந்து விடுகிறது. அடுத்த குழந்தையும் அதற்கடுத்த குழந்தையும் அப்படியே. இவை வெவ்வேறு குழந்தைகளல்ல. ஒரு குழந்தையே மீண்டும் மீண்டும் இறக்கிறது. ஒன்று நிகழ்வு, இரண்டாவது தற்செயல்பொருத்தம், மூன்றாவது நிச்சயமாக தொன்மவியல். இதனை பூமியில் நிலைத்திருக்கச் செய்ய பலிகொடுக்க வேண்டும், சடங்குசெய்ய வேண்டும்.

நவீன ஆப்பிரிக்காவில் எழுத்தாளன் அரசு இயந்திரத்தின் கருவியாக மாறியிருப்பது சோயிங்காவுக்கு கவலைஅளிக்கிறது. தான் உணராத சூக்கும சிந்தனைகளைப் புனைந்துகொண்டு தன்னையே ஏமாற்றிக் கொள்கிறான். தனது இந்த நிலையினையே சமூகத்தின் நிலையாகவும் எண்ணிக் கொள்கிறான். இதனால் தன் உண்மையான கடமையை/ பொறுப்பை நிறைவேற்றாதவன் ஆகிறான்... கடந்த காலத்தின் வசீகரத்திலிருந்து விடுபட்டு, நிஜமான ஆப்பிரிக்கப் பிரக்ஞைக்குள் நுழையவேண்டும். 'இன்றைய ஆப்பிரிக்க நிலவரம் உலகெங்கிலும் உள்ளது போன்றதே; தனிப்பட்ட மானுடத் தோல்விகளிலிருந்து வரும் துன்பியல் நிகழ்வுகளில் ஒன்றல்ல, சமுதாயத்தின் வீழ்ச்சியேதான்' என்று சோயிங்கா நினைவூட்டுவார்.

சோயிங்காவின் முதல் நாவல் The Interpreters இல் வரும் முக்கிய பாத்திரங்கள் அறிவுஜீவிகள். நைஜீரிய பல்கலைகழகங்களில்

பயின்று அமெரிக்காவுக்கோ இங்கிலாந்துக்கோ சென்று திரும்பி வருகின்றனர். தம் அனுபவங்களைப் பகிர்ந்து கொள்கின்றனர். ஒருவிதத்தில் தம்மையும் சமூகத்தையும் விளக்குகின்றனர். புதிராக, முரண்பாடுகளின் தொகுப்பாக உள்ள அவர்கள் பழைய - புதிய சமூகங்களுக்கிடையிலான விழுமியங்களின் மோதலை முன்வைக்கின்றனர். இவற்றில் முக்கியமான ஒரு கருத்திழை உயிர்த்தியாகம். கலைஞன், பத்திரிகையாளன், பொறியாளன், வழக்குரைஞன், உயர்குடி சார்ந்தவன் என்ற இந்த அய்வரும் ஓய்வொழிச்சலின்றி அடையாளத்தைத் தேடுகின்றனர். அதிகாரம் மற்றும் பொறுப்பு சார்ந்த சோயிங்காவின் பார்வைகள் ஆப்பிரிக்கர்களுக்குப் பொருத்தமானவை போல அய்ரோப்பியருக்கும் பொருத்தமானவையே.

ஆதாரங்கள்

1. Art. Dialogue and outrage/Wole Soyinka/Methuhen, 1993

2. The Interpreters/Wole Soyinka/Flamingo, 1965

3. I am a realist/Mita Kapur/The Hindu Sunday February 14, 2010

4. A Writer as the consceience of Africa/Mary T. David/The Hindu, June 26, 2009

5. Interview with wole soyinka - July 3, 2009

6. Why I am a secular Humanist/Free Enquiry Magazine Vol. 17, Number 4

7. No Minor Matter/Jason Gamer/Index on Censorship - 4/5 1994.

எம்.எஃப், ஹுசைன்: ஒரு நாடோடிக் குதிரை

"எனது நூறாவது பிறந்த நாளில் இந்தியத் திரைப்படம், நாகரிகம், தொன்மம் குறித்த நூறு ஓவியங்களுடன் வர விரும்புகிறேன்."

- ஹுஸைன்

இந்திய நவீன ஓவியர்கள் பொதுவாக மேற்கத்தைய பாணியில் தேர்ச்சிபெற்று, அதனைப் பின்பற்றியவர்களாக இருந்துள்ளனர். அல்லது முற்றிலும் இந்தியமரபு சார்ந்து இயங்கியுள்ளனர். எம்மரபில் இயங்கினாலும் நுண்கலை தாண்டி, பொதுத்தளத்தில் அறியப்பட்டவர்களாக யாரும் இல்லை என்று கூறிவிடலாம். ஆனால் இந்திய மரபில் கால்பதித்து, மேற்கத்தைய ஓவிய உத்திகளைப் பரிச்சயப்படுத்திக் கொண்டு, நட்சத்திர ஓவியராக திகழ்ந்துள்ளவர் என்றால் அவர் எம்.எஃப். ஹுஸைன் (1915- 2011)தான்.

மராட்டியத்தின் பந்தர்பூர் என்னும் யாத்திரைத் தலத்தில் பிறந்து, இந்தூரில் வளர்ந்து, மும்பையில் பரிமளித்தவர் ஹுஸைன். இந்தூரிலும் மும்பை ஜே.ஜே. கலைப்பள்ளியிலும் ஓரளவு நுண்கலைப் பயிற்சி பெற்ற நிலையில், பிழைப்புக்காக திரைப்பட பேனர் வரையும் தொழிலுக்கு வந்து, பின் நவீன ஓவியரானவர். அதற்கு தகுதிப்படுத்திக் கொள்ளும் வகையில் இந்தியாவெங்கும் சுற்றிவந்தவர். குறிப்பாக கஜுராஹோ, அஜந்தா, மாமல்லபுரம் சிற்பங்களும் ஓவியங்களும் அவரைப் பெரிதும் ஈர்த்தவை.

இந்தூரில் முக்கிய ஓவியர்களுள் ஒருவரான என்.எஸ். பென்ட்ரேயிடம் கற்றவர்; ஓவியப் பள்ளி முதல்வரின் தன்னுணர்ச்சிப்பாங்கான ஓவியபாணியை அறிவதில்

அக்கறை கொண்டவர். இளவயதில் அவர் விரும்பிப் பார்த்த திரைப்படங்கள் - அத்திரைப்படங்களின் காட்சிகளையும் பாத்திரங்களையும் வரைந்து பார்த்தவர். குப்தர்கால செவ்வியல் பெண்வடிவம், நாட்டார்மரபின் மாசுமருவற்ற கலைமரபு, பாஷோலி நுண்ணோவிய வண்ணங்களிலிருந்து ஹூசைனின் கோடுகளும் வண்ணங்களும் இயக்கம் கொள்கின்றன. அத்துடன் மேற்கு மரபின் கலைநாயகர்களாகத் திகழ்ந்து வந்த வேலஸ்கொயஸ், ரெம்ப்ராண்ட், டைக்ஸிலிருந்தும் உத்வேகம் பெறுகிறார். கூடவே பின்-கியூபிச மற்றும் வெளிப்பாட்டுப் பாணிகளும் சீனக்கையெழுத்துக் கலையின் அழுத்தமான தீற்றல்களும்.

"என் அடிப்படைப்பண்பு இந்நாட்டின் நாட்டார் மரபில் படிந்தது. அது மூளை சார்ந்ததாகவோ சூக்குமமானதாகவோ இல்லை, பெரிதும் வாழ்வின் ஆனந்தமாக, கொண்டாட்டமாக உள்ளது... என் கலையை மக்களிடம் கொண்டு செல்ல விரும்புகிறேன். எனவேதான் அவர்தம் இருதயங்களைத் தொட்டுவிடும் படிமங்களை பயன்படுத்துகிறேன்."

இப்படியாக ஒரு தனித்துவமான அடிப்படையுடன், ஓவிய உலகில் புகுந்தவர்தான் ஹூசைன். 10,000 ஓவியங்களுக்குமேல் தீட்டியுள்ளார். இவைதவிர்த்து சுவர் ஓவியங்களும், பொம்மைகளும், ஒருமணி நேரத்திலேயே மூன்று தைலவண்ணங்களை முடித்துவிடும் துரிதமும் லாவகமும் அவருக்குக் கைவந்திருந்தது. தனிப்பட்ட உருவாக்கத்துடன் நில்லாமல், இசைபோல நடனம் போல பார்வையாளர் முன்னிலையிலும் ஓவியத்தை நிகழ்த்திக் காட்டுவார். பீம்ஷேன் ஜோஷி பாடிக் கொண்டிருக்க தீட்டுவார். ஏ.ஆர். ரகுமான் இசையின் பின்புலத்தில் ஓவியத்தை உருவாக்குவார்.

ஒருமுறை அவரது சொந்த ஊரான பந்தர்பூர் கோயில்முன், விநாயகர் ஓவியத்தை அங்கு நின்றபடி வரைந்து, அக்கோயிலுக்கே வழங்கி அதிசயப்படுத்தினார்.

அன்னை தெரசா மீதான அவரது போற்றுதல் பக்திநிலையின் உச்சத்தைத் தொடுவது. 1979 இல் தெரசா நோபல் பரிசு பெற்றபோது சந்தித்து நெகிழ்ந்து போயிருக்கிறார். வரிசையாக தெரசாவின் அன்பையும் சேவையையும் உணர்த்தும்விதமாக, குறிப்பாக தாயன்பை அடையாளப்படுத்துவதாக தீட்டியுள்ளார். அவற்றையே தனிக் கண்காட்சியாக

நியூயார்க்கிலும் டெல்லியிலும் நடத்தியுள்ளார். அவரது தெரசா பளிச்சிடும் வெள்ளை உடையில் - விளிம்பு மட்டும் நீலநிறத்தில் - கருப்பு உருவத்தில் இருக்கிறார் - முகமன்றி. முகம்தான் வெளிப்பாடுடையது. ஆனால் முகமன்றி ஹூசைன் வெளிப்படுத்திவிடுவார். டெல்லிக் கண்காட்சியில் ஹூசைனின் இத்தெரசாவைக் கண்ட பெண்ணொருத்தி அலறிவிட்டார். ஹூசைன் அவரிடம் வந்தபோது அப்பெண் கூறியது:

"இக்கருப்பு பீதியூட்டுகிறது - விழுங்கிவிடுவதுபோன்ற தீவிர நேசம் இங்குள்ளது"

'அன்னை தெரசா குறித்த அவரது படைப்புகளின் புதிரான தன்மையாக வடிவமைப்பது இந்த அதீத வெண்மையும் அப்பட்டமான கருமையுமே.' என்கிறார் உமாநாயர்.

தெரசா குறித்து இருதய ஆழத்திலிருந்து ஹூசைன் பேசுவது:

"இத்தகைய மனித உயிருடன் வாழ்வதை, அவரைப் பார்த்துள்ளதை நல்வாய்ப்பாகக் கருதுகிறேன். அவரை மாபெரும் கலைப்படைப்பாக என் ஞாபகத்தில் எப்போதும் பாதுகாப்பேன். எப்போதும் வாழ்ந்திருக்கக்கூடிய கடவுளின் படைப்புகளுள் ஒருவர், எப்போதும் அவர் 'தலைசிறந்த படைப்பாக' இருந்தார், இருப்பார்."

மேற்கத்தைய ஓவிய உத்திகளைக் கற்று கேரள மாந்தர்களை முன்மாதிரியாகக் கொண்டு தெய்வ உருவங்களை வரைந்து வந்தார் ரவிவர்மா. அவற்றின் பெருமளவிலான அச்சுப் பதிப்புகளாகத் தயாரித்துவந்து நவீன ஓவியத்தில் தனக்குரிய இடத்தை இழந்தார். காலண்டர் படங்கள் உருவாக்குபவராக ஆகிப்போனார். ஹூசைனுக்கும் அச்சுப் பதிப்புகள், சுவரொட்டிகள், சினிமா விளம்பரப் பதாகைகளில் நாட்டம் இருப்பினும் தீவிரமான நவீன ஓவியர் என்ற ஒரு தகுதிநிலையை இழந்ததில்லை. கலை உலகில் தன் இருப்பினை அரங்கேற்றிக் கொண்டிருந்தார் என்று குறிப்பிடுகிறார் தபதி குஹா தாகுர்தா.

இன்னொரு விளக்கத்தையும் அவர் முன்வைக்கின்றார் - காலனித்துவ இந்தியாவின் கல்விவளாக தைலவண்ண ஓவியத்தை இந்தியா அப்படியே ஏற்றுக்கொண்டதை ரவிவர்மா பிரதிநிதித்துவப்படுத்தினார். சுதந்திர இந்தியாவின்

சா.தேவதாஸ் ◂◂ 137

தீவிரகதியிலான மாற்று- சுயாட்சித்தன்மையான நவீன ஓவிய அடையாளத்தை ஹூசைன் குறித்தார். இதனால் ரவிவர்மா ஓவியங்கள் பெருந்திரளனருக்கானதாக மாறிவிட, ஹூசைனுடையவை, நவீன கலைஉலகின் புகழ்பெற்ற குறியீடுகளாக விளங்கின.

ராமாயணப் பனுவல் சார்ந்தும் மகாபாரதப் பனுவல் சார்ந்தும் இருபெரும் வரிசைகளை உருவாக்கித் தந்தவர். இறுதி நாட்களில் அரபு நாகரிக வரலாற்றினை 100 ஓவியங்களாக உருவாக்கத் திட்டமிட்டவர். அவரது தலைசிறந்த படைப்புகளாக Between the Spider and the Lamp மற்றும் Man என்பவற்றைக் குறிப்பிடுகிறார் டிராட்ஸ்கி மருது.

எஃப்.என். சௌஸா, எஸ்.எச். ரஸா ஆகியோருடன் முற்போக்கு கலைஞர்கள் குழுவாக இயங்க ஆரம்பித்து, 1952 இல் ஜூரிச்சில் தனிநபர் கண்காட்சி நடத்தி சர்வதேசக் கலைஞர்களின் கவனத்தை ஈர்த்தவர்.

ஓவியத்துடன் திரைப்படத்திலும் ஈடுபாடு கொண்டார். 1967 இல் அவரது Through the Eyes of a Painter, பெர்லின் திரைப்பட விழாவில் தங்கக்கரடி பரிசுபெற்றது. மாதுரி தீட்சித் மற்றும் தபு என்னும் நடிகைகள் மீதுள்ள ஈர்ப்பினால், Gaja Gamini, Meenaxie: A Tale of Three Cities படங்களை எடுத்தார்.

இந்திய அரசாங்கம் அவருக்கு 1955 இல் பத்மசிறியும் 1973 இல் பத்மபூஷணும் 1991 இல் பத்மவிபூஷணும் வழங்கிச் சிறப்பித்தது.

II

தனித்துவத்துடன் விசித்திரங்களும் விநோதங்களும் நிரம்பியவர் ஹூசைன். தனது 90 வயதுவரை கார் வாங்காத அவர், தாராளமாக தயக்கமில்லாமல் விமானங்களில் சென்றுவருவார். செருப்பில்லாமல் நடப்பவர், படாடோபமாக இருப்பார். உடைகள் இரண்டு செட்டுக்குமேல் வைத்துக் கொள்ளாத அவர், விருந்து, சந்திப்பு என்று கொண்டாடுவார். தெருவோர தேநீர்க் கடையில் எவ்வளவு இயல்பாக தேநீர் அருந்துவாரோ அதே இயல்புடன் நட்சத்திர உணவகங்களில் விருந்துண்பார். இந்த விசித்திரம் வாழ்க்கைப் பாணியில் மட்டும் நிற்காமல் ஓவிய பாணியிலும் நுழைந்துவிடும்.

மும்பை ஜஹாங்கீர் கலைக்கூடத்தில் ஒருமுறை ஹூசைன் 'நிறுவுதல்' கண்காட்சியை நடத்தினார். வெண்திரைகளாக தொங்கவிட்டு, தரையில் கச்ங்கிய காகிதங்களை விரித்து 'ஸ்வேதாம்பரி' என்று பெயரிட்டிருந்தார். பார்வையாளர்கள் திகைப்படைந்துள்ளனர்.

இன்னொருமுறை கல்கத்தாவின் டாடா மையத்தின் 17வது தளத்தில், பார்வையாளர்கள் முன்னிலையில், ஓவியம் தீட்டிக் கொண்டிருந்தார் - துர்கை, பார்வதி, காளி, லட்சுமி, சரஸ்வதி, மேரி என ஆறு தெய்வீக உருவங்களை. இறுதி நாளன்று அனைத்தையும் வெள்ளை வண்ணத்தால் அழித்து விட்டார்.

வேறொரு முறை அடுத்த 5 ஆண்டுகளுக்கு மாதுரி தீட்சித்தையே தீட்டுவேன் என்றார் - எண்ணற்ற ஓவியங்களை அவருக்கு வழங்கியதுடன்.

லண்டனில் ஒரு ஓவிய நிகழ்வை நிகழ்த்தினார். அனார்கலி கதை சார்ந்தது. திலீப்குமாரின் மடியில் கிடக்கிறார் அனார்கலியான மதுபாலா. ஹூசைனுடன் சேர்ந்து தீட்டி முடித்தவர் ஷாருக்கான்.

III

ஹூசைன் மீது அபரிமிதமான பாராட்டும் அபிமானமும் ஒருபுறம் வளர்ந்துவர, மறுபுறம் கடுமையான விமர்சனம் எழுந்தது. குறிப்பாக சுனில் மூர்த்தி ஒட்டுமொத்தமாயும் அடிப்படையிலிருந்தும் ஹூசைனை விமர்சிக்கின்றார்:

"(அவரது ஓவியங்களில்) நோக்குநிலை இல்லை. தசாப்தங்களுக்கு முன்னர் கியூபிஸ்டுகள் செய்தது போல, ஹூசைன் வெளியைத் தட்டையாக்கி, உருவங்களைச் சிதைத்தார். எவ்வளவு நேரம் அவற்றை உற்று நோக்கினாலும், நம் கவனத்தை ஈர்த்து நிறுத்தவோ, அறிவார்த்தமாகவோ உணர்வோட்டமாகவோ நம் மனத்தை ஈடுபடுத்தவோ எதுவுமில்லை. பெரியதொரு கலைஞரிடம் நாம் எதிர்பார்க்கும் உணர்வின் புலனின்பமோ ஆழமோ இல்லை. எஃப்.என். சௌஸா, பிகாஸ் பட்டாச்சார்யா, அக்பர் பதம்ஸியின் படைப்புகளில் உள்ளதுபோல தீவிர சிந்தனை இல்லை; சுதிர்பட்வர்த்தனிடம் இருப்பதுபோன்ற அரசியல் விமர்சனமும் இல்லை... எந்தப் பின்புலமும் இல்லாதது போலவே முன்புலமும் இல்லை."

இப்படித் தொடங்கும் விமர்சனம் ஒரேயடியாக அவரை வீழ்த்திச் சாய்ப்பதாக முடிகிறது:

“சுவரொட்டிக் கலைஞராகத் தொடங்கியவர், தன் பிற் காலத்தில் அனைத்தையும் சுவரொட்டிகள் போலவே தீட்டிக் கொண்டிருந்தது போலத் தோன்றியது.”

பாலருந்தும் குழந்தை கொண்ட தாயை எருதுகள் முட்டி மோதி வீழ்த்த வருவது அவரின் ‘Rape of India’.

மடோன்னாவும் மாதுரி தீட்சித்தும் அருகருகே இருக்க, நடுவில் அன்னை தெரசா, மத்தியில் கரிய முகத்துடன் இருக்கிறார் ஓர் ஓவியத்தில்.

2002 ஆம் ஆண்டின் தொடக்கத்தைக் குறிப்பதாக அவர் தீட்டியுள்ள சித்திரம், பழுப்பு கருப்பு சிவப்பு மஞ்சள் வண்ணங்களில் ஒரு புதிரை முன்வைக்கிறது. அவரது குறிப்பு: ‘நாம் ஒரு முச்சந்தியில் இருக்கிறோம். ஆனால் நம்பிக்கை இழக்கவேண்டாம். அந்தரத்தில் மிதக்கும் அரசிலைபோல, நம் பாதங்களின் கீழுள்ள தரை பறிக்கப்பட்டுள்ளது. எனினும் அவ்விலையை அடைந்திடும் குழந்தையைப் போல, நம்பிக்கை உள்ளதை எடுத்துக்காட்டுகிறது.’

பல ஓவியங்களில் குதிரைகள் சீறுகின்றன; ஒருசில கோடு களிலேயே மூர்க்கமுள்ள குதிரை தலைகாட்டுகிறது. இந்திரா காந்தி புலியின் மீது சவாரி செய்கிறார்.

அனார்கலியின் நடனத்தை அக்பர் ரசிக்க, மறைந்திருக்கும் சலீம் மலர் தர முற்படுகிறான். அனார்கலி கோடுகளில் உருக்கொண்டுவிட, அக்பரும் சலீமும் வண்ணங்களில். திரை மறைவில் ஒரு சேடி.

தான் சந்தித்த ஆர்.கே. நாராயண், எம்.எஸ். சுப்புலட்சுமி போன்றோரை உருவரைகளாகத் தீட்டியுள்ளார்.

இந்த வேகத்தில், சரஸ்வதி நிர்வாணப் பெண்ணாகவும், பாரத மாதா திரைநடிகை போலவும் உருக்கொண்டுவிடுகின்றனர்.

IV

1970 இல் ஹுசைன் வரைந்த சரஸ்வதி ஓவியம் 1996 இல் இந்துக்கள் மனதை புண்படுத்திவிட்டதாக பிரச்சனை எழுப்பப்படுகிறது. அதுபோலவே பாரதமாதா ஓவியமும்.

போபாலிலிருந்து வெளிவரும் இந்தி மாதஇதழ் விசார் மீமாம்சாவில் 'அவர் (ஹூசைன்) ஓவியரா கசாப்புக் கடைக்காரரா?' என்னும் தலைப்பில் கட்டுரை எழுதிய ஓம் நாக்பால் இதற்கான தீப்பொறியைப் பற்றவைத்தார். உடனே அது மராட்டியத்தில் உள்ள பண்பாட்டுத்துறை அமைச்சரும் சிவசேனா தலைவரும் ஆன பிரமோத் நவால்கரை எட்டி விடுகிறது. அக்கட்டுரை விவரங்களை அவர் மும்பை போலீஸ் கமிஷனரின் கவனத்துக்கு கொண்டுபோகிறார். அவரோ அதனைப் புகாராகவே பாவித்து, 153 A மற்றும் 295 A பிரிவுகளின் கீழ் வழக்குப் பதிவு செய்கிறார். மத அடிப் படையில் வெவ்வேறு பிரிவுகளுக்கிடையே பகைமையை முன்னெடுத்துச் செல்கிறார், மத உணர்வுகளைச் சீண்டிவிடும் விரோத நடவடிக்கைகளில் ஈடுபடுகிறார் என.

தீ இன்னொருபுறம் பரவுகிறது. பஜ்ரங்தள், இந்து முன்னணி, ஆர் எஸ் எஸ் பரிவாரங்களிடம். உடனே ஹூசைனின் வீடு நாசமாக்கப்படுகிறது. அவரது கலைக்கூடங்கள் சின்னாபின்னப்படுத்தப்படுகின்றன.

90க்கும் மேலான வழக்குகள் நீதிமன்றங்களில். அவரை இழித்துரைத்து வசைபாடுவதற்காகவே இணையதளத்தில் 148 தளங்கள் செயல்படுகின்றன.

தப்பினால் போதும் என்ற நிலையில் துபை போய்ச் சேருகிறார். கத்தார் நாடு குடியுரிமை வழங்குகிறது.

இவ்வளவுக்கும் 1970 இல் அவர் வரைந்த சரஸ்வதி 96 வரை எந்தப் பார்வையாளரையும் புண்படுத்தி, எங்கும் கலவரத்தை ஏற்படுத்தியதில்லை. பிரச்சனையே விசார் மீமாம்சா மாத இதழின் சீண்டிவிடும் தன்மையிலான கட்டுரையால்தான்.

ஹூசைன் வரைந்த சரஸ்வதியும் பாரதமாதாவும் பொருத்தமற்ற வகையில் உள்ளவைதான். அதனை விமர்சிக்கலாம். கண்டிக்கலாம். விவாதிக்கலாம். அவரிடமே வருத்தம் தெரிவிக்க கோரியிருக்கலாம். அதைவிடுத்து கொலைக் குற்றவாளி போல அவரைத் துரத்தியடித்து வீட்டையும் அருங்கலைக்கூடங்களையும் நாசப்படுத்துவது என்ன நியாயம்? உலக அளவில் இந்தியாவுக்குப் பெருமை சேர்க்கும் தலைசிறந்த குடிமகனை, தன் குடியுரிமை இழக்குமாறு செய்து, ஓர் அரபுநாட்டின் குடியுரிமையினை ஏற்குமாறு நிர்ப்பந்தித்தது அருவருப்பான செயலில்லையா?

லண்டனுக்குச் சென்றுவிட்ட ஹூசைன், இந்தியாவில் நடக்கும் ரணகளத்தை அறிந்து உடனே மன்னிப்பும் கோரினார் - அதுவும் கலையைத்தான் குறைவாக மதிப்பிடுவதால் அல்ல, மாறாக மனித உயிர்களை மேலாக மதிப்பதால் என்றார். தனது கலை நம் மாபெரும் நாட்டின் ஒன்றுபட்ட பண்பாட்டில் வேர்கொண்டது, தான் எப்போதும் தீட்டிவருவதுபோல தொடர்ந்து வரைவேன் என்றார்.

ஒவ்வொரு பெண்ணின் முகமும் தாயின் முகத்தை நினைவூட்டுவதால் எந்தப் பெண்ணின் முகத்தையும் வரைந்ததில்லை என்பார். அன்னை தெரசாவையும் முகமின்றி வரைந்த அவர், அவர் மடியில் சிசு ஒன்றை சித்தரித்துள்ளார். ஒன்றரை வயதிலேயே தாயை இழந்திருந்தது எப்போதும் அவரை வருத்தியிருக்க வேண்டும்...

ஆனந்த் பட்வர்தன் குறிப்பிட்டது போல,

எந்தவித ஆக்கபூர்வ நோக்கமின்றி, பெண் தெய்வத்தை நிர்வாணமாக வரைந்தது முட்டாள்தனமே என்று விமர்சிப்பதுதான் சரியாக இருக்கமுடியும்.

V

நடிகராக வேண்டும் என்ற அவரது ஆரம்பகால ஆசைதான் பின்னர் திரைப்படங்கள் எடுக்கவைத்தது. ஓவியத்தின் அளவுக்கு திரைப்படத்தின் மீதும் அவருக்கு ஈர்ப்பு. திரைப்படக் காட்சிகளை பாத்திரங்களை வரைந்து பார்த்தவர், இன்னொரு கட்டத்தில் மாதுரி தீட்சித், தபு என சினிமா வசீகரங்களிடம் பித்தாகி, அவர்களைக் கொண்டே படங்கள் தயாரிக்கிறார்.

ஓவிய உருவாக்கத்தை பொது நிகழ்வாக்க வேண்டும், பார்வையாளர் முன்னிலையில் ஓவியம் நிகழ்வாக வேண்டும் என்றெல்லாம் அவர் ஆசைப்பட்டதுதான் ஸ்வேதாம்பிரி மற்றும் விஸர்ஜன் நிகழ்வுகள். ஊடகங்கள் இவற்றை ஏமாற்றுவேலை என்று அவதூறு செய்ய, சக கலைஞர்களும் நிந்தித்தனர். இதனைப் புகழ்பெற்ற பத்திரிகையாளரான சதானந்த் மேனன் இப்படி மதிப்பிடுகிறார்:

"தன்காலத்தில் வணிகரீதியிலும் விமர்சனபூர்வமாகவும் வெற்றிகரமான ஓவியராக விளங்கிய ஹூசைன், தன்

கலைசார்ந்தும் பொதுவான கலை நடவடிக்கைகள் - கலை நிறுவனங்கள் சார்ந்தும், தன்னையே பரிசீலித்துக்கொள்ளும் நடவடிக்கையை மேற்கொண்டார். கலைஞர்களின் கலைத்தன்மையைக் கொண்டு பொதுமக்கள் உருவாக்கிக் கொண்டிருந்த கலை- கலைஞர்களின் பிம்பங்கள் அப்படியிருந்ததை இவ்விமர்சகர்கள் காணத்தவறிவிட்டனர் - இதுதான் ஹுஸைன் எப்போதும் சந்தேகித்து வந்தது."

வறுமைப்பட்ட நாடோடியைப் போலத் தோற்றமளிக்கும் அவர் எதனையும் நாடகபூர்வமானதாக்கி விடுவார். 'உலக நாடக மேடையில் நடிகராகி விடுவார். எல்லாவற்றையும் விளையாட்டாக்கி விடுவார்.' தந்திரசாலி, ஏமாற்றுவேலைகள் செய்கிறார் என்றால் ஹுஸைன் மறுப்பதில்லை. அதனை ஏற்றுக்கொள்வது போலவே பதிலளித்துள்ளார். ஒரு மாயாஜாலக் கலைஞராக ஒரு சுய உருவரையில் தன்னை வரைந்துள்ளார். அவரது ஒரு பதில்:

"கோமாளித்தனங்களை விரும்புகிறேன். நான் அய்ரோப்பாவில் இருந்திருந்தால் சாவ்வடார் டாலியை விடவும் கோமாளித்தனமாக இருந்திருப்பேன். இந்தியர்களாகிய நம்மிடம் 25 வயதைக் கடந்ததுமே நகைச்சுவையுணர்வு நம்மைவிட்டுப் போய் விடுகிறது."

ராமாயண - மகாபாரத பனுவல்களின் அடிப்படையில் ஓவிய வரிசைகள் தீட்டுவதற்கு, மிக ஆரம்பத்திலேயே தன்னை தயார்படுத்திக் கொண்டவர். 15 வயதில் ஓவியத்தில் குவிமையம் கொள்ள வேண்டும் என்னும் தீர்மானம் எழுந்தபோதே, நூலகம் சென்று பாரசீகம், உருது, ஹிந்தியும் கற்றுக் கொண்டார். இவ்விரு பிரதிகளும் அவரது மனத்தில் நீடித்த மனப்பதிவுகளை ஏற்படுத்தியிருந்தன. 'பண்பாட்டு ரீதியாய் மதத்தை அணுகிய அவர், சாதாரண மக்களிடத்தே மதம் ஏற்படுத்தும் தாக்கம் கண்டு வசீகரிக்கப்பட்டுள்ளார்.'

பெண்களிடத்தே, குறிப்பாக மாதுரி தீட்சித்திடத்தேயான அவரது பித்துப்போன்ற ஈடுபாடு, அப்படியொன்றும் ஒதுக்கத்தக்கது அல்ல. அதில் ஒரு நுட்பம் உள்ளதாக பார்த்தா சட்டர்ஜி அலசி ஆராய்கின்றார்:

"ஒரு கலைஞன், தன்கலைக்கு உண்மையாக இருக்க வேண்டுமாயின், தன்னிடம் உண்மையாக இருக்க வேண்டும்...

பெண்ணைத் தெரிவு செய்வது ஆண்தான் என்று தோன்றினும், ஆணைத் தெரிவு செய்வது பெண்தான். ஹூசைனுக்கும் அவரது படைப்புக்குமிடையே எந்தவித பிளவுமில்லாததால் பெண்கள் அவரைத் தெரிவு செய்திருக்க வேண்டும். அவரது ஆயுளெல்லாம் பெண்கள் உடனிருந்து அவரின் படைப்பை செழுமைப்படுத்தியுள்ளனர் என்பதில் எந்த ஆட்சேபணையும் இருக்க முடியாது."

Meenaxi: The Story of Three Cities படத்தின் அடிப்படைக் கருத்தும் இதனை உறுதிப்படுத்தும். எழுத்தும் புனைவும் தடைப்பட்டுள்ள ஓர் எழுத்தாளர், மீனாட்சி என்னும் எழுத்துதேவதையால் மீட்கப்படுகிறார்.

1995 இல் பத்மபூஷண் விருது பெற்றதும், ஹூசைன் தனது சொந்த மண்ணான பந்தர்பூருக்கு வந்து போயுள்ளார். நெருங்கிய நண்பர் ஒருவர் இல்லத்தில் சாப்பிட்டு விட்டு, பழகியவர்களை உறவினர்களை விசாரித்துவிட்டு, விட்டல-ருக்மிணி ஆலயத்தில் தரிசித்துவிட்டுப் போயுள்ளார். 'இந்த கோயில் மண்ணில் வித்தியாசமானதாக ஒன்று இருக்கிறது. அதனால்தான் உலகப் புகழ்பெற்றுள்ள ஒருவரைக் காண இக்கோயில் நகரமே வந்து பெருமிதமடைகிறது.'

இத்தகைய கலைஞர்தான் இந்து சமூகத்தினரின் உணர்வுகளை அவமதித்துவிட்டார் என, இங்குள்ள நீதிமன்றம் 2006 இல் அழைப்பாணை அனுப்பியிருந்தது!

V

நவீன ஓவியரானதும் நண்பர்கள் எஃப்.என். சௌஸா, எஸ்.எச். ரஸா போன்றோருடன் இணைந்து, முற்போக்கு கலைஞர்கள் குழுவை ஏற்படுத்திக் கொண்டு இயங்கினர். ஓவியத்துறையில் முன்னேற வேண்டுமானால் இந்தியாவில் இருந்தால் ஆகாது என்றுணர்ந்த சௌஸா பாரிஸ் சென்றுவிட்டார்; ரஸா லண்டன் சென்றுவிட்டார். ஹூசைன் மட்டுமே, இந்தியாவில் இருந்து இந்திய மக்களை வரைந்து சாதிக்கவேண்டும், ஒட்டுமொத்த இந்திய நாகரிகத்தை வெளிப்படுத்த வேண்டும் என்று இயங்கிவந்தார். அதைச் சாதிக்கவும் செய்தார்.

1996 இல் கிளம்பிய அவதூறு, ரணகளங்கள் அவரைப் புலம்பெயர வைத்தன. துபை சென்றார். கத்தார் குடியுரிமை

வழங்கியது. மாரடைப்பு வந்து ஆரம்பத்தில் கவனிக்காது விடவே, 2011 இல் லண்டன் மருத்துவமனையில் இறக்க நேர்ந்தது. இவ்வளவுக்கும் இந்திய மண்ணிலிருந்து கிளம்பும் முன், பிரச்சனை தீர ஒரு வழிமுறையினையும் முன்வைத்தார். ஒரு கலை விமர்சகர், ஒரு வழக்குரைஞர், வி.எச்.பி.யின் பிரதிநிதி ஒருவர் அடங்கிய குழு ஒன்று அமைத்து, தனது ஒட்டுமொத்த ஓவியங்களையும் பரிசீலித்து, அக்குழு ஆட்சேபிக்கின்ற எந்த ஓவியத்தையும் உடனே அழித்துவிடத் தயாராயிருக்கிறேன் என்றார். ஆனால் விஎச்பி தரப்பு அதனை ஏற்கவில்லை.

இப்போது இந்த மண்ணிலிருந்து நீங்குமாறு கட்டாயப்படுத்தப் பட்டார். 100வது பிறந்த நாளில் 100 ஓவியங்களுடன் வருவேன் என திடசித்தத்துடன் கூறியிருந்த அவர், 95வது பிறந்த தினம் கொண்டாடியதும் மடிந்துவிட நேர்ந்தது. மடிந்தாரா? இல்லை இப்போது அஸ்வமேத யாகத்தால் இந்நாடோடிக் குதிரை பலியிடப்பட்டது. அதன் அவிர்பாகம் போலிகளுக்கும் பொய்யர்களுக்கும் மதவெறியர்களுக்கும் விருந்தானது.

எனினும் இன்னொருவிதத்தில் அவர்மீது பற்றுறுதியும் அபிமானமும் பிரியமும் உள்ள நூற்றுக்கணக்கான ரசிகர்களும் கலைநேசர்களும் மக்களும் கொண்ட இந்தியா 'அவரது திரைச்சீலையில் தன்னை தீட்டிக் கொண்டது.'

ஆதாரங்கள்

1. Frontline. July 1, 2011

2. Who moved M.F. Husain/Srishti Mittal/Deccan Chronicle - March 2010

3. Mother Terasa - Hussain's Tribute/Swagat - January, 98

4. Once again the 'Master' speaks/Uma Mahadevan Dasgupta/ The Hindu, Aug.10, 2003

5. Frontline, Feb 7, 1997

6. Tribute in acrylic/Partha Chatterjee/Frontline, Feb 1, 2008

7. My Paintings Celebrate life/Gowri Ramnarayan-Frontline, May 30, 1997

8. Naked Goddess/Sejal Shah/The Week - Oct 20, 1996

9. Hussain - Roadshow/Pritish Nandy/The Sunday Times of India - 21st January 2001

10. வாழ்வைக் கொண்டாடும் வண்ணங்கள்/டிராட்ஸ்கி மருது/காலச்சுவடு, ஜூலை *2011*

11. The Hussain Conundrum/Sunil Murthy/The Hindu, March 10, 2013

12. Husain: Riding the Lightning/Dyaneshwar Nadkarni - BookReiw by Anjali Sircar/ The Hindu. Dec 1, 1996

13. TOI - Bangalore Edition, Jan 1, 2002

14. Painting Horses, in exile/K. Bikam singh/Deccan Chronicle, Nov 8, 2009

15. Did his devi let him down/Hasan Suroor/The Hindu, Oct 20, 1996

16. An artist who had a brush with the nation/Sadanand Menon/ The Hindu, June 10, 2011

17. Artist's alienation/V.Venkatesan/Frontline, March 26, 2010

18. M.F. Husain, celebrated artist passes away in London/Hasan Suroor/The Hindu, June 10, 2011

19. India Today, Feb 1-15. 1979

20. Faced with promise and protest/openmagazine-artsasiapacific.com

21. Devi: The Great Goddess-Female Divinity in South Asian Art/ Ed By Vidya Dehejia/Mapin pub.

குர்த்ஜீப்:
நான்காம் பாதையில் 21 ஆண்டுகள்

ஆன்மிக - தத்துவத்தளத்தில் மேற்கோள் காட்டவேண்டிய அபூர்வ மனிதர்களாக, ஓஷோ குறிப்பிடுவது ஜே. கிருஷ்ணமூர்த்தியையும் குர்த்ஜீப்பையும்தான். மற்றபடி அதிகம் விவாதிக்கப்படாத ஒருவர் குர்த்ஜீப். ஒன்று அவரது கருத்தமைவுகளும் தத்துவமும் எளிதில் புரிந்துகொள்ள முடியாதவை. அவற்றை விடச் சிக்கலானது/புதிரானது அவரது ஆளுமையும் வாழ்வும். மருத்துவத்திலிருந்து ஆழ்மனம்வரை, ஒட்டுமொத்தமாக தனிநபரை பரிசீலித்து, விழிப்புணர்வை ஏற்படுத்துவதுடன், அவன் சார்ந்துள்ள சூழலும் அதற்கேற்ப அமையவேண்டும் என்றுணர்ந்து, ஒருவித சேர்ந்துவாழ்தலே முழுமையான/அசலான மனிதனை உருவாக்கும் என்று வற்புறுத்தியவர். அதன்பொருட்டு 21 ஆண்டுகள், இந்தியா உள்பட, பலநாடுகளில் தேடியலைந்தவர், 11 ஆண்டுகள் எழுதியவர், 15 ஆண்டுகள் தீவிர செயல்பாட்டில் நடவடிக்கைகளை மேற்கொண்டவர்.

கிரேக்கத் தந்தைக்கும் ஆர்மீனியத் தாய்க்கும் மகனாக, கிழக்கும் மேற்கும் சந்திக்கும் ஆர்மேனியாவில் பிறந்த குர்த்ஜீப் (1872- 1949) ஆர்மேனியர், ரஷ்யர், காகஸஸ்- கிரேக்கர், ஜார்ஜியர், துருக்கியர், குர்துகள் என பல்வேறு இனத்தவரும், அனுபூதியாளரும் புனிதரும் நிறைந்த, கார்ஸ் ஒப்லாஸ்ட் பகுதியில் வாழ்ந்து வந்தவர். ஆர்மேனிய, ரஷ்ய, துருக்கி, கிரேக்க மொழிகள் தெரிந்தவர்.

தத்துவவாதி லான்ஸா டெல் வாஸ்டோ, பத்திரிகையாளரும் தத்துவவேட்கை மிக்கவருமான பி.டி. உஸ்பென்ஸ்கி, குறிப்பிடத்தக்க ஆளுமையான ஏ.ஆர். ஓரேஜ், உளவியலாளர் கென்னத் வாக்கர், மௌரீஸ் நிகோல், பி.எல். டிராவெர்ஸ், ரஷ்ய இசைக்கலைஞர் தாமஸ் தெ ஹார்ட்மன், அவரது

மனைவி வோல்கா போன்றோர் அவருடன் சேர்ந்து இயங்கினர். புகழ்பெற்ற எழுத்தாளர்களான ஹென்றி மில்லரும் அந்தோணி வெஸ்டும் அவரிடமிருந்து உத்வேகம் பெற்றனர். காசநோயால் வருந்திக் கொண்டிருந்த கேத்ரீன் மேன்ஸ்ஃபீல்ட், பிரான்ஸிலிருந்த அவரது ஒருங்கிணைந்த மானுட வளர்ச்சிக்கான மையத்தில் சிகிச்சை பெற்றுள்ளார். ரெனி தௌமால், மார்கரெட் ஆண்டர்சன், கேத்ரின் ஹீலம் ஆகியோர் மாணவர்களாயினர்.

இவ்வளவு தீவிரமான ஆராய்ச்சியும் தேடலும் கொண்டிருந்த அவர், தன் பேராசானாகக் குறிப்பிடுவது முல்லா நசீருத்தீனை. மனதை மேம்படுத்தும் பிரதான சாதனங்களுள் ஒன்று இலக்கியம் என்பார்.

நவீன மனிதனின் செயல்பாடு தலைகீழான வகையில் சிந்தனையை மையமிட்டதாக உள்ளது. அவன் வளர்ச்சி யுறாதவனாயிருக்கிறான். தானாக இயங்கும் இயந்திரம் போலிருக்கிறான். அவனது அசலான பிரக்ஞை பங்கேற் காமலேயே அவனைச்சுற்றியுள்ள ஒவ்வொன்றும் நிகழ்கின்றது. பண்பாடு- கல்வியின் தாக்கம், அவனிடத்தே சுயாட்சிமிக்க பிரக்ஞையுள்ள ஆளுமை என்னும் மயக்கத்தை ஏற்படுத்துகிறது. உண்மையில் அவன் தூங்கிக் கொண்டிருக்கிறான். அவனூடாகக் கடந்துபோகும் பிரக்ஞை ஆற்றல்களை ஈர்த்துக்கொள்ள இயலாதவனாயுள்ளான்.

நம் வாழ்க்கை புறவயத் தூண்டலுக்கான யந்திரகதியிலான எதிர்வினைகளாகவே உள்ளன. நம்மில் ஒருமைப்பாடில்லை.

பதட்டம், கோபம், பச்சாத்தாபம், பகட்டு, சுயமோகம் போன்ற எதிர்மறை உணர்வுகளின் முகமூடிகளை உதறியெறிய வேண்டும்.

சில ஆன்மிகப் பாதைகள் உடலளவில் இயங்கச் சொல்கின்றன; வேறுசில உணர்வளவில் இயங்கச் சொல்கின்றன; இன்னும் சில மனதளவில் இயங்கச் சொல்கின்றன; இம்மூன்றும் போதாதவை.

இவற்றை ஒருங்கிணைத்து, இருத்தலின் அனைத்து அம்சங்களையும் சேர்த்து, உலகத்தோடு இணைந்துவிடாமல், வெறுமனே உலகில் வாழ வேண்டும். அதுதான் நான்காம்பாதை.

மனிதன் மூன்று மையங்களுடையவன் அல்லது மூன்று மூளைகள் கொண்டவன். அவை சமநிலையின்றி இயங்காமல், ஒத்தியைந்து இயங்கவேண்டும். இசைக்கோலங்களை உள்வாங்கியபடி புனித நடனத்தில் ஈடுபட வேண்டும். கைவினைத்தொழில்கள் மேற்கொள்வதுடன் மூச்சுப் பயிற்சிகள் வரை அவசியம். இவையெல்லாம் ஒன்றுசேர்ந்த இயக்கத்தில் மனிதன் விளங்கினால் அவன் அசலான மனிதனாக முடியும்.

இரண்டாயிரமாண்டுகளாக மேற்கத்தைய சிந்தனையில் மேலாதிக்கம் செலுத்திவந்த, செவ்வியல் மற்றும் நேர்காட்சிவாத சிந்தனை வகைமைகள் போதாது; சிந்தனையின் புதிய வடிவங்களும் வகைமைகளும் அவசியம் என்றாகிறது.

பிரக்ஞையின் மேலோட்டமான சலனங்களின் அடிப் படையிலேயே செயல்படுகிறான் நவீன மனிதன். ஆழ்மனதின் இயக்கங்களை உணர்ந்தோ நனவிலியின் இயக்கங்களை உணர்ந்தோ, அவற்றை முழுதாகப் பயன்படுத்திக் கொள்வதில்லை.

'தற்செயலாகவோ திட்டமிட்டோ மற்றவர்களால் ஏற்படுத்தப்படும், அனைத்துவிதமான யந்திரவகைப்பட்ட மனப்பதிவுகளின் காட்சியிலிருந்து பிரக்ஞை உருவாகின்றது. பாரம்பரியத்திலிருந்து மனிதனுக்கு கையளிக்கப்படும் முன்கூட்டியே நிலைகொண்ட பொருள்வகை வளைவுகளிலிருந்து மற்ற பிரக்ஞைநிலை ஒருபாதி உருவாகின்றது. இவ்விரண்டாம் பிரக்ஞை நிலை ஆழ்மனநிலை எனப்படும். இதுவே பிரதான பிரக்ஞை நிலையாக இருத்தல் வேண்டும்;

இதுதொடர்பாக, ஆயிரக்கணக்கான ஆண்டுகளாக ரகசியமாக வைக்கப்பட்டு வந்திருந்த, கிரேக்க- சூஃபித்துவ மரபின் Enneagram பற்றி விளக்குவார். இச்சொல்லுக்கு ஒன்பது புள்ளிகள் என்று பொருள். நமது பிரதான நனவிலி சிந்தனை மற்றும் செயலூக்கமான யுத்ததந்திரத்திற்குள் அகப்பார்வை வழங்குவதால், இது சுயமதிப்பீட்டுக்கு நல்லது. ஒன்பது சமதூரப்புள்ளிகளில் ஒரு வட்டத்தைத் தொடும், ஒன்பது விளிம்புகளுடைய நட்சத்திரத்தால் குறிக்கப்படும் அண்டவியல், உளவியல் அமைப்பு அது.

அக- ஆன்மீக மேம்பாட்டினை நாடுவோராலும், தாம்பத்திய உறவுநிலையில் வளர்ச்சியைத் தேடுவோராலும் தம் செயல்பாட்டை அபிவிருத்தியடையச் செய்ய விரும்பும் மேலாளராலும் வித்தியாசங்களைப் போக்கி மேம்பட்ட பரிணாம நிலைகளை அடைய விரும்புவோராலும் இது பயன்படுத்தப்படுகிறது.

சிந்தனை, உணர்வு, உடல் என மனிதனைக் கட்டமைக்கும் அனைத்துப் பகுதிகளும், அதே ஆற்றலால் ஒரே தன்மையில், தொடப்பட்டாலே உண்மையை அணுகமுடியும். மனிதவாழ்வின் துல்லியமான முக்கியத்துவத்தையும் நோக்கத்தையும் அனைத்துப் பக்கங்களிலிருந்தும் பரிசீலித்துப் புரிந்துகொள்வது அவசியம்.

அத்துடன் மனிதனை இப்பிரபஞ்சத்துடனான உறவுநிலையில் காணவேண்டும். "மனிதன் உலகின் படிமம். ஒட்டுமொத்த உலகையும் படைத்துள்ள அதே விதிகளே மனிதனைப் படைத்துள்ளன. தன்னை அறிந்து புரிந்துகொள்வதன் மூலம் ஒட்டுமொத்த உலகையும் அறிந்து புரிந்து கொள்வான் - உலகை உருவாக்கி நிர்வகிக்கும் விதிகளையும் அறிந்து புரிந்து கொள்வான். உலகின் பரிசீலனையும் மனிதன் குறித்த பரிசீலனையும் இணையாகச் செல்லவேண்டும், பரஸ்பரம் ஒன்றுக்கு ஒன்று துணைநிற்க வேண்டும்."

பிரபஞ்சத்தின் இன்னொரு அடிப்படை விதி ஏழின் விதி அல்லது அதிர்வுகளின் விதி (Law of octaves). "பிரபஞ்சம் அதிர்வுகளால் ஆனது. நுண்ணியதிலிருந்து கரடுமுரடானதுவரை, பிரபஞ்சத்தைக் கட்டமைக்கும் பொருளின் அனைத்து விதங்களிலிருந்தும் அம்சங்களிலிருந்தும் அடர்த்தியிலிருந்தும் இவ்வதிர்வுகள் கிளம்புகின்றன; அவை வெவ்வேறு ஆதாரங்களிலிருந்து கிளம்புகின்றன, வேறுவேறு திசைகளில் செல்கின்றன, ஒன்று மற்றதைக் கடந்து போகிறது, ஒன்று இன்னொன்றுடன் மோதுகிறது, ஒன்று இன்னொன்றை பலவீனப்படுத்துகிறது, வளப்படுத்துகிறது, தடுத்து நிறுத்துகிறது மற்றும் இப்படியே..."

"கடவுளை விடவும் ஆன்மிகத்தன்மை கொண்டிருக்க முற்படுவதில் எந்த நன்மையும் இல்லை. மனிதன் முற்றிலும் ஆன்மிகம் சார்ந்திருக்குமாறு ஒருபோதும் கடவுள் அர்த்தப்படுத்துவதில்லை. அவர் பொருளை விரும்புகிறார், படைக்கிறார்" என்பார் சி.எஸ். லீவிஸ்.

II

ஆர்ம்மனியா, ரஷ்யா, இந்தியா, திபெத், துருக்கி எனப் பல்வேறு நாடுகளில் அலைந்து திரிந்து, தனக்கான ஓர் அணுகுமுறையை/ தத்துவத்தை உருவாக்கிக் கொள்வதற்காக அவருக்கு 21 ஆண்டுகள் பிடித்துள்ளன. இதன் பொருட்டு சூஃபித் தத்துவம், திபெத்திய பௌத்தம், இந்திய ஆன்மிகத்திலுள்ள குண்டலினி சக்தி, ஹிப்னாடிசம், மூச்சு பயிற்சிகள், உளவியல் ஆய்வுகள், தத்துவார்த்த சிந்தனைகள், மறைஞான தத்துவங்கள் எனப் பலவற்றை பரிசீலித்துள்ளார். உணவுமுறையிலிருந்து வாழ்வின் அனைத்து அமசங்களிலும் மாற்றத்தை வற்புறுத்தியுள்ளார். விழிப்புணர்வு பெற்றவர்கள் அப்படியான மனிதர்களுடன் சேர்ந்துவாழும் கூட்டு வாழ்வை முன்வைத்துள்ளார். அவரது மையத்தில் ஆரம்ப கட்டங்களில், Toast to the Idiots என்ற பெயரில் மதுபான கேளிக்கைகளையும் சேர்த்திருந்தார்.

தீவிரத் தேடலும் பயிற்சியளிப்பதுமாக ஈடுபட்டிருந்த அவர், ஒருகட்டத்தில் தீவிரமாக எழுதத் தொடங்கினார் - அது 11 ஆண்டுகள் நீடித்தது. இதற்குப் பின்புலமாக இருந்தவை இரு காரணங்கள், ஒன்று அவருக்கு ஏற்பட்ட வாகன விபத்தால் ஓய்வெடுக்க நேர்ந்தது. இன்னொன்று தாயும் தாரமும் நோய்வாய்ப்பட்டு இறந்ததால், உண்டான வலியும் வேதனையும். மனைவி புற்றுநோயால் மடிய, அம்மா ஈரல் பாதிப்பால் இறந்து போனார். அடிப்படை மருத்துவம் அறிந்திருந்தும், விபத்தில் சிக்கியிருந்ததால், அவரால் சரிவர கவனிக்க முடியாது போனது அவரின் வேதனையை அதிகரிக்க வைத்தது.

அவரது மனைவி லெனா காவலியேரி பீட்டர்ஸ்பர்க் நகரில் நடந்த அழகிப்போட்டியில் முதல்பரிசைத் தட்டிச் செல்ல முடியாததற்காக வருந்தி வெளிறிப் போயிருந்தது, எப்போதும் குர்த்ஜீப்பின் மனதில் அழியாத சித்திரமாய் இருந்துவந்தது. அவரின் மனைவியும் தாயும் வேறுவேறு மொழிகள் பேசியபோதும் சைகைகளிலேயே ஒருவரையொருவர் புரிந்துகொண்டு இணக்கமாக வாழ்ந்து வந்தவர்கள்.

அவரது அப்பா ஒரு தச்சர், கூடவே பாணர் மரபிலான பாடகரும் ஆவார்.

அவரது பாட்டி இறக்கும்வேளையில், கட்டளை போன்று சொல்லிய ஒரு வாசகம், குர்த்ஜீபின் மனதில் ஆழப்பதிந்து போனது. "வாழ்வில் மற்றவர்களைப் போல ஒருபோதும் செயல்படக் கூடாது." அடுத்தகணம் பாட்டியின் உயிர் பிரிந்துபோனது. அன்று முழுவதும் குர்த்ஜீப் குழப்பமான சிந்தனைகளால் நிறைந்திருந்தார். நான்கு நாள் கழித்து, கல்லறையில் நடந்த சடங்கின்போது, எல்லாரும் சோகத்துடனும் வருத்தத்துடனும் இருக்க, அவர்மட்டும் விசித்திரமாக நடந்து கொண்டார். நடனமாடியபடி கல்லறையைச் சுற்றிவந்து "ஞானியருடன் அவள் துயிலட்டும், அரிதானவள் அவள், தெய்வம் அறியும்…'' என்று பாடினார். அதிலிருந்து மற்றவர்கள் செய்யாததைச் செய்திடும் தூண்டுதல் அவருக்குள் இருந்து வந்துள்ளது.

இன்னொரு நூதன விவரணம். மூன்றுமுறை வெவ்வேறு சந்தர்ப்பங்களில் துப்பாக்கிக் குண்டு பாய்ந்து, பலத்த காயம் ஏற்பட்டதாகக் குறிப்பிடுகிறார். முதலாவது சம்பவம் 1896 இல் கிரேட் தீவில். கிரேக்க-துருக்கி யுத்தத்திற்கு ஓராண்டுக்கு முன்னர். அங்கிருந்து ஜெருசலேம் கொண்டுவரப்பட்டு, ஜெருசலேமிலிருந்து கால்நடையாகவே ரஷ்யா வந்ததைப் பதிவு செய்கிறார். இரண்டாவது சம்பவம் 1902 இல் திபெத்தில். ஆங்கிலேய- திபெத்திய யுத்தத்திற்கு ஓராண்டு முன்னர். மூன்றல்லது நான்கு மாதங்கள் நினைவிழந்து கிடந்த அவரை 5 மருத்துவர்கள் காப்பாற்றியுள்ளனர். மூன்றாவது சம்பவம் 1904 இல். காகஸஸ் பிரதேசத்தில். அச்சமயத்தில் பெரிதும் கஸாக்குகளை உடைய ரஷ்யப்படைக்கும் கௌரியர் எனப்படுவோருக்கும் இடையே துப்பாக்கிச் சூடு நடந்தது.

இவைதவிர, 1924லும் 1948லும் கார்விபத்தில் சிக்கியுள்ளார்.

இதற்கிடையே நிதிசேகரிக்க பலமுறை அமெரிக்கா சென்று வந்துள்ளார். எதிர்பார்த்தபடி திரட்ட முடியவில்லை. பிரான்ஸில் மையத்தை நிறுவி, நடத்திவந்த அவர், நிதி நெருக்கடியால் 1932 இல் அதனை மூடிவிட்டார். பின்னர் பாரிஸில் The Rope என்னும் அமைப்பை நடத்தி வந்தார். இது முழுவதும் பெண்கள் நிறைந்தது. பலர் தன்பால்காமத்தினர். 1937 இல் இதுவும் கலைக்கப்பட்டது.

பிற்காலத்தில் குர்த்ஜீப் போதனை, பழமொழிகள், ஜோக்குகள் சேர்ந்த கலந்துறவாடல்களுடன் நிறுத்திக் கொண்டார்.

பணம் தேவைப்படும்போது என்ன வேலையும் செய்யத் தயங்காதவர். பல ஆண்டுகள் தரை விரிப்புகளுக்கான மொத்த வியாபாரியாக இருந்துள்ளார்.

அவரது பிறந்த ஆண்டு பொதுவாக 1872 எனக் குறிப்பிடப்படுகிறது. கல்லறையில் 14.01.1872 என்றுதான் உள்ளது. ஆனால் 31.03.1866தான் அவரது பிறந்த ஆண்டு, இல்லை இல்லை 28.11.1877தான் அவரது பிறந்த ஆண்டு என இருவேறு பதிவுகள் உள்ளன.

III

குர்த்ஜீபுடன் இணைந்து இயங்கியவர்களுள் ஒருவர் பி.டி. உஸ்பென்ஸ்கி. ரஷ்யாவைச் சேர்ந்த சிந்தனையாளரான உஸ்பென்ஸ்கி ஆறு ஆண்டுகாலம் குர்த்ஜீபுடன் உரையாடி கலந்துறவாடியவர். தன் அனுபவங்களை In Search of the Miraculous - Fragments of an unknown Teaching என்னும் நூலாக எழுதியவர். குர்த்ஜீபின் கருத்தமைவு எங்கிருந்து தொடங்குகிறது, எத்திசையில் பயணிக்கிறது என்பவற்றையெல்லாம் அதில் விவரிக்கிறார்.

மனிதன் தன்னை அறியவில்லை. தன்னால் என்ன முடியும், என்னவாக இருக்கமுடியும் என்பதாக அவனில்லை... இன்றொருவனாக இருக்கிறான், நாளை இன்னொருவனாக இருக்கிறான்.

இந்தியாவில் தத்துவார்த்தப் 'பள்ளிகள்' மட்டுமே உள்ளன. எகிப்தில் 'கோட்பாடு' உள்ளது. பாரசீகம், மெசபடோமியா, துர்கிஸ்தானில் 'நடைமுறை' உள்ளது.

பள்ளிகள் என்றால் நிபுணத்துவம் சார்ந்த பள்ளிகளே, பொதுவான பள்ளிகள் இல்லை. ஒவ்வொரு ஆசிரியரும்/குருவும் ஏதோவொன்றில் நிபுணத்துவம் பெற்றுள்ளார். ஒருவர் வானியலாளர், இன்னொருவர் சிற்பி, வேறொருவர் இசைக்கலைஞர்... ஒவ்வொன்றையும் ஆற்றிட ஆயிரமாண்டுகள் பிடிக்கும்.

இப்படியெல்லாம் பேசிவந்த குர்த்ஜீப்பிடம் உங்கள் சகசிந்தனையாளர்கள் யார், எங்கிருந்து கற்றீர்கள்? என உஸ்பென்ஸ்கி கேட்டபோது குர்த்ஜீப் பூசிமழுப்புவதுபோல

ஒரு பதிலைத் தந்தார். ஆதார ஊற்றுகளைக் குறிப்பிடவில்லை என்கிறார்.

அதேவேளையில் திடீரென்று ஒன்றைப் பேசத்தொடங்கினால், ஆச்சரியப்படும்படியாக அதிசயிக்கத் தொடங்கும்படியாக பேசியுள்ளார். கலை/ஓவியம் பற்றி ஒருமுறை இப்படி விவரித்துள்ளார்.

உண்மையான ஓவியத்தில் சந்தர்ப்பவசமானது எதுவுமில்லை. அது கணிதம். அதிலுள்ள ஒவ்வொன்றையும் கணக்கிட முடியும், ஒவ்வொன்றையும் முன்கூட்டியே அறியமுடியும். தான் தொடர்புறுத்த விரும்புவதை கலைஞன் அறிவான். அவனது படைப்பு ஒருவரிடத்தே ஒரு மனப்பதிவையும் இன்னொருவரிடத்தே இன்னொரு மனப்பதிவையும் ஏற்படுத்த இயலாதது. கணித நிச்சயத்துடன் ஒரே மனப்பதிவையே ஏற்படுத்த முடியும்.

ஆனால் புறவய ஓவியம், வெவ்வேறு நிலையிலானவர்களுக்கு வெவ்வேறு மனப்பதிவுகளைத் தரும். வேதியியல்/வானியல் சார்ந்த நூலினை ஒருவர் ஒருவிதமாயும் இன்னொருவர் இன்னொரு விதமாயும் வாசிக்க முடியாது. ஆசிரியர் பொருள்படுத்தும் வகையிலே புரிந்துகொள்ள முடியும்.

'புறவயமான படைப்புக்கு எகிப்தின் ஸ்பிங்ஸ் சரியான சான்று. அதுபோலவே கடவுளர் உருவங்களும் பல்வேறு தொன்மை உருவங்களும். இவற்றை மனதால் வாசிக்க இயலாது, உணர்வுகளாலேயே வாசிக்கஇயலும். எங்கள் பயணத்தில் மத்திய ஆசியாவின் இந்துகுஷ் மலையடிவாரத்தில், தொன்மையான கடவுள்/பிசாசு என ஒரு உருவத்தைக் கருதினோம். குறுகுறுப்பான மனப்பதிவை அளித்தது. பிற்பாடு அது மாபெரும், முழுமையான, சிக்கல்வாய்ந்த அண்டவியலினைக் குறிப்பதாக உணர்ந்தோம். அந்த ஒட்டுமொத்த உருவத்தில் சந்தர்ப்பவசமாக ஏதுமில்லை. படிப்படியாக அதனை உருவாக்கியவர்களின் நோக்கத்தை புரிந்து கொண்டோம். அவர்தம் சிந்தனைகளையும் உணர்வோட்டங்களையும் உணர்ந்தோம். எங்களில் சிலர் அவர்களின் முகங்களைப் பார்த்ததாகவும் குரல்களைக் கேட்டதாகவும் எண்ணினோம். ஆயிரமாயிரம் ஆண்டுகளுக்குப் பிறகு, எங்களுக்கு அவர்கள் தொடர்புறுத்த விரும்பிய அர்த்தத்தைப் பற்றிக் கொண்டோம்; அர்த்தத்தை மட்டுமல்லாமல், அதனுடன் தொடர்புடைய உணர்வுகளையும். அதுதான் கலை!'

அதுபோலவே ரூமியின் பாரம்பரியத்தில் வந்து, சுழல் நாட்டியத்தில் தம்மை இழந்துவிடும் தெர்வீஸ் சூஃபிகளின் நடனத்தில் லயித்து விடுவார். பியானோவின் சுரக்கோவையிலிருந்து பிரபஞ்சத்தின் சூரியமண்டலத்தின் கோள்களின் இயக்கத்திலுள்ள அதிர்வுகள்வரை இசையினை ஆழ்ந்து விவரிப்பார். அவரே இசைப்படைப்புகளை, நாட்டிய நாடகங்களை படைத்துள்ளவர்.

IV

ஒருவர் நிலவைச் சுட்டிக்காட்டினால், சுட்டிக்காட்டுகின்ற விரலையன்றி, நிலவையே உற்றுநோக்க வேண்டும் என்கிறது ஒரு ஜென் வாசகம்.

குர்த்ஜீப் விஷயத்தில் பலரது எதிர்வினை, குர்த்ஜீப் என்னும் ஆளுமை/தனிநபர் சார்ந்ததாகவே உள்ளது. அதிலும் அவருக்குக் கிடைத்த பெயரும் புகழும் காரணமாக, குர்த்ஜீப் என்னும் பெயருடைய தனி நபருடன் தொடர்பு கொள்ள மக்கள் அரிதாகவே வந்தனர்; மாறாக, அவர்தம் மனங்களில் ஏற்கனவே உருவாக்கப்பட்டிருந்த படிமத்தையே சந்தித்தனர்' என்கிறார் ஃப்ரிட்ஸ் பீட்டர்ஸ்.

அவரது வாழ்க்கை சார்ந்த விபரங்கள் சரிவர பதியப்படவில்லை. அவர் பிறந்த ஆண்டே பிரச்சனைக்குரியதாக உள்ளது. அங்கங்கே அவர் போகிற போக்கில் குறிப்பிடும் சில விவரணங்களை வைத்தும், அவரது சகாக்கள் பதிவுசெய்துள்ளதை வைத்தும்தான். அவரது தனிப்பட்ட வாழ்வு குறித்த ஓர் உருவரை கிடைக்கிறது. அவரும் எதைப்பற்றி விவரித்தாலும் உருவகமாக/பூடகமாகப் பேசக்கூடியவர் என்பதால், 70 ஆண்டுகள் கழித்து அவரை அணுகும் ஆர்வலனுக்குக் கிடைப்பவை துண்டு துணுக்குகளான செய்திகளே. அவரது மூன்று காயம்பட்ட சம்பவங்களே காவியத்தன்மை மிக்க, மாபெரும் கித்தானில் வரையப்பட்ட, மறுமலர்ச்சிகால ஓவியத் தீற்றல்களாக உள்ளன. வாழ்க்கை சம்பந்தப்பட்ட விவரணங்களே இப்படி என்றால், அவரது தத்துவ நிலை, கருத்தமைவுகள் பற்றிச் சொல்லவே வேண்டாம்.

குர்த்ஜீப் மிகத்தீவிரமாக சிந்தித்து எழுதியவற்றில் ஒன்று Beelzebub's Tales to His Gandson. மானுட வாழ்வு குறித்த

பாரபட்சமற்ற விமர்சனம் என்னும் துணைத்தலைப்பு உடையது. கார்னக் என்ற விண்கலத்தில் பேரன் ஹஸ்ஸைனுடன் பிரபஞ்சத்தைச் சுற்றிவருகிறார் பீல்ஸெபப். பேரனின் கல்வியை மேம்படுத்துவதற்காக. உணர்வு நுட்பமும் கூர்த்த அறிவும் விசாரித்தறியும் தன்மையுமுள்ள 12 வயது சிறுவன் ஹஸ்ஸைன். தன் கலகத்தன்மைக்காக செவ்வாய் கிரகத்திற்கு நாடு கடத்தப்பட்டிருந்த பீல்ஸெபப், பேரனின் கேள்விகளுக்கு விரிவாகப் பதிலளிக்கும் வடிவில் இந்நூல் உள்ளது. அறிவியல் புதினம் போல, புதிரான சொல்லாக்கங்கள், அர்த்தப்படுத்தல்கள், புதிரான கருத்தமைவுகள் என நூல் நிறைந்துள்ளது. பேரனுக்குச் சொல்லும் கதைகளில் இவ்வளவு செறிவும் பூடகமும் சேர்ந்துவிட்டால் 12 வயதிலேயே நுட்பமுள்ள ஹஸ்ஸைன் ஒருவேளை புரிந்துகொள்ளக் கூடும். பொதுவாசகன்?

அதுதான் குர்த்ஜீபின் பிரச்சனை. உருவகக் கதைகளையே வாசித்துப் புரிந்துகொள்ள இயலவில்லை. அதுமட்டுமல்லாது வாசகனை பயங்காட்டி மிரட்டவும் செய்கிறது. அப்படியானால் உலகின் தத்துவப் போக்குகளை எல்லாம் அலசி ஆராய்ந்து, இசை- நடனம் என்பவற்றின் அடிப்படை வேர்களைத் தொட்டு விவாதிக்கின்ற குர்த்ஜீபின் எண்ணப் பதிவுகளை, தத்துவ விசாரத்தை எப்படிப் புரிந்து கொள்வது?

“அவரைக் கண்டு அதிசயித்தவர்கள் தம் எதிர்வினைகளிலுள்ள குளறுபடிகளைக் காணுமாறு நிர்ப்பந்திக்கப்பட்டனர்” என்கிறார் ஹென்றி டிரகோல்.

அசலான மனிதனை உருவாக்க வேண்டும் என்று 21 ஆண்டுகள் தேடித் திரிந்து சிந்தித்த குர்த்ஜீப், ஒரு மேதைமை மிக்க ஆன்மிகவாதியா?

தன்னை உலகம் வியந்து பார்த்து பிரமிக்க வேண்டும் என்பதற்காகத் தன்னைப் புதிராக முன்னிறுத்திக் கொண்டவரா?

மூன்று வரிசைகளிலான தன் நூல் தொகுதிகளை பெரும் உழைப்புடனும் வேதனையான அனுபவங்களுடனும் பொருட் செலவுடனும் எழுதிமுடித்த கணத்தில், அவற்றை அப்படியே அழித்துவிட வேண்டும் என்று தோன்றியுள்ளது. வழக்கத்திற்கு மாறான தீவிரத்துடன் எழுதிவந்தது அப்படி எண்ண வைத்தது

என்கிறார். அத்துடன் முன்னர் அறிந்திராத பல அம்சங்கள் அவரது அக உலகில் புலப்பட்டன என்றும் குறிப்பிடுகிறார்.

பொதுவாக தூக்கமின்மையால் பாதிக்கப்பட்டு வந்துள்ளவர். தன்போக்கில் தீவிரமாக உலகளாவிய தேடலில் ஈடுபட்டு வந்தவர். அனைத்துச் சிந்தனைத் துறைகளிலும் அறிவியல் ஆய்வுகளிலும் கலை இலக்கிய விகசிப்புகளிலும் நாட்டம் கொண்டு, ஒட்டுமொத்த மனித ஆளுமையின் புதுப்பரிமாணத்தை சாத்தியப்படுத்தும் சவாலை கைக்கொண்டிருந்தவர்.

இதற்குமேல் ஒரு சவால் இருக்கமுடியாது வரம்புகளுக்குட்பட்ட மனிதனின் முன். அதனைச் சாத்தியப்படுத்தும் நடவடிக்கையிலும் ஈடுபட்டிருந்தார். ஒருகட்டத்தில் அவரது ஆன்மிகப் பாதையில், *5000* லிருந்து *10000* பேர்வரை நாட்டங் கொண்டிருந்தனர்.

இவ்வளவு அசலான தன்மையும் ஆழங்கால்பட்ட தன்மையும் தன்முன் நிற்போரை ஏன் ஸ்பிங்ஸ் போல புதிர்போட்டு அழிக்க முனைகிறது?

தன் தேடலில் அசலான மனிதனின் உருவாக்கத்திற்கு ஆழ்மனப் போக்குகளை ஒன்றிணைக்க வேண்டும் என்று தோன்றியதும், மனிதனின் மனம் குறித்த உருவாக்கத்தில் - செயல்பாட்டில் கவனம் செலுத்தியவர். மடாலயத்தில் தியானித்தவர். திபெத்திய பனிப்பாலையில் உரையாடியவர். ராமகிருஷ்ண மடத்தில் குண்டலினி சக்தி பற்றி அறிந்துகொள்ளும் நாட்டத்துடன் வந்தவர்.

விழிப்பு நிலையில் மனித மனத்தின் வெளிப்பாடுகளை அறிந்திட, *28* வகைமைகளிலான பிரதிநிதிகள் தேவையென உணர்ந்து, அப்படியே *3* ஆண்டுகள் மூழ்கியவர்.

அடுத்த நிலையில், தனிமனித நிலையிலான மேம்பாட்டுடன் அவன் வாழும் சூழலிலும் அது நிலவ வேண்டும் என்னும் பொருட்டு, அவர் உருவாக்கியதுதான் The Institute for Man's Harmonoious Development.

தேடல் அசலானதாயிருக்க, நடைமுறை அக்கறை மிக்கதாயிருக்க, புதிர்ப்படுத்தலும் பூடகமும் இருண்மையும் ஏன் அவசியமானது? முல்லா நசீருத்தீனை தன் பேராசான்

என்று அவர் கூறிக்கொள்ள, முல்லாவின் துளியம்சம் கூட அவரது எழுத்தில் காணப்படவில்லை.

எழுத்தில் இல்லை என்பதற்காக அவரது இயக்கத்தில்/ செயல்பாட்டில் இல்லை என்று கூறிவிட முடியுமா? முடியாதுதான்.

தன் நோக்கம் ஒரு சித்தாந்தத்தைப் பரப்புவதல்ல, விழிப்புணர்வை ஏற்படுத்துவதே என்று அடியெடுத்து வைத்தவரை அவ்வளவு சுலபமாக நிராகரித்துவிட முடியாதுதான்.

சித்தர்களுக்கு ரகசியக் குறியீடும் பூடகமும் ஏன் தேவைப்பட்டது? ரசவாதிகள் தம் ஞானத்தை ஏன் ரகசியமாக்கினர்?

ஆதாரங்கள்

1. Beelzebub's Tales to His Grandson - An Objectively impartial criticism of the Life of Man/G.I. Gurdijeff-Ten Books in Three Series. மொத்தமாக All and Everything என்று குறிப்பிடப்படும்.

2. An Introduction to the writings of G.I. Gurdjieff/Gurdjieff International Review/J. Walter Driscoll

3. In Search of the Miraculous - Fragments of an unknown Teaching/P.D. Ouspensky/Arkana, 1965

4. Views from the real World - Early Talks of Guardijeff/E.P. Dutton - Co.Inc, 1975

5. Try to overcome the knowledge paradox/Luiz carlos Roche/ TOI, Bangalore Edition, Oct 28, 2003

ஜெனே: ஓர் எதிர்கடவுள்

"தோட்டத்தின் அழகிய ரோஜா தோட்டக்காரனே"
- ஜெனே

நாவலாசிரியராக நாடகாசிரியராக கவிஞராக அரசியல் செயல்பாட்டாளராக விளங்கிய பிரெஞ்சு ஆளுமையான ஜெனே (1910- 1986 - சரியான உச்சரிப்பு ழான் ழெனே) வேசியின் மகனாகப் பிறந்து, அனாதை இல்லத்தில் வளர்ந்து, தத்துக் கொடுக்கப்பட்டு மனநலச் சிகிச்சை பெற்று திருடனாக மாறியவர்.

அய்ரோப்பாவின் நகரம் ஒவ்வொன்றிலும் உள்ள ஒரு திருடனை ஜெனே அறிந்திருப்பார் என்னும் அளவுக்கு திருட்டில் ஈடுபட்டவர். ஒன்று அத்திருடனோடு சேர்ந்து திருடியிருப்பார். அல்லது அவனுடன் சேர்ந்து சிறையில் இருந்திருப்பார். அபின் கடத்தல், போலி கடவுச் சீட்டை வைத்து அய்ரோப்பாவெங்கும் சுற்றித் திரிதல், வேசைமைத் தொழில் செய்தல் என்று வாழ நிர்ப்பந்திக்கப்பட்டவர்.

பிறந்த ஏழாவது மாதத்திலேயே, தாயினால் தெருவில் விடப் பட்ட ஜெனேயை, ஒரு தம்பதியினர் எடுத்து வளர்க்கின்றனர். பள்ளியில் நன்றாகப் படித்தாலும் அடிக்கடி ஓடிவிடுவதும் சிறுசிறு திருட்டுகள் செய்வதுமாக இருக்கின்றார். வளர்ப்புத்தாய் இறந்துவிட, இன்னொரு முதிய தம்பதியரிடம் வளர்கிறார். இரவில் வீட்டில் இருப்பதில்லை. ஒப்பனை செய்துகொண்டு திரிகிறார். அத்தம்பதியர் இன்னொருவரிடம் சேர்க்கச் சொல்லும் பணத்தை ஊதாரித்தனமாக செலவழித்து விடுகிறார். 15 வயதில் Mettray Penal Colony யில் சேர்க்கப்பட்டு 3 ஆண்டுகாலம் இருக்கிறார். 18 வயதில் ராணுவத்தின் அந்நியநாட்டுப் பிரிவில் சேர்க்கப்பட்டு 6 ஆண்டுகாலத்திற்குப்

பின் வெளியேற்றப்படுகிறார். காரணம், அவரது தன்பால்காம நடவடிக்கைகள்.

லெபனான், சிரியா, ஸ்பெயின், லிபியா, மொராக்கோ எனப் பல நாடுகளில் பிரெஞ்சு ராணுவத்தின் படைவீரனாக இருந்து வந்தவர். ஜெர்மனியால் பிரான்ஸ் ஆக்கிரமிக்கப்பட்டபோது, ஜெர்மானியப் படைவீரர்களை எதிர்கொண்டவர்.

தொடர்ந்து திருட்டுக் குற்றச்சாட்டுகள் சுமத்தப்பட்டு ஒருகட்டத்தில் ஆயுள்தண்டனை விதிக்கப்படுகிறது. தனது நாவல்கள், நாடகங்கள் மூலம் எழுத்தாளராக/கலைஞராக அறியப்பட்டிருந்தவரை விடுவிக்குமாறு, காக்தூ என்னும் பிரெஞ்சு நாடக- திரைப்பட இயக்குனர், பிகாஸோ என்ற ஓவியர், சார்தர் என்னும் தத்துவாசிரியர் போன்றோர் குரல் கொடுக்கவே, விடுவிக்கப்படுகிறார்.

இப்போது அரசியல் நடவடிக்கையாளராக மாறுகிறார். அல்ஜீரியப் புரட்சி குறித்து எழுதுகிறார். பாலஸ்தீன முகாம்களில் தங்கி வாழ்கிறார். யாஸ்ஸர் அராஃபத்தைச் சந்திக்கிறார். பிரான்ஸில் தங்கிவிட்ட புலம்பெயர் மக்களுக்காகப் பரிந்து பேசுகிறார். அமெரிக்க கறுஞ்சிறுத்தைகள் இயக்கத்தின் சார்பில் அமெரிக்காவில் உரையாற்றுகிறார். அதன் தலைவர் ஹுவே நியூட்டனை ஆதரிக்கிறார். ஆஸ்திரிய தத்துவவாதி ஹன்ஸ் கொச்லரின் அழைப்பின்பேரில், வியன்னாவில் நடந்த கண்டனக் கூட்டங்களில் பங்கேற்கிறார்.

மொராக்காவில் வாழ்ந்து கொண்டிருக்கையில் தனது இறுதி நூலான The Prisoner of Love இன் கையெழுத்துப் படிகளை சரிபார்த்துக் கொடுக்க, 1986 இல் பாரிஸ் வருகிறார். தொண்டைப் புற்றுநோயால் பாதிக்கப்பட்டிருக்கும் நிலையில், தங்கியிருந்த விடுதி அறையில் விழுந்து இறந்து போகிறார். அவர் விருப்பப்படி அவர் விரும்பிய மொராக்காவில் ஒரு தேவாலய வளாகத்தில் அடக்கம் செய்யப்படுகிறார்.

'தன்னை மறுதலித்த உலகை தீர்மானகரமாக மறுதலித்தவர்' அவர்.

II

ஜெனே தன் முதல் நாவலை எழுதியது சிறையில். அதுவும் காகிதப்பைகள் தயாரிப்பதற்காக கொடுக்கப்பட்டிருந்த

காகிதத்தில். அது தெரியவந்து சிறைக்காவலாளியால் கிழித்தெறியப்படவும், மீண்டும் அதே சிறையில் எழுதி முடித்துள்ளார்.

காகிதம்கூட கிடைக்காத சூழலில், சிறையின் தனிமையில், நாவல் எழுதவேண்டும் என்று அவரை உந்தித்தள்ளியது எது? எழுதியே தீரவேண்டும் என்று அவரை எண்ண வைத்தது எது? எழுத்து அவர் வாழ்வில் செய்த உருமாற்றம் என்ன?

மனநோய் காப்பகத்திலும் சிறையிலும் ராணுவத்திலும் வாழ்ந்து வந்து இறுதியில் ராணுவத்திலிருந்து வெளியேற்றப்பட்டவர் ஜெனே. கருவிலிருந்து வெளியேறியதும் வீதியில் எறியப்பட்டிருந்த அவர், திரும்பவும் இவ்வுலகிற்குள் எறியப்படுகிறார். அநாதையாக தன்பால்காமத்தினராக அவர் தெரிவு செய்யவேண்டிய வாழ்வாக இருப்பது, ஆண் வேசியாக மாறுவது, அதையே செய்கிறார். கூடவே காமத்தரகராகவும் இருக்கிறார். அப்படியும் பசியைப் போக்க முடியாதபோது திருடுகிறார், அபின் கடத்துகிறார்.

இந்த வாழ்வின் அவலத்தையும் வேதனையையும்தான் அவர் எழுதும் விஷயமாகிறது. நிழல் உலகிற்குள் பதுங்கி, ரகசிய வாழ்வு வாழ்ந்து வருகையில், தனிமையின் சலிப்பிலிருந்து விடுபட, எழுத்தில் ஈடுபாடு காட்டுகிறார். ஒரு மடாலயம் அருகே அமர்ந்து நாவலொன்றை எழுதுவதாக அவர் குறிப்பிட்டுள்ளார்.

வாழ்க்கை வசதிகளைத் துறந்து, உடலை வருத்தி, நோயிலிருந்து தனிமையில் தியானித்து வருபவருக்கு கிட்டுவது புனிதம் என்றால், ஜெனேயும் அப்புனிதத்தை நோக்கி யாத்திரை செய்கிறார் - வேறொரு வகையில். இவர் வாழ்க்கை வசதிகளைத் துறக்க வேண்டிய நெருக்கடியில்லை. வசதிகளே இல்லாத வாழ்க்கை இவருக்கு. தனிமை கிடைப்பது பிரச்சனையில்லாதது. சமூகத்திலிருந்து விலகி ஒதுங்கி வாழ்பவருக்கு, அதுவும் மிகுதியான காலத்தை சிறைக் கொட்டடியில் கழிக்க நேர்ந்தவருக்கு, தனிமை வாசம்தான் நிதர்சனம். உடலை வருத்துதல் என்பதைப் பொறுத்த அளவில் ஓர் ஊசலாட்டம் - ஒருவகையில் காமக்கேளிக்கையில் திளைப்பது உல்லாசம்; நிர்ப்பந்தத்தில் அதனை மேற்கொள்கையில் வதை. இரண்டும் சேர்ந்த நிலை இவருக்கு. எனவே தானும் புனித நிலைக்கு அருகில் இருக்கமுடிந்தது என்பார்.

சா.தேவதாஸ் ◄◄ 161

ஒருபுறம் கிழிந்த அவமானகரமான வாழ்க்கை. அதிலிருந்து புனிதத்தை நோக்கிய யாத்திரை சார்ந்த பிரக்ஞைநிலை மறுபுறம். எழுத்தின் நிகழ்ச்சிப்போக்கில் ஏற்படும் வேதியியல் மாற்றம், ஒரு திருடனுக்கு காமத்தரகனுக்கு/வேசிக்கு துறவியின் புனிதத்தை வழங்குகிறது.

உலகத்திலிருந்து வெளியேற்றப்பட்டவன் உலகை அவதானித்து எழுதும்போது, தனது கூட்டிலிருந்து வெளியேறுகிறான். அரசியல் நடவடிக்கையாளனாகிறான். சார்த்தர், ஃபூக்கோ போன்றவர்களுடன் இணைந்து மானுட உரிமைகளுக்கு குரல் கொடுக்கிறான். அகதிகள் நிலையை அம்பலப்படுத்துகிறான். தன்னுடன் சிறைவாசமிருந்து தூக்குத் தண்டனைக்குள்ளான நண்பன் மோரிஸின் நினைவாகக் கவிதை எழுதுகிறான். அரசியல் சார்ந்து உரிமைகள் கோரி, நாடகங்கள் தயாரித்து நிகழ்த்துகிறான்.

குழந்தைமைப் பருவமும் அதன் குதூகலமும் இல்லாமல் வாழ்ந்த ஜெனேவுக்கு, அக்காலகட்டத்தை எழுதுதல், இறந்துபோன ஒன்றைப் பேசுவதாகிறது; 'மரணத்தின் உலகை, இருளின்/ஊடுருவித் தெரிவதான அரசைப் பேசும் பொருட்டு அதனை மேற்கொள்கிறேன். 'சிறைக்கதவினால் நான் பாதுகாக்கப்படுவது போலவே, என் இருதயம் உன் நினைவைப் பாதுகாக்கிறது' என்னும் சிறைச்சுவர் வாசகம் தன் குழந்தைப்பருவத்தை தப்பிவிடாது இருக்கச் செய்கிறது' என்ற நிலை ஜெனேவுக்கு.

'திசுக்களின் உயிரணுக்களால் எனக்குள்ளே சிறை அமைந்துவிடுவதால்' அவருக்கு வெளியில் சிறை இல்லாது போகிறது.

"பிச்சை எடுத்தல் வேசைமை செய்தலுடன் அசமந்தமான இழிந்த வெட்ககரமான நிலையிலிருந்து என்னை விடுவித்துக் கொள்ளும் அனுபவத்தை விவரிப்பதே - குற்றவியல் உலகின் கவர்ச்சி, வசீகரத்தின் பின்புலத்தில் - இந்நூலின் நோக்கம்" என்கிறார் Miracle of the Rose நாவலில்.

அவ்விழிந்த உலகில் அவரது ஆளுமை அடைந்த நிகழ்ச்சிப் போக்கு எப்படி இருந்தது? '........ என் ஆளுமை உள்ளாகியிருந்த அனைத்துவிதமான வடிவங்களின் மிருதுத்தன்மையான ஆண்டுகளின்போது, எந்த ஆணும் என்னை உருக்கியெடுத்து

வைத்துக்கொண்டு விடுவான். என் தார்மிக சாரம் (வெண்ணிறச் சருமம், நொய்மையான எலும்புகள், சரிந்த தசைகள், மெதுவான சமிக்ஞைகள், அவற்றின் நிச்சமற்ற தன்மை மிக்க உடற்சாரத்துடன்) கூர்மையின்றி வெளிவரிக்கோடின்றி இருந்தது. கூரிய கோணங்களுடன் கல்போன்ற திண்ணிய பொலிவுடனுள்ள அமைதியான நேர்த்தியுடன் தழுவப்படவேண்டுமென்று ஏங்கினேன். அவனது இடத்தை பண்புகளை சீலங்களை எனதாக்கிக் கொள்ளும்வரை என்னால் நிம்மதிகொள்ள இயலவில்லை. அவனது சமிக்ஞைகளை மேற்கொண்டு அவனது சொற்களை உச்சரித்தபோது, இரட்டையைப் பார்த்துக்கொண்டிருந்ததாக மக்கள் எண்ணினர்; ஆனால் நான் பார்த்துக்கொண்டிருந்தது, பொருட்களின் இரட்டையை. நானாக இருக்க விரும்பினேன் - மோகங்கொண்டபோது நானாக இருந்தேன்...”

ஜெனேயைப் பொறுத்தவரை இரு ஆண்கள் கூடுகையில், ஒருவர் ஆணுறுப்பாயும் இன்னொருவர் பெண்ணுறுப்பாயும் ஆகிவிடுகின்றனர்.

தீமையின் தீயதின் உலகில் நிர்ப்பந்தத்தால் நுழைபவர், எப்படி அதனால் வசீகரிக்கப்பட முடியும்? எப்படி அதில் நறுமணத்தை நுகர முடியும்?

“....ஒருவன் மாட்சிமையுடன் செயல்பட நீண்டநேரம் கனவுகாண வேண்டும்; கனவுகாணுதல் இருளில் வளர்த்தெடுக்கப்படுகிறது. சிலர் மாயப் புனைவுகளில் ஆனந்தமடைகின்றனர் - அவற்றின் அடிப்படை உள்ளடக்கம் விண்ணக திளைப்புகளாக இருப்பதில்லை. அவை பிரகாசம் குறைந்த மகிழ்ச்சிகளே, அவற்றின் சாரம் தீமையே. இப்பகல்கனவுகளெல்லாம் மூழ்குதலும் மறைத்துக்கொள்ளலுமே; நம்மால் தீமையில்தான், பாவத்தில்தான் நம்மை மறைத்துக்கொள்ள முடியும்”

வாழ்வின் சிறந்த சீரிய பக்கம் தெரியாதபோது, இருண்டதும் தீயதுமான பக்கத்தையே பார்த்துப் பார்த்து, அதையே வாழ்வாக கொண்டாட வேண்டிய நிலை ஜெனேவுக்கு.

இன்னொன்றையும் குறிப்பிடுகிறார்:

‘நான் வறியவனாக இருந்தபோது அற்பமானவனாக இருந்தேன் ஏனெனில் மற்றவர்களின் செல்வத்தைக் கண்டு

பொறாமை கொண்டேன், அன்பற்ற அவ்வுணர்வு என்னை நாசப்படுத்தியது, விழுங்கியது. அன்பினை வழங்கிடும் நேரிய தன்மையை உணர்ந்திட, செல்வந்தனாக விரும்பினேன் (அள்ளி வழங்கும் பொருட்டு அன்பானவனாக, செல்வந்தனாக விரும்பாமல், அன்புள்ள என் தன்மை அமைதிகொள்ளும் என்பதால்). அன்பாயிருப்பதன் பொருட்டு திருடினேன்" மதம், நம்பிக்கை எல்லாம் இப்பிரபஞ்சத்தை முடிவு கொண்டதாக எல்லைக்குட்பட்டதாக ஆக்கிவிடுகின்றன. ஆனால் சக குற்றவாளியிடம் ஜெனே கொள்ளும் நட்பு, பக்தியாகி முடிவில்லாத வரம்பில்லாத பிரபஞ் சத்தைக் காணுமாறு செய்கிறது: "நம்பிக்கையின்றி நாம் சுதந்திரமாயிருந்தால், நம் அபிலாஷைகள் நம்மிடமிருந்து தப்பி விடுகின்றன - சூரியனிடமிருந்து ஒளி தப்புவதுபோல; ஒளியைப்போல, முடிவிலிருந்து தப்பியோட முடியும் ஏனெனில் இயற்பியல்/அப்பாலையில் வனம் ஒரு கூரையில்லை. மதங்களின் வானம் ஒரு கூரை. அது உலகை முடிவுக்கு கொண்டு வருகிறது. அதுவொரு கூரை, திரை; எனவே என் இதயத்திலிருந்து தப்பினாலும் என் அபிலாஷைகள் காணாது போய்விடுவதில்லை; அவை வானத்தின் பின்புலத்தில் வெளிப்பாடு காண்கின்றன; காணாது போனதாக என்னும் நான் அவற்றிலே என்னைக் கண்டுகொள்கிறேன் அல்லது கூரையில் காட்டப்படும் அவற்றின் பிம்பங்களில்... வெகு நுணுக்கமாய் இவ்விருதயம் தேடியறியப்பட, ரகசிய அறையொன்று திறந்து, ஓர் ஒளிக்கதிர் நுழைய, அனுமதி கிட்டி, கடவுளைக் காட்டும் வகையில், அறைக்கதவின்மேல் இறங்குகிறது ஒளிக்கதிர்."

எழுதும் நடவடிக்கைக்கு அடிப்படையாக ஆதாரமாக உள்ள கற்பனைத்திறன், ஜெனேவுக்கு ஒரு மாற்றுலகை படைத்துக் காட்டுகிறது; அவநம்பிக்கை மிகுந்து நெருக்கடிக்குள்ளாகி இருந்த வேளையில் மீட்டெடுக்கிறது; இன்னொரு ஆற்றலை தருவித்துவிடுகிறது அவரே ஆச்சரியப்படும் அளவுக்கு... "... ஆனால் நம்பிக்கையற்ற நிலை உங்களிடமிருந்து உங்களை வெளியேற்றுகிறது. நான் வாழ்ந்திட என் கற்பனை எனக்கொரு புகலிடத்தை கட்டமைத்தது, எனக்காக அழகான வாழ்வை உருவாக்கியது. கற்பனை துரிதமிக்கதாக இருப்பதால், இது துரிதமாய் நிகழ்ந்தது. என் கற்பனை அடர்ந்தும் துரிதமாயும் பிற சாகசங்களை பின்னிச்சென்றது. இறுதியில் வன்முறையால்

வசீகரிக்கப்பட்டு கண்டபடி சென்றது - அப்போது அது கற்பனையாயில்லாது, இன்னொரு மேலான மீட்புச் சக்தியாயிருந்தது."

இப்படி எழுதுபவர், கசடுகளைச் சுமக்க நேர்ந்த இழிபிறவியாயிருக்க முடியுமா? ஆன்மிகச் சாதகங்கள் புரிந்து வந்து, தரிசனங்கள் கிடைக்கப் பெற்றவரின் பரவசமாகத் தோன்றுகிறது. அது எப்படி சாத்தியமாயிற்று?

இழிநிலையிலான வாழ்வுக்கு தள்ளப்பட்ட ஜெனே எப்படி எழுத முடிந்தது? அப்படி எழுதியதில் இவ்வளவு அற்புதத்தை காணவும் பேசவும் முடிந்தது எப்படி? என்னும் இரு கேள்விகளுக்கு விடையும் விளக்கமும் காண ஓர் ஆயுட்காலம் போதாது. தேடிக்கொண்டே இருப்பது சூரியனிடமிருந்து தப்பிச் சென்ற ஒளிக்கதிரை காணவைக்கும் என்பது மட்டும் உறுதி.

'பிரகாசமான வைரம் மண்ணில் விழுந்தால் குருடாகிவிடும்; மண்படிந்த விதையோ முளைத்தெழும்' என்றொரு வாசகமும் உண்டு.

III

பாரிஸ் நகர வீதியொன்றில் விளக்குக் கம்பத்தின் அருகே, ஜெனே எழுதிக் கொண்டிருந்த வேளையில், நிலவைப் போல் தட்டையான வெளிறிய முகமுடைய சற்று வயதான பெண்ணினைக் காண்கிறார்; அது வேதனை மிக்கதா போலியானதா என்று தெரியவில்லை. ஏழையான தனக்கு காசுவேண்டும் என அவரிடம் கோருகிறார். அவள் அப்போதுதான் சிறையிலிருந்து விடுவிக்கப்பட்டிருக்க வேண்டும் என்பதை அந்நிலவு-மீன் முகத்தின் நேரிய தன்மை அவரிடம் தெரிவிக்கின்றது. அவளொரு திருடி எனத்தனக்குள் சொல்லிக் கொள்கிறார்.

அப்போது, தற்போது தான் கண்ட பெண் தன் தாயாக இருக்கக்கூடும் என்ற எண்ணம் எழுகிறது. தொட்டிலில் என்னை விட்டுச் சென்றவளைப்பற்றி எனக்கேதும் தெரியாது, ஆனால் இரவில் பிச்சை எடுத்த அவ்வயதான திருடிதான் அவள் என்று நம்பிக்கை வருகிறது.

அங்கிருந்து சென்றபின், அது அவளாக இருந்துவிட்டால் என்ன செய்வது? என்று யோசிக்க வைக்கிறது. "அவளாக இருந்துவிட்டால் ரோஜாக்களாலும் முத்தங்களாலும் அவளை நிறைத்துவிடுவேன்! அவ்வுருண்டையான முட்டாள்தனமான முகத்திலுள்ள அந்நிலவு-மீன் கண்களைப் பார்த்து மிருதுவாக அழுவேன்!.... என் தாயான அத்திருடியைப் போற்றுவேன்." (பக். 14-5)

வேசியான தன் தாயைச் சந்திக்க நேர்ந்தால்கூட, தொட்டிலில் பிள்ளையை விட்டுச்சென்ற அவளைக்கூட பூக்களால் முத்தங்களால் நிறைத்துப் போற்றுவேன் என்கிறார்.

திருடனின் தினப் பதிவு நூலில் இன்னோரிடம். நோயும் வறுமையும் பீடித்து உழலும் பிச்சைக்காரர்களிடத்தேயும் ரகசியமான மாட்சிமை இருக்கும் என்கிறார். "தொழுநோய் திசுக்களில் அரிப்பை உண்டுபண்ணும்; அந்நோயாளி சொரிந்து கொள்வான்; அவனுக்கு விறைப்புத்தன்மை எழும். சுயஇன்பம் அடிக்கடி நிகழும். அவனின் தனித்த காமவிநோதத்தின் ஆறுதல் கொண்டு தன் நோயைப் பரவிப்பாடுவான். வறுமை எம்மை விறைப்புத்தன்மையுடையவர்களாக ஆக்குகிறது. ஸ்பெய்ன் எங்கிலும் ரகசிய, மறைக்கப்பட்ட மாட்சிமையை, அகங்காரமின்றி கொண்டு செல்கிறோம். எமது அடக்கத்தின் கங்குகளை இன்னும் தீவிரத்துடன் உயிர்ப்புடன் வைத்திருக்க, எம் சமிக்ஞைகள் மேலும் மேலும் பணிவு கொள்கின்றன, மேலும் மேலும் மங்குகின்றன. அவ்வளவு பரிதாபமான தோற்றத்திற்கு உன்னத அர்த்தத்தைக் கற்பிக்கும் என் திறமை இவ்வாறு வளர்ந்தது..." (பக். 20)

ஸ்பெய்ன் வாழ்வின்போது இரவில் ஊருக்கு வெளியிலுள்ள ஒரு பூங்காவில் தங்கிக் கொள்வதும், காலை எழுந்ததும் பிச்சை எடுக்கவோ திருடவோ செல்லவேண்டும். அப்போது சிறையிலிருந்து ஒரு நண்பன் திரும்பி வருவது சற்று மகிழ்ச்சி அளித்திருக்க வேண்டும். அன்றிரவு நட்சத்திரங்கள் நிறைந்த வானைப் பார்க்கையில், இதே வானைத்தானே அலெக்ஸாண்டரும் சீஸரும் பார்த்திருப்பார்கள் என்று தோன்றுகிறது ஜெனேவுக்கு. தானொரு அற்புதமான பிச்சைக்காரன் சோம்பேறியான திருடன்தான். ஆனால் தான் எழுதிக் கொண்டிருந்த ரகசிய வரலாறு, மாபெரும் வீரர்களின் வரலாறு போல, அவ்வளவு உயரிய விவரணங்கள்

மிக்கது என்கிறார். எனவே அவ்விவரணங்கள் தன்னை மிகவும் அரிதான தனித்துவமான பாத்திரங்களுள் ஒன்றாக ஆக்குகின்றன என்கிறார்.

நாயகத்தன்மை என்பது அவரைப் பொறுத்தவரை காதல்சார் ஆசைகள் மீதூரப்பெற்றது; அந்நாயகர்கள் மனங்களில் மட்டுமே இருப்பதால் அவர்களை உருவாக்க வேண்டியுள்ளது. எனவே நான் வார்த்தைகளைச் சார்ந்திருக்கிறேன். அவற்றைக் கொண்டு ஒரு விளக்கத்திற்கு முற்பட்டாலும், நான் பயன்படுத்தும் வார்த்தைகள் பாடும். நான் எழுதியது உண்மையா? பொய்யா? காதலின் இந்நூல்மட்டுமே உண்மையானது. அதன் சந்தர்ப்ப சூழலாக சேவைபுரிந்த உண்மை விபரங்கள் என்னாகும்? நான் அவற்றின் களஞ் சியமாய் இருத்தல் வேண்டும். நான் மீட்டெடுப்பது அவற்றை அல்ல" (பக். 87)

ஜெர்மனி, பாரிஸை ஆக்கிரமித்திருந்த வேளையில், ஜெர்மானியப் படை வீரர் ஓரிருவர் அறிமுகமாகின்றனர் ஜெனேவுக்கு. அவர்களைச் சந்தித்தமாத்திரத்தில் ஹிட்லரின் படிமம் ஜெனேயின் வார்த்தைகளில் எழுகிறது.

"கருணை மிக்கதும் எளிமையானதுமான ஹிட்லரின் வாழ்க்கை, உலகின் மீது பயங்கர நடவடிக்கைகளைக் கட்டவிழ்த்துவிடப் போகிறது.- அவை மனிதன் உருவாக்கியுள்ளவற்றில் அளப்பரிய தீக்கனவுகளின் மலர்ச்சியாயிருக்கும். ஹிட்லரிடத்தே ரகசியங்கள் உண்டு. மாயாவியான அவர், துப்பாக்கி முனைகளுக்காக துளையிடப்பட்டுள்ள சுவர்களையுடைய பல அறைகளின் ஊடே, தரைவிரிப்புகளின் மேல் மிதந்து செல்வார்."

குற்றம்-குற்றவாளி சார்ந்த அவரது நெருக்கமான உறவுநிலையை ஜெனே இப்படித் தொகுத்துரைக்கிறார்:

"என்னுடைய மென்பண்புகளைக் குற்றவாளிக்கு கையளிக்கிறேன். கவர்ச்சியான பெயர்கள் சூட்டி அவர்களை அழைக்க விரும்புகிறேன். குற்றங்களின் தகுதிக்கேற்ப சூட்டப்படும் இப்பெயர்களானது ஒரு நுட்பமான உருவகம் என்று நான் தன்னடக்கத்துடன் கூறிக் கொள்வேன். என்னுள் உள்ள ஒவ்வொரு மலரும் பெருமிதமாக என்னை விட்டகலும்போது ஒரு துக்கம். இவையெல்லாம் குறிப்பது

துயரமும் மரணமும் ஆகும். இவ்வாறாகக் குற்றவாளிகளின் வசிப்பிடங்களைச் சார்ந்து நான் அன்பைத் தேடுகிறேன். அதன் மீதான என்னுடைய ஒவ்வொரு தாபமும் நம்பிக்கையை நோக்கிச் செலுத்துகிறது...."

IV

ஜெனேயின் நாடகங்கள் நாவல்களிலிருந்து வேறுபட்டவை. சமூகத்திலிருந்து வெளியேற்றப்பட்டவர்களுக்கும் அவர்களை ஒடுக்கியவர்களுக்குமிடையிலான போராட்டத்தை அடங்கியவாக விவரிப்பவை. அங்கே சமூக அடையாளங்கள் பரிகசிக்கப்படும். பாத்திரங்கள் தம் பங்குபணிகளை மாற்றிக் கொள்ளும். அல்ஜீரிய விடுதலைப் போராட்டத்தின் இதிகாச விவரிப்பாக The Screens (1964) நாடகம் இருக்கும். *1959* இல் பாரிஸில் அரங்கேறிய The Blacks, நியூயார்க்கில் *1408* தடவைகள் நிகழ்த்தப்பட்டது. இதில் நடித்தவர்களுள் புகழ்பெற்ற கவிஞர் மாயா ஏஞ்சலுவும் ஒருவர். பிரெஞ்சு காலனியாதிக்கத்தைப் பற்றிய கடுமையான விமர்சனம் கொண்டது இந்நாடகம்.

'கடுங்காவல்' நாடகம் தமிழில் ரமேஷ் பிரேதனால் புதுச்சேரியில் நிகழ்த்தப்பட்டது செறிவுடன். 'மிகவிரைவில் மனிதனின் நோக்கம் வெறுமையாக இல்லாமல், வெறுமையே நோக்கமாக இருக்கும்' என நீட்ஷே முடிக்கும் இடத்தில் ஜெனே தன் எழுத்துகளை ஆரம்பிக்கின்றார் என்கின்றனர் ரமேஷ் பிரேதன். ஜெனேயால் வெறுமைகளின் அழகிலிருந்து வசீகரத்திலிருந்து வாழ்வை வெறுமையின் தோத்திரப் பாடலாக மாற்றிக்கொள்ள முடிந்திருக்கிறது என்கின்றனர்.

"ஜெனேவின் நாடகம் பற்றிய, எழுத்து-கலை பற்றிய கவனிப்பும் வாழ்வு பற்றிய கவனிப்பும் ஒரே இடத்தில் ஆரம்பிப்பதை நாம் அவதானிக்க முடிகிறது. சாகக்காத்திருப்பவர்கள் பிறரை சாகடித்து விடுவார்கள். இது அநாவசியமான தேவையற்ற ஒன்றுதான். தெரிகிறது. ஆனால் என்ன செய்வது? கொலையைத் தேர்ந்தெடுப்பவன் கவர்ச்சிகரமாக இங்கு தோன்றுகிறான். கொலையும் சாவும் நிகழமுடியாத ஒரு கற்பனையான இடம் ழெனேவுக்கு தேவைப்படுகின்றபோது - அது நாடகம்."

"மொழி விளையாட்டு முற்றுப்பெறும்பொழுது உலக அரசியல் தொடக்கம் பெறுகிறது. கனவும் கற்பனையும்

முற்றுப்பெறும்பொழுது சட்டம் ஒழுங்கு தொடக்கம் பெறுகிறது. சட்டம் ஒழுங்கு தொடங்கியவுடன் அறம் என்பது அழிந்து குற்றமும் தண்டனையும் தோற்றம் கொள்கிறது. குற்றமும் தண்டனையும் சாத்தியப்படாத ஒரு வெளி, நிகழ்வுப் பரப்பு உண்டென்றால், அது பன்மைகளை சாத்தியப்படுத்தும் நாடகம் என்பதாகத்தான் இருக்கும் என்பது ழெனேவின் கவித்துவம்."

ஜெனேக்குப் பிடித்தமான எழுத்தாளர்களில் முக்கியமானவர் தாஸ்தோயெவ்ஸ்கி.

"விசாரணை கமிஷன் இல்லாதுபோகையில், தீர்ப்புரைப்பவரும் தீர்ப்பிடப்படுபவரும் ஒன்றுகலந்து விடுகையில் புனிதம் நிலவும். நான் தீர்ப்புரைப்பவனாயும் குற்றஞ்சாட்டப்பட்டவனாயும் இல்லாது போவேன்" என ஜெனே விவாதிக்கையில், அது தாஸ்தோயெவ்ஸ்கியை வழிமொழிவதாக உள்ளது.

"கொலை என்னும் கருத்து பெரிதும் கடல் மற்றும் மாலுமிகள் என்பதை நினைக்கத் தூண்டுகிறது... நம் உணர்வோட்டங்கள் தடைப்படுத்தப்படுகையில், கொலை நம் சிந்தனையில் எழுகிறது. துறைமுகங்களை அடிக்கடி குற்றங்கள் நிகழ்ந்திடும் அரங்கமாக நாம் அனுமானித்துக் கொண்டால், அப்போது விளக்கம் எளியது, நம்மைத் தடுத்து நிறுத்தாது; ஆனால் சரிதங்கள் எண்ணற்றவை - கொலைகாரன் கடல் சார்ந்தவன் என அவற்றிலிருந்து அறிந்து கொள்கிறோம் - கற்பனையிலோ நிஜத்திலோ - முதலாவதில் குற்றம் கடலுடன் குறைந்த நெருக்கத்தையே கொண்டிருக்கும்" என்று தொடங்குகிறது Querelle of Brest என்னும் ஜெனே நாவல்.

V

ஜெனேயை ஏன் வாசிக்க வேண்டும், ஏன் மதிக்க வேண்டும் என்பதற்கு பிரமிள் தீவிரமான சொல்லாடல் நிகழ்த்தியுள்ளார் என்றே கூறவேண்டும்.

"சமூக நியதிகள் எதையும் ஏற்காத ஒருவனது ஒவ்வொரு கணத்திலும், பொன்மயமான அற்புதம் ஒன்று நிகழ்வதை நேர அனுபவிக்க வேண்டுமானால், நாம் ஜெனேயைப் படிக்க வேண்டும்... சமூக நியதிகளைக் கிஞ்சித்தும் ஏற்காத கலாசார

சக்தி ஒன்று பேரிலக்கியமாகி உள்ளது, பாதாள வாழ்வின் பெருவெற்றியாகும். அதேசமயத்தில், மதத்தின் மூலமே பெறமுடியும் என்று குறிப்பிடப்படும் உந்நத நிலைகளையும் இந்த உதவாக்கரை ஜெனே பெற்றிருக்கிறான் எனும்போது, மதத்தையும் மீறிய ஒரு பரிணாமத்தை இவன் பெறுகிறான்... பிச்சையெடுத்தபடி ஸ்பெயினின் கிராமங்களைக் கடந்தபோது, உலகு முழுவதையுமே தன் அன்பால் போர்த்தியபடி சென்றான் ஜெனே; அதேசமயம், கொலைகாரர்களோடு படுக்கையைப் பகிர்ந்தும் கொண்டான்.

ஜெனேயைச் சரியாகப் புரிந்துகொண்டு உலகிற்கு முதலில் அடையாளம் காட்டியவர் தத்துவாசிரியர் சார்த்தர்தான். அசாத்தியமான அவனது எழுத்து எப்படிச் சாத்தியமானது என்பதை சார்த்தர் கவிதாபூர்வமாக விளக்குகிறார்.

“கிளர்ச்சியையும் உல்லாசத்தையும் தேடிச்செல்லும் ஜெனே தனது நாற்றத்தால் தன்னை மூடிக்கொள்ளும் மரநாய் போன்று, தனது படிமங்களால் தன்னை தேடிக்கொள்ளத் தொடங்குகிறான். இப்படிமங்களே தம்மை உறுதி செய்து கொள்வதான வார்த்தைகளைத் தேடிக் கொள்கின்றன. பலசமயங்களில் அவை அரைகுறையாக நிற்கின்றன. வார்த்தைகள் தேவைப்படுகின்றன. அவற்றை உச்சரித்து இறுதியாக எழுதித்தீர வேண்டியிருக்கிறது. எழுத்து தனக்கான வாசகனை படைத்துக் கொள்கிறது. வார்த்தைகளில் தன்னை ஒப்படைத்துக் கொள்வதன் வாயிலாக தன்பாற்காமம் முடிகின்றது. ஜெனே கனவுநிலையில் எழுதுகிறான். தனது கனவுகளை ஒழுங்கு திரட்டிட தான் எழுதுவதாக கனவு காண்கிறான். பின்னர் கனவு காண்பதாக எழுதுகிறான். எழுதுதல் அவனை விழிப்புறச் செய்கிறது. வார்த்தை பற்றின பிரக்ஞை என்பது மாயத்திற்குள்ளேயான விழிப்பு. கனவு காண்பதை நிறுத்தாமலேயே விழிப்புறுகிறான்.”

புதிர்போன்று விசித்திரமிக்க விவரிப்புகளும் உண்டு. மானுடவியல் தொடர்பானதாகத் தோன்றும். Funeral Rites இல் வரும் ரிடன் என்னும் பாத்திரத்தின் நடவடிக்கை அது. பசி காரணமாக ரிடன் ஒரு பூனையைக் கொன்று, தின்று விடுகிறான். அப்புறம் தன் சதையில் அதன் இருப்பினை உணர்கிறான். அது கத்துவதை, பிறாண்டுவதைக் கேட்கிறான். அது தன்னிலிருந்து எழுந்து தன் சதைத்துண்டுடன் தன்

புதுவடிவில் சென்றுவிடும் என்று கருதுகிறான். மறுநாள், செரிமானம் ஆகாமல், தலைவலி வருத்த, பூனையைப் பிரார்த்துவிட்டு, நாஜி ஆதரவுப் படையில் சேர்கிறான். தனக்குள்ளேயிருக்கும் பூனையால் இயக்குவிக்கப்படுவதுபோல், சமயங்களில் உணர்கிறான்.

ஜெனே தற்கொலை முயற்சிகளில் சில சமயங்களில் ஈடுபட்டதாக குறிப்புகள் உள்ளன. வருத்தத்தை வெளியிடமுடியாத இயலாமையின் சோகமான தாக்கம், தற்கொலையின் விகிதாச்சாரங்களை எட்டக்கூடும் என்கிறார் ராய் வாக்னர். தன்பால் காமம் ஜெனேயைப் பொறுத்தவரை மரணத்துடன் அடையாளப்படுத்திக் கொள்ளல். தன்பால்காமத்தினன் இம்மரணத்தை, பைத்தியநிலையின் வேதனைகளின்கீழ் வெளியேற்றியாக வேண்டும். ஆனால் உண்மையான மரணத்தை தவிர்க்க, இவ்வெளியேற்றம் கவிதாபூர்வ வெளிப்பாட்டில் மடைமாற்றமாக வேண்டும் என்கிறார் வாக்னர் மேலும்.

வாக்னரின் ஆய்வுக்குறிப்பை உறுதிப்படுத்துவதுபோலிருக்கிறது சார்த்தருக்கு ஜெனே எழுதிய கடிதம்:

“ஒருவித அதிர்ச்சிக்குப்பின் வாழ்வதற்கு மறுதலித்தேன். ஆனால், என் மரணத்தைத் தெளிவாக எண்ணிப்பார்க்க இயலாமல், உலகைத் தொடர்வதற்கு மறுதலிப்பதன் வாயிலாக, அதனைக் குறியீட்டு ரீதியில் எடுத்துக் கொண்டேன். அப்போது உள்ளுணர்வு என் பாலினை நோக்கி இட்டுச் செல்கிறது... அது மெல்ல ஆணின் தன்மைகளை நோக்கி இட்டுச் செல்கிறது. மெல்ல என் ஆன்மா ஈமச்சடங்குகளை எனக்கு முன்மொழியும். முதலில் இவ்வுலகத்தை தொடர முடியாதவன் என்பதை அறிவேன்; அப்புறம் தொடர்கிறேன் முடிவின்றி - இறந்தோரின் சமிக்ஞைகளை. பைத்திய நிலை வெடிக்காது போனால், இந்த ஈமச்சடங்குக் கருத்திழைகள், செயலூக்கம் பெறக் கோருகின்றன!... இக்கருத்திழைகளில் ஒன்று செயலூக்கம் பெற்றால், உண்மையில் ஈடேறினால், அது என் நிஜமான மரணத்தை ஏற்படுத்தும். ஆகவே, அதனை என் கற்பனைத் தளத்திலேயே சாதிக்கவேண்டியது அவசியமாகிறது...”

மட்டுமீறிய ஊதாரித்தனத்தால் ஜெனே சாதாரண கட்டுப்பாடற்ற தனி ஆளாக மற்றும் வெறுங்கை மனிதனாக

வாழவேண்டியிருந்தது... அவருடைய விருப்பங்களும் திடீர் வெறுப்புகளும் இணைந்து தீராத வேட்கைக்கு ஒரு சுமை தாங்கியாக அமைந்ததால் என்றுமே அவரால் சாதாரண மனித வாழ்க்கையோடியைந்து போக விடாமல் செய்துவிட்டது-என்று விளக்குகிறார் ஜெனேயின் வாழ்க்கை வரலாற்றாசிரியர் எட்மண்ட் ஒயிட்.

VI

ஜெனே எழுத்தில் அடிக்கடி இடம்பெறும் படிமங்கள் பூக்கள் மற்றும் ஜோன் ஆஃப் ஆர்க். 'ஜெனே' என்னும் பிரெஞ்சுப் பெயர் ஒருவகை பூனையையும் குறிக்கும், மலரையும் குறிக்கும். போராட்டம்/விடுதலையுணர்வின் அடையாளமாக ஜோன் ஆஃப் ஆர்க்கை எடுத்துக் கொள்ளலாம். ரகசிய வாழ்வில் மிருகத்தனத்துடன் விலங்காக பதுங்கி வாழ்பவன், உலகம் அறியவரும்போது மலராகி விடுகிறான். ஜெனேயின் பாத்திரம் ரிடன் பசியில் பூனையைக் கொன்று தின்று உழல்வது ஒருசித்திரம். கைவிலங்கு மாட்டப்பட்டுள்ள கொலையாளி, பூமாலை பிணைந்தவனாகும் காட்சி இன்னொரு சித்திரம். குற்ற உலகின் பாத்திரம் Divine என்று சுட்டப்படுவதும் பெண்ணியல்பு கொண்டுவிடுவதும் மலரின் பரிணாமம்தானே...

ஆதாரங்கள்

1. The Thief's Journal/Jean Genet/Bantam Books, 1964 (Tr by Bernard Frechtman)

2. Miracle of the Rose/Jean Genet/Tr by Bernard Frechtman/Faber and Faber, 1965)

3. Funeral Rites/Jean Genet/Tr by Bernard Frechtman/Panther 1971 (1973)

4. வெயிலும் நிழலும்/பிரமிள்/வம்சி, *2011*

5. கடுங்காவல் - நாடகம்/ழான் ழெனே/ தமிழில்: ரமேஷ் பிரேதன்/வெளி, *1996*

6. மணல் புத்தகம்- இதழ்(*1*) ஜனவரி *2004*

7. Our Lady of the Flowers நாவலுக்கு சார்த்தர் எழுதிய முன்னுரையின் தமிழாக்கம் - சா. தேவதாஸ்/சதுக்கப்பூதம்/ இதழ் 5, ஏப்ரல் 1997

8. Funeral Rites, Queer Politics/Roy Wagner

9. Quarlle of Brest/Jean Genet/Tr by Gregory Streatham/Faber and Faber, 1966 (1973)

10. Jean Genet - A Biography/Edmund white/knopf நூலுக்கு எட்வர்ட் செய்ட் வழங்கிய மதிப்புரை/காலக்குறி.

II
சவால்கள்

உங்கள் அன்பளிப்பு காதலைவிட
விசித்திரமாயிருக்க வேண்டும்
துயரினைவிட வளமாயிருக்க வேண்டும்
சாவினைவிட ஆழமாயும்
மகிழ்வைவிட முதிர்ந்ததாயும் இருக்கவேண்டும்
துயின்றுகொண்டும் வீரதீர மரணமுற்றோரின்
உண்மை விஷயங்களான
மலைகளைச் சூழ்ந்திருக்கும்
சாகரங்களை விடப் பரந்துவிரிந்தவை
காலங்களின் இரவினூடே பிரகாசிப்பதாய்
புயலிலிருந்தும் இடியிலிருந்தும்
பயணியை இதம்செய்வதாய்
உங்கள் அன்பளிப்பு இருக்கவேண்டும்
தொலைதூரச் சூரியனின் ஒவ்வொரு சுழற்சியுடன்
மடிகின்ற உலகில்
குழந்தையின் இதயத்தை
எப்போதும் உயிர்ப்புடன் வைத்திருக்க வேண்டும்

- பென் ஓக்ரி

(Arcadian Poems/Ben Okri/More Great Railway Journeys/BBC Books, 1996)

குறிப்பு: தெற்கு கிரீஸிலுள்ள மலைசார்ந்த பிரதேசம் அர்கேடியா; இரண்டாயிரம் ஆண்டுகளுக்கு மேலாக கலை இலக்கியம் தத்துவத்தின் அடையாளமாக இருந்துவருவது; முல்லைநில எளிமை நிறைந்தது. இழந்துவிட்ட லட்சிய சமூகம்.

கென்சாபுரோ ஓவே:
இருப்பும் கலையும் சந்திக்கும் புள்ளி

1994 ஆம் ஆண்டுக்கான நோபல் பரிசைப் பெற்ற, ஜப்பானின் இரண்டாவது இலக்கியவாதி கென்சாபுரோ ஓவே (1935-). இலக்கியம் சார்ந்த அவரது பங்களிப்புக்கு இணையானது, அவர் தன் தனிப்பட்ட வாழ்க்கையை கலையாக மாற்றியிருப்பது. படைப்த்திறனுடன் தன் வாழ்க்கையை கலையாக மாற்றியிருக்கும் அதிசயம், இலக்கியப் பங்களிப்பை விடவும் அதிகமானது என்றும் கூறலாம்.

'ஆந்தை முகத்துடன், கொழுக் மொழுக்கென்று தோன்றும் ஓவே, ஜப்பானிலுள்ள சிகோகு தீவிலுள்ள ஒரு மலைசார்ந்த கிராமத்தில் பிறந்து வளர்ந்தவர். 1944 இல் பாட்டி இறந்துவிட, அதே ஆண்டின் பிற்பகுதியில், இரண்டாம் உலகப்போரை ஒட்டி ஏற்பட்ட வெள்ளத்தில் மூழ்கி, தந்தையும் இறந்துவிடுகிறார். அப்புறம் அம்மாவின் பராமரிப்பில் வளர்கிறார். அம்மா மார்க் ட்வைனின் The Adventures of Huckleberry Finn மற்றும் ஸெல்மா லாகர்லாஃபின் The Wonderful Adventures of Niles ஆகியவற்றை மகன் வாசிக்குமாறு ஊக்கப்படுத்துகிறார். இப்புத்தகங்கள் தன் பால்யகால வளர்ச்சியில் முக்கியமானவை எனத் தன் நோபல் உரையிலும் அவர் நினைவுகூர்ந்தார். தன் "அம்மாவின் தாக்கத்தை கல்லறை மட்டும் கொண்டுபோவேன்" என்றார்.

ஒன்பது வயதில் தந்தை இறந்துவிட்டதால், தன்னை கைவிடப்பட்டவராகவே உணர்ந்தார். 1960 இல் தன் பள்ளி நண்பன் ஜூஸோ கிடாமியின் சகோதரியை மணமுடித்துக் கொண்டார். சிறிதுகாலம் தற்கொலை எண்ணம் அவரை ஆட்டுவித்தது. 1963 இல் ஹிகாரி என்னும் மகன் பிறக்கிறான். அது ஓர் அசாதாரண நிகழ்வென்றே சொல்லலாம். ஆம், இரண்டு மூளைகளுடன் அக்குழந்தை அரக்க வடிவில் பிறந்தது - ஒரு மூளையை பிதுக்கித் தள்ளுகின்ற இன்னொரு

மூளையுடன். ஒன்று உயிருடனும் மற்றது மடிந்தும். அறுவைச் சிகிச்சை செய்துதான் சரிசெய்ய முடியும், ஆனால் அறுவை சிகிச்சைக்கு குழந்தை தாக்குப்பிடிக்குமா என்ற ஆபத்தான நிலை. அறுவைச் சிகிச்சை மேற்கொள்ளாது போனாலும் ஆபத்துதான். இந்நிலையில் மருத்துவர்களும் குடும்பத்தாரும் உறவினர்களும் அறுவைச் சிகிச்சை வேண்டாம், குழந்தையைக் காப்பாற்ற வேண்டாம் என்று ஆலோசனை கூறுகின்றனர் - குடும்பத்திற்கு இக்குழந்தை நல்லதில்லை என்று.

ஓவே மட்டும் பிடிவாதமாக அறுவைச் சிகிச்சை மேற்கொள்வதில் குறியாக இருக்கிறார். அறுவைச் சிகிச்சை நடக்கிறது. குழந்தைக்கு ஆட்டிஸம், கால்-கைவலிப்பு, பார்வைக் குறைபாடு, கண்ணீர் சுரக்காது. பேசமுடியாது. எதையும் உணரமுடியாமல், தொடர்புறுத்த முடியாமல், தாவரம் போலுள்ள ஒருகுழந்தையை எப்படி வளர்ப்பது? ஓவேவும் அவரது மனைவி யுகாரியும் துணிந்து சவாலை மேற்கொள்ள, தம்மை ஈடுபடுத்துகின்றனர்.

நான்காவது வயதில் சன்னலிலிருந்து கேட்ட ஒரு பறவையின் கிறீச்சொலிக்கு ஹிகாரியிடம் சற்று சலனம் காணப்படவே, விதவிதமான பறவைகள் சப்தங்களை ஒலிநாடாவில் பதிவு செய்து, ஹிகாரி கேட்டுவருமாறு செய்கின்றனர். ஆறாவது வயதில் ஒரு கிறீச்சொலியைக் கேட்கும் மாத்திரத்தில் 'இது எப்பறவையின் சப்தம்?' என்று பொருள்படும் வாக்கியத்தை குழந்தை முதல்முறையாக உச்சரிக்கிறது. ஆனந்தத்தில் திளைக்கும் பெற்றோர், தொடர்ந்து பல்வேறு இசைவடிவங்களைக் கேட்கச் செய்து, இசை ஆல்பத்தை ஹிகாரி உருவாக்கும் அளவுக்கு வெற்றி பெறுகின்றனர். மூன்று இசைப்பாடல் தொகுப்புகள் வெளிவந்து, 620000 பிரதிகள் விற்று ஒரு பரபரப்பையே ஏற்படுத்துகின்றன. இவற்றில் சில இசைக்கோலங்களைப் பயன்படுத்தி ஓவேயின் நண்பரும் மைத்துனரும் இயக்குனருமான ஜுஸோ இடாமி ஒரு திரைப்படத்தையும் உருவாக்குகிறார்.

ஓவேக்கும் ஹிகாரிக்கும் இடையே நிலவியது ஒரு படைப்பாக்க ஒருங்கிணைவு (Creative Symbiosis) எனப்படுகிறது. தந்தை படித்துக்கொண்டும் எழுதிக்கொண்டும் இருக்க, மகன் கேட்பதும் இசைக்கோலங்களை உருவாக்கிக் கொண்டிருப்பதுமாக இருவரும் வாழ்ந்து வந்திருக்கின்றனர்.

அறிவியலின் பார்வையில் இது சாத்தியமற்றது. எப்படி சாத்தியமானது?

அதுவும் மரபுவழிப்பட்ட ஜப்பானிய சமூகத்தில், தன் கலகக்குரலால் நண்பர்களையும் சகாக்களையும் இழந்து, அதிருப்தியான காலகட்டத்தில், தனக்குப் பிறந்த இந்த அதீதக் குழந்தையை வளர்த்திட வேண்டும் என்ற முடிவுக்கு ஓவே எப்படி வந்தார்? அதுவும் அவரது கலகத்தன்மையின் பண்பினால்தான் - படைப்பாக்க கலகத்தன்மையாக அது விளங்கியதால்தான். எல்லாவற்றுக்கும் மேலாக, அவர், அரசுவடிவத்தை ஏற்காத மறுப்பாளராக (Anarchist) இருந்ததால்தான்.

டோக்டேவா பல்கலைகழகத்தில் பிரெஞ்சு இலக்கியம் பயின்ற ஓவே, ஆய்வறிஞராகிவிடும் எண்ணம் கொண்டு, எழுத்துவாழ்வை விட்டுவிடலாம் என்ற மனநிலையில் இருந்திருக்கிறார். ஆனால் ஹிகாரி பிறந்ததும், ஆய்வறிஞராகிவிடும் வயது இதுவல்ல என்று புலப்பட்டதும், தம் முதல் குழந்தை, சந்தேகம் மற்றும் மனவாதைகளிலிருந்து ஓவேயை மீட்டுவிடும் என ஓவேயும் அவரது மனைவி யுகாரியும் நம்பினர்.

குழந்தைக்கு அறுவை சிகிச்சை மேற்கொள்ளப்படுவதற்கு முன் ஆரம்பகட்ட சோதனைகள் நிகழ்ந்து கொண்டிருந்தபோது, சர்வதேச அணு ஆயுத பேரணியில் கலந்துகொள்வதற்காக ஓவே ஹிரோஷிமா சென்றுவிட்டார். அங்கே அணுகுண்டு பாதிப்பு சிகிச்சைக்கான மருத்துவமனை இயக்குனர் மருத்துவர் ஷிகேடாவைச் சந்தித்தது, அவருக்குத் திருப்புமுனையை ஏற்படுத்தியது. மருத்துவர் ஷிகேடா அமெரிக்க அணுகுண்டு தாக்குதலில் தப்பிப்பிழைத்து, அதற்கு பலியானவர்களுக்கு சிகிச்சையளித்திட, தன்னை அர்ப்பணித்துக் கொண்டவர்.

இவ்வளவு தீவிரமான பணிக்குத் தன்னை ஈடுபடுத்திக் கொண்டிருக்கும் அம்மருத்துவரின் உறுதிப்பாடும் நம்பிக்கையும் ஓவேவை இன்னும் பிடிவாதமானவராக்குகின்றன. இது ஓவேயிடம் கலைசார்ந்த சுதந்திரத்தை ஏற்படுத்தியது போலவே, ஹிகாரியிடமும் சுதந்திரத்தை ஏற்படுத்தியதுதான் சிறப்பானது. "ஓவேயின் கலகத்தன்மை அவரது ஆயுளெல்லாம் இப்படைப்பாக்கத்தன்மை இணைந்ததாகவே இருந்துவந்துள்ளது" என்கிறார் லிண்ட்ஸ்லே கேமரோன்.

அறுவைச் சிகிச்சை முடிந்து, ஹிகாரி வளர்ந்துவரும் நாட்களிலும், இப்படி முடமான பிள்ளையை வளர்த்துவரும் அவனது பெற்றோரைப் பார்த்து மற்றவர்கள் தொடர்ந்து பரிகசிக்கின்றனர். கருணைக் கொலைக்கு உடன்படாத இத்தம்பதியினரது முடிவு யாராலும் மதிக்கப்படவில்லை.

ஹிகாரிக்குப் பின் பிறந்த ஆணும் பெண்ணுமான இரு குழந்தைகள் இயல்பானவர்களாயிருந்தனர்.

ஓவே ஹிகாரியிடம் காட்டிய அணுகுமுறை, அலாதியான விதத்தில் படைப்பாக்கத்தன்மை கொண்டிருந்ததுதான் இங்கு குறிப்பிட வேண்டியது. அதுவரையிலான அறிவியல் வளர்ச்சிப்படி, இத்தகைய குழந்தை, அறுவைச் சிகிச்சைக்கு தாக்குப்பிடித்ததும் பின்னர் பேசத்தொடங்கியதும் மேற்கத்தைய செவ்வியல் இசையை படைத்ததும் சாத்தியமற்றவை. சாத்தியப்படுத்தியது ஓவே என்னும் கலைஞனின் படைப்பாக்கத்தன்மையும், படைப்பாக்கச் சுதந்திரமும்தான்.

கிபி இரண்டாயிரத்தின் இறுதிகளில்தான் அறிவியல் வளர்ந்து, மூளை தொடர்ந்து வளர்ந்து கொண்டேயிருப்பது, பிறப்பிற்குப் பிறகும் வளர்வது என்று கண்டறியப்பட்டது. தன்னைத் தகவமைத்துக்கொள்ளும் திறனுடைய அது, தன்னைச் சரிசெய்துகொள்ளக் கூடியது. ஓவே இந்த அறிவியல் வளர்ச்சியை அப்போது அறிந்து கொண்டிராதபோதும், ஒரு கலைஞனாக பிரச்சனைகளை அணுகவே, அவரால் தீர்வுகளைக் காணவும் முடிந்தது; தீர்வுகளைப் பெற்ற அவரது குழந்தையும் ஒரு கலைஞனாக முடிந்தது; அது இருளில் முடங்கிவிடாமல் பிரகாசித்தது; ஆம், ஹிகாரி என்றால் 'ஒளி' என்று பொருள். 'அசலான கலைப்படைப்பு உருவாக்கப்பட்டிருக்கையில் நிகழ்வதை ஒத்தது இது' என்கிறார் விண்ட்ஸ்லே கேமரோன்.

இந்தத் தனிச்சிறப்பான தன்மை - தம் அசாதாரணமான வரம்புகளைத் தாண்டி அசாதாரணமாக சாதிப்பது - உள்ளவர்களை Savants என்பர். இவர்களை 'முட்டாள்தனமிக்க மேதைகள்' (Idiot Savants) என்பதுண்டு. இவ்வகையில் அரிதான சிலரில் ஒருவனாக ஹிகாரி விளங்குகிறான். இப்போது ஹிகாரிக்கு வயது சுமார் 55 இருக்கும்.

ஒருமுறை கேட்டதும் அந்த இசைப்பகுதி ஹிகாரி மனதில் அவ்வளவு துல்லியமாக பதிந்துவிடும். மோஸார்ட்

இசைக்கோலங்களின் வகைப்படுத்தப்பட்டுள்ள கோசெல் இலக்கத்தைக் கூட துல்லியமாக ஹிகாரியால் கூறமுடியும் என்பது வியப்புக்குரியது. இத்திறன் ஆட்டிஸம் பாதித்த சில சிறாரிடம் காணப்படுவதே. ஆனால் இசை உருவாக்கம் மட்டும் ஹிகாரிக்கு உரித்தானது - இசைக்கருவியை இசைக்க முடியாத உடலின் வரம்பிட்ட நிலையிலும். இசைக் கருத்தமைவு தோன்றியதும் அதனை சுரப்படுத்திவிடுவார். பொதுவாக இசைமேதைகளான Savantகளிடம் உள்ள திறன்கள் நிலைத்தனவாக அப்படியே இருந்துவிடும். ஆனால் ஹிகாரியின் விஷயத்தில், அது அதிகரித்த தன்மையில் வளர்ந்து கொண்டிருப்பது புரிய முடியாதது என்கிறார் மருத்துவர் டர்ரோல்ட் ட்ரெஃபெர்ட்.

இப்படி ஓர் அதிசயத்தை வறண்டதும் உலர்ந்ததுமான இருப்பில் ஓவே நிகழ்த்திக்காட்டியிருப்பது அறிவியலில் நிகழும் கண்டுபிடிப்புக்கு நிகரானது. "என் மகனின் பிறப்பால் ஓர் எழுத்தாளராகவும் மனிதனாகவும் நான் பயிற்றுவிக்கப்பட்டேன்" என்கிறார் ஓவே.

II

ஓவேயின் இன்னொரு ஈடுபாடும் அக்கறையும், அணுகுண்டு வீச்சால் இன்றளவும் கதிர்வீச்சின் அபாயங்களால் ஹிரோஷிமாவில் பாதிக்கப்பட்டிருப்பவர்கள் சார்ந்தது. மற்றும் இந்த ஈடுபாடே, ஹிகாரிக்கு அறுவைச்சிகிச்சை செய்து பிழைக்கவைத்து உருவாக்கிவிட வேண்டும் என்ற உறுதிப்பாட்டுக்குத் துணைநின்றது. அசாதாரணமான பேரழிவிலிருந்து உயிர்களைக் காப்பதும் சிகிச்சையளிப்பதுமாக மருத்துவர் ஷிகேடாவால் இருக்க முடிகிறது என்றால், ஓர் அசுரத்தனமான உயிரை, அதுவும் தன் குழந்தையை ஏன் சகித்துக்கொண்டு, பிழைக்கவைக்கக் கூடாது? என்பதுதான் ஓவேயின் கேள்வி.

எனவேதான் ஹிகாரி பிறந்திருந்த வேளையில் ஹிரோஷிமாவில் அணுகுண்டு வீசப்பட்டதன் (*1945*) இருபதாவது அணுகுண்டு தினத்தில் (*1965*) நடந்த பேரணியில் ஓவே பங்கேற்பது, தொடர்ந்து அங்கே தப்பிப்பிழைத்தவர்களைச் சந்தித்து உரையாடுவது என்று ஈடுபட்டு, இவற்றின் முடிவில், Hiroshima

Notes- ஐ *1965* இல் ஜப்பானிய மொழியிலும் *1981* இல் ஆங்கிலத்திலும் வெளியிட்டார்.

இந்த அணுகுண்டு வீச்சு நிகழ்ந்ததில் ஜப்பானின் ராணுவ அரசாங்கத்தின் தவறுதான் பிரதானமானது என்று ஓவே இக்குறிப்புகளை ஆரம்பிக்கிறார். மேலும் அந்த அணுகுண்டு வீச்சு ஒரு போர்க்குற்றமும் ஆகும் என்று குற்றஞ் சாட்டுகிறார். அமெரிக்க- ரஷ்ய கூட்டுப்படையெடுப்பை எதிர்கொண்டிருந்த ஜப்பான் சரணடைந்திருக்க முடியும் - அப்போது லட்சோபலட்சம் உயிர்களைக் காப்பாற்றியிருக்க முடியும். அணு ஆயுதங்கள் இன்றியே ஜப்பானியரை வீழ்த்தியிருக்க முடியும் என்பதையும் ஓவே சுட்டிக் காட்டுகிறார்.

ஹிரோஷிமா குண்டுவீச்சின்போது சிறுமியராயிருந்த ஆயிரக்கணக்கான யுவதியர் இருபதாண்டுகளுக்குப் பிறகும் பொதுவெளியில் புழங்க முடியாதவர்களாக, துறவுக் கன்னியராக இருந்ததை ஓவே பதிவு செய்துள்ளார். அவர்களால் ஆரோக்கியமான குழந்தைகளைப் பெற்றெடுக்க முடியாததால், இன்னும் கன்னியராகவே இருந்துள்ளனர். குடும்பங்களில் தாம் மட்டுமே தப்பிப் பிழைத்ததன் காரணமாக ஆயிரக்கணக்கிலான வயதான பெண்கள் தனித்து வாழ்ந்து கொண்டுள்ளனர். தாம் அனுபவிக்க நேர்ந்ததை மற்றவர் அனுபவிக்கலாகாது எனத் தினமும் பிரார்த்திக்கும் சிறுமியர் ஒருபுறம். உலகிலுள்ள அனைவரும் அணு ஆயுதப்போரில் அழிந்துபட வேண்டும் எனப் புழுங்கிக் கொண்டிருப்போர் இன்னொரு புறம்.

அணுகுண்டு தாக்குதலின் உடனடித் தாக்கங்கள் புற்றுநோயின் பலவான பேதங்களாயிருந்தன. தப்பிப் பிழைத்தவர்களில் பலர் தற்கொலைகளுக்கு முயன்றனர். குண்டு வீசப்பட்டபோது *6* வயதாயிருந்த ஒருவன், புற்றுநோய் தாக்கவே, இரு ஆண்டுகளே வாழமுடியும் என்று கூறப்பட்டான். இலவச மருத்துவ சிகிச்சை பெற்று, *20* வயதைத் தாண்டியும் பிழைத்திருக்கிறான். இப்போது தனக்கு நிச்சயிக்கப்பட்ட பெண்ணுடன் கடுமையாக உழைத்து தாக்குப் பிடித்துள்ளான். ஆனால் அவள் இறந்துவிடவே, அவனும் தூக்க மாத்திரைகளை உண்டு இறந்து போகிறான் - அவள் இறப்புக்கும் அணுகுண்டு வீச்சின் விளைவுதான் காரணம் என்று கடிதம் எழுதிவைத்துவிட்டு.

அணுகுண்டு வீச்சின்போது அவள் தாயின் கருவில் இருந்திருக்க வேண்டும்.

'தப்பிப் பிழைத்திருப்போரின் ஞானமே அணுகுண்டு வீச்சின் கொடை' என்று ஓவே பதிவு செய்கிறார். இன்னும் தழும்புகளை/வடுக்களைத் தாங்கியவாறு 90 வயதானவர்களும் உண்டு.

ஓவேயின் இக்குறிப்புகளை வாசித்து முடிக்கும் ஒருவர், 'இதனை எழுதியுள்ளவரால் பழைய ஏற்பாட்டின் ஞானப்பனுவல்களை எழுத முடியும் என்கிறார்; அநேகமாக பெருங்குடல் சார்ந்த உணர்வை உணரமுடிகிறது' என்கிறார்.

ஜப்பான் தொடர்ந்து அணு உலைகளை நிர்மாணம் செய்துவருவது, அணுகுண்டு வீச்சின் கதிர்வீச்சால் மடிந்த ஜப்பானியரது நினைவுக்குத் துரோகமிழைப்பதாகும் என இன்னொரு கட்டுரையில் ஓவே பதிவு செய்கிறார். அணு ஆயுதப் பேரழிவு தொலைதூரக் கருதுகோளாகத் தோன்றலாம், நடக்க முடியாததாக இருக்கலாம், ஆனால் அதன் சாத்தியப்பாடு எப்போதும் நம்முடன் இருக்கிறது. அணு ஆற்றலை தொழிற்துறை உற்பத்தித்திறனாக ஜப்பானியர் கருதக்கூடாது; ஹிரோஷிமாவின் துயரநாடகத்திலிருந்து வளர்ச்சிக்கான 'குறிப்பை' எடுத்துக் கொள்ளலாகாது. நிலநடுக்கங்கள், ஆழிப்பேரலைகள், இதர இயற்கைப் பேரிடர்கள் போல, ஹிரோஷிமா அனுபவம் மானுட நினைவில் என்றென்றைக்குமாகப் பதியப்பட்டிருக்க வேண்டும். இது மனிதனால் உருவாக்கப்பட்டதன் காரணமாக இயற்கைப் பேரழிவுகளை விடவும் நாடகரீதியிலான பெருநாசமாகும்.

ஹிரோஷிமா- நாகசாகியின் கொடூரத்திலிருந்து ஜப்பான் எதையும் கற்றுக் கொண்டிருக்கவில்லை என்னும் வேதனையில் ஓவே குறிப்பிடுகிறார்: "போருக்குப் பிந்தைய சமுதாயத்தின் லட்சியங்கள் முற்றிலுமாக மறந்துபோகப்படவில்லை. நம்மைக் கவனித்துக் கொண்டிருக்கும் இறந்தோர், அந்த லட்சியங்களை நாம் மதிக்கவேண்டுமென்று வற்புறுத்துகின்றனர்; அரசியல் யதார்த்தம் என்ற பெயரில் அணு ஆயுதங்களின் கேடுகளை குறைத்துக் காட்டுவதிலிருந்து நம்மைத் தடுக்கின்றது அவர்கள் குறித்த ஞாபகம். நாம் எதிர்க்கப்படுகிறோம். உடனிகழ்கால ஜப்பானின் ஊசலாட்டம் இங்கேதான் உள்ளது. அமெரிக்க

அணுவியல் குடையின் கீழ் தங்கியுள்ள சமாதான நாடு ஜப்பான். ஃபுகுஷிமா அணுஉலை விபத்து, ஹிரோஷிமா-நாகசாகியில் பலியானவர்களுடன் மறுதொடர்புறுத்தல் செய்யவும், அணுஆற்றலின் அபாயத்தைக் கண்டுகொள்ளவும், அணுஆயுத அரசுகளால் வற்புறுத்தப்படும் போர்நிறுத்தத்தின் நன்மை என்னும் மாயத்திற்கு முடிவு கட்டவும் ஒருவர் நம்பிக்கை கொள்ளவேண்டும்."

அமெரிக்க-ஜப்பானிய பரஸ்பர பாதுகாப்பு உடன்படிக்கையை எதிர்த்த போராட்டத்தில் ஓவேயின் நண்பர் ஒருவர், மூளை பாதிக்கப்பட்டு தற்கொலை செய்துகொண்டார் என்பதும் ஓவேயின் வாழ்க்கை வரலாற்றுக் குறிப்புகளுள் ஒன்றாக விளங்குகிறது.

III

"இன்றைய மனநிலையின் ஒத்திசைவற்ற சித்திரத்தை உருவாக்கும் வகையில், வாழ்வும் தொன்மமும் செறிவுறுகின்ற கற்பனை உலகைப் படைப்பவர்" என்று நோபல் பரிசுக்குழுவால் குறிப்பிடப்படும் ஓவேயின் எழுத்துக்களில் மேலோங்கிக் காணப்படும் ஒரு கருத்திழை ஹிகாரிக்கும் அவருக்குமிடையேயான உறவுநிலையாகும்.

தன் வாழ்வில் தான் மேற்கொண்ட முடிவு ஒன்று என்றால் அதற்கு என்னவெல்லாம் மாறுபட்ட தெரிவுகள் இருக்கமுடியும் என்ற கற்பனையின் பேதங்களாக அவரது எழுத்துக்களில் பல உள்ளன. ஹிகாரிக்கு அறுவைச் சிகிச்சை செய்யாதிருந்தால் என்ன நிகழ்ந்திருக்கும்? பிறந்தபோது இறந்திருந்தால் எப்படி இருந்திருக்கும் என்பதான நிலைகளைப் புனைவாக்குகிறார்.

ஹிகாரி பிறந்த கட்டத்தில் ஓவே எழுதிய அசாதாரண நாவல் A Personal Matter. அசுர உருவிலான குழந்தையின் பிறப்பிலிருந்து தொடங்குகிறது. ஹிகாரி பிழைத்திருக்க வேண்டுமா என்னும் கேள்வி, ஓர் எழுத்தாளராக தன் உயிரைத் தக்கவைத்துக் கொள்ள தான் அனுமதிக்கப்பட வேண்டுமா என்னும் கேள்வியுடன் தொடர்பு கொண்டதாக, அவரை வதைப்படுத்துகிறது. ஓவேயின் நோக்கம், தனிப்பட்டதாக

தோற்றமளிப்பது பொதுமக்களுடன் தொடர்பு கொண்டதாக இருக்கமுடியும் என்பதை உணர்த்தவேண்டும் என்பதே.

“குழந்தையைக் கொல்வது, அவரது சுதந்திரம் பெற்றிருப்பதை தகுதியானதாக ஆக்கியிருக்கின்ற, இத்தந்தை குறித்த ஒவ்வொன்றையும் அழித்திருக்கும்” என்ற ரீதியிலான சொல்லாடலுக்கு இட்டுச் செல்வதாக புனைவைக் கட்டமைக்கிறார்.

தனிப்பட்ட தன் வாழ்விலிருந்து சில தருணங்களைப் புனைவாக்கும்போது, அவை வரலாற்று - இலக்கியப் பதிவுகளையும் ஆளுமைகளையும் நினைவூட்டுவதாக, வாசகனிடம் அவன் பெறுமதி கொண்டுள்ளவற்றை உரையாடுவதாக மாற்றி விடுகிறார் ஓவே. அப்படி ஓரிடம். தலையில் கட்டுகள் போட்டு மருத்துவமனையில் கிடக்கும் மகன், யுத்தகளத்தில் காயமுற்ற அப்போலினரைப் போலிருக்கின்றான். “அப்போலினரைப் போல காட்டமுற்று, இருண்டதும் தனித்ததுமான யுத்தகளத்தில் கிடப்பதாக நான் அவனைப் பார்த்திருக்கவில்லை; இப்போது அவன் நிசப்தமாக அழுது கொண்டிருக்கிறான்.”

இருதலைகளுடன் குழந்தை பிறந்திருப்பது வாக்னரின் இசைக்கோலத்தில் வருகின்ற ‘இரட்டைக் கழுகின் கீழே’ வரியை மீட்டிப்பார்க்க வைக்கிறது.

இன்னொரு சாயலில் குழந்தை ப்ளேக்கின் ஓவியம் ஒன்றை நினைவூட்டுகிறது. அடிக்கடி பார்த்திருந்த அவ்வோவியம் இப்போது கவனமாகப் பார்க்க வைக்கிறது. “மத்திய கிழக்கிலுள்ளதுபோல கட்டிடங்களால் சுற்றிவளைக்கப்பட்ட ஒரு சதுக்கம். தொலைவில் இரு பிரமிட்கள் - எகிப்தாயிருக்க வேண்டும். விடியலா/அந்தியா என்னும் மயக்கத்தைத் தரும் தருணம். சதுக்கத்தில் அறுபட்ட வயிறுள்ள மீன் போல இளைஞனின் சடலம். அருகில் துயரம் கவிந்த அம்மா. சுற்றிலும் லாந்தர்கள் வைத்துள்ள முதியோரும் கைக்குழந்தைகளைத் தாலாட்டும் பெண்களும். மேலே விரிந்த கைகளுடன் பிரும்மாண்டமான உருவம் கவிந்துள்ளது. அது மனிதனா? அழகிய சதைத்திரட்சி கொண்ட அவ்வுடல் செதிள்களால் ஆனது. விழிகள் துர்நாற்றத்துடன் வெறிகொண்டுள்ளன; மூக்கினை விழுங்கிவிடுவதுபோல உள்ளீடின்றி இருக்கிறது

வாய். அது தீவினையா? கடவுளா? தன் செதிற்களாகிய பிழம்புகளில் எரிந்தபடி, இரவுவானின் கொந்தளிப்பை எட்டுவதுபோல, மேல்நோக்கி உயர்கின்றது அது."

'என் குழந்தை இறப்பதற்கு பொறுமையின்றி நான் காத்திருக்கையில், என் கைகள் சுத்தமாயுள்ளன என்று என்னை நம்பவைத்திட நான் முற்பட்டால், நிச்சயம் அது நேர்மையற்றது. ஆனால் என் குழந்தை இறப்புக்கு நான் பொறுப்பாவேன் என்பதை நன்கறிவேன்...' என இந்நாவலின் தலைமைப் பாத்திரம் பேசுவது ஓர் அறவியல் சார்ந்த நிலைப்பாட்டைப் பேசுவதாக இருக்கிறது. தனிப்பட்ட வாழ்வில் மட்டுமல்ல, பொதுவாழ்விலும் இது அவசியம். வெற்றிக்காக இம்முடிவு, நாட்டைப் பாதுகாக்க இச்சமரசம் என்பதெல்லாம் பொய்கள் மட்டுமல்ல, துரோகங்களும் ஆகும். ஜப்பான் ராணுவத்தின் இத்தகைய துரோகமே, ஹிரோஷிமா - நாகசாகியில் அணுகுண்டு வீச்சுக்குக் காரணமானது என்பதுதான் இங்கு உணர்த்தப்படுவது.

"என் எழுத்தின் அடிப்படைப்பாணி, என் தனிப்பட்ட விஷயங்களிலிருந்துதொடங்கி,பின்னர் அதனை சமூகத்துடனும் அரசுடனும் உலகுடனும் பிணைப்பதாக இருந்து வந்துள்ளது" என நோபல் உரையில் ஓவே குறிப்பிடுவார்.

ஓவேயின் ஒரு நீண்ட கதை Teach us to outgrow our Madness இல் இக்கருத்திழை இன்னொரு பரிணாமத்தால் பின்னப்பட்டு நெசவாகிறது. அதீதமான குழந்தை வளருகையில், பிள்ளைக்கும் தந்தைக்கும் இடையிலான உறவுநிலை, நொய்மையானதாயும் வேதனைமிக்கதாயும் தீவிரகதியிலானதாகவும் அமைகிறது; ஒருவரின் விதியை மற்றவர் தழுவிக்கொள்வதாகிறது. குழந்தை பிறந்ததுமே, தந்தை தன் ஊரில் இரு கல்லறைகள் எழுப்புமாறு உத்தரவிடுகிறார். குழந்தை இறந்தமாத்திரத்தில் தானும் இறந்துவிடுவேன் என்பதை உறுதிப்படுத்துகிறார்.

குழந்தையின் நாசகர ஆற்றல் அணுஉலை வெடிப்பு என்னும் உருவகத்தை நினைவூட்டுகிறது தந்தைக்கு. ஓவேயின் தனிப்பட்ட வாழ்வில், குழந்தை பிறந்த ஆண்டில், அவர் இரு நூல்களை வெளியிட்டார். ஒன்று A Personal Matter மற்றது Hiroshima Notes. இரண்டும் நெருங்கிய தொடர்புடையதாகவே ஓவேயால் கருதப்பட்டன. ஒன்று தனிப்பட்ட பேரழிவிலிருந்து

தப்பிப்பிழைத்தல் எனில், மற்றது அணுகுண்டு வீச்சிலிருந்து தப்பிப்பிழைத்தலைப் பதிவுசெய்வது.

Agwhee the sky Monster என்னும் நீண்ட கதையில் ஹிகாரி போன்ற குழந்தையை தந்தை கொன்றுவிட, வானில் தோன்றிடும் பாரிய உருவிலான குழந்தையின் காட்சியால் அலைக்கழிக்கப்படுகிறார். அது தாங்கிக்கொள்ள முடியாத குற்றவுணர்வால் ஏற்பட்ட நிஜ நடப்பாயிருக்கலாம் அல்லது மாயக்காட்சியாயிருக்கலாம். இறுதியில் இந்த ஆவித்தோற்றம் தந்தையைக் கொன்றுவிடுகிறது.

The Day He Himself shall wipe My Tears Away என்னும் மிக நீண்ட கதையின் கதைசொல்லி, ஈரல் புற்றுநோயால் இறந்துவிடக் காத்திருக்கிறான். ஒரு மருத்துவமனைப் படுக்கையில் - அல்லது அப்படி கற்பனை செய்துகொண்டிருக்கலாம். தண்ணீருக்கடியில் பார்ப்பதற்கான கண்ணாடிகளை அணிந்துள்ள அவனால் தெளிவாகக் காண இயலவில்லை. ஆனால் அது ஒன்றும் பிரச்சனையில்லாதது போலிருக்கிறது - அவன் நிகழ்காலத்தில் இருப்பதை நிறுத்தியிருப்பதால். இப்போதைய அவனது பிரக்ஞை வேண்டுவதெல்லாம், யுத்தம் முடிவதற்கு சற்று முந்தைய கணத்தை மீண்டும் வாழ்ந்து பார்க்க வேண்டும் என்பதே - அப்போது தோல்வியிலிருந்து ஜப்பானை மீட்டிடும் உத்தேசத்தில் தற்கொலைப் பணியில் சென்றுகொண்டிருந்த பைத்தியக்காரத் தந்தையுடன் அவன் உடன் சென்று கொண்டிருந்தான்.

IV

பள்ளி மாணவனாக இருந்த ஓவேவை சக்கரவர்த்தி ஹிரோகிட்டோவுக்கு அஞ்சி வணங்குமாறு சதா பணித்திருக்கிறார் பள்ளி ஆசிரியர். ஒருநாள் அந்த ஆசிரியர் 'உன்னை இறந்துபோகுமாறு சக்கரவர்த்தி உத்தரவிட்டால் என்ன செய்வாய்?' என்று கேட்க, கால்கள் நடுங்கியபடி ஓவே கூறிய பதில்: "நான் மடிந்து போவேன். என் வயிற்றைக் கிழித்து மடிந்துவிடுவேன்." இரவில் இச்சம்பவம் மனதை வதைக்கிறது. உண்மையில் சக்கரவர்த்திக்காக தன்னை மாய்த்துக் கொள்வதில் தனக்கு ஆர்வமில்லை என்பது உறுதிப்படுகிறது. காய்ச்சல் கண்டு நடுங்குகிறான். பீதியூட்டும்

கனவு வருகிறது. கலவரப்படுத்தும் சக்கரவர்த்தியைக் கண்டு, வெண்ணிற இறகுகளையுடைய பாரிய பறவையொன்று விண்ணில் மிதப்பதுபோல, செல்கிறான். அப்போது காற்றில் செல்லும் ஹிரோகிட்டா, தோன்றி மறையும் மனிதன் குரலில் பேசுகிறார். "இவ்வளவு பயங்கரமான ஆற்றலின் உயரிய இருப்பு, சாதாரண மனிதனின் இருப்பாக, மாறியிருந்ததை எப்படி நம்புவது?" என்பது ஓவேயின் நிலை.

ஒருநாளில் உண்மையெனப்பட்டதெல்லாம் பொய்களாக உதிர்ந்து போகின்றன. அவமானம் கொள்ளும் ஓவே அப்போது கோபப்படுகிறான் - நம்பியதற்காகவும் வருந்தியதற்காகவும்; தன்னை நம்பவைத்திருந்த நபர்கள் மீது சீற்றம் - கொள்கிறான்.அந்தச் சினமும் சீற்றமும் அவன் எழுத்தாளர் ஆகும்போது ஆதாரமாக விளங்குகிறது.

இன்னொரு சம்பவம். பிரெஞ்சு இலக்கியம் படிக்கும் கெட்டிக்கார மாணவனாயிருப்பினும் கிராமப்புறத்திலிருந்து வந்து திக்கிப்பேசும் தன்னைக்கண்டே அவமானமுறுகின்றான் ஓவே. இரவில் வீரிய மாத்திரைகளை விஸ்கியில் கலந்து குடித்துவிட்டு எழுதத் தொடங்குகிறான். ஆறுமாத காலத்தில் ஒட்டுமொத்த இளம் தலைமுறையைப் பிரதிநிதித்துவப்படுத்தும் எழுத்தாளராகி விடுகிறான்.

சார்த்தரை அவர் நாயகனாக ஏற்றுக்கொண்டிருப்பினும், சீனா அணு ஆயுதங்கள் வைத்திருப்பதை சார்த்தர் ஆதரிப்பதில் ஓவேக்கு உடன்பாடில்லை. மாவோவைப் பார்ப்பதற்காக சென்றிருந்த குழுவில் இடம்பெற்றிருந்த ஓவே, இருண்டிருந்த தோட்டம் வழியே நடத்திச் செல்லப்படும்போது, மல்லிகை வாசனை வீசிக்கொண்டிருந்திருக்கிறது. இவ்வாசனையைத் தொடர்ந்து சென்றால், அது மாவோவிடம் இட்டுச் சென்றுவிடும் என்று சுவைபட குறிப்பிட்டிருக்கிறார். மொத்தத்தில் அரசு அமைப்பு எதனையும் ஏற்காதவராயினும், ஜனநாயக நிர்வாக அமைப்பை சகித்துக் கொள்ளும் அவர், "ஜனநாயகத்திற்கு மேலாக எந்தவொரு அதிகாரத்தையும் விழுமியத்தையும் அங்கீகரிப்பதில்லை" என்றார்.

கவாபட்டா தன் நோபல் உரையை Japan, the Beautiful and Myself என்ற தலைப்பில் நிகழ்த்தினார். ஓவேயின் தலைப்பு Japan, the Ambiguous and Myself என்பதாக இருந்தது. ஜப்பானின் வரலாற்றுக் காலத்திலிருந்து தற்போதுவரை அது எடுத்துள்ள

முடிவுகள் பிற்போக்கானதாக, மக்களைப் பலியிட்டு, அறிவியல் வளர்ச்சி- அதிகார திரட்சி என்று தன்னை முன்னிறுத்திக் கொள்வதாக இருப்பது அவருக்கு உடன்பாடில்லை. தன் புனைவெழுத்துகளிலும் அபுனைவுகளிலும் இதனை மேற்கொண்டு, அரசியல் தளத்தில் அதிருப்தியாளராக விளங்குவதில் தயங்காதவர். எனவேதான் ஜப்பானிய அரசு தன் உயரிய விருதான பண்பாட்டு விருதினை அவருக்கு வழங்க முன்வந்தபோது நிராகரித்துவிட்டார்.

ஜப்பானின் ஊசலாடும் நிலைபாடு என்று ஓவே சுட்டிக்காட்டுவது: "ஜப்பானின் நவீனமயமாதல் மேற்கிலிருந்து நகலெடுப்பதையும் அதனிடமிருந்து கற்றுக் கொள்வதையும் நோக்கியிருக்கிறது. இருப்பினும் ஆசியாவில் அமைந்துள்ள அது, மரபுவழிப் பண்பாட்டினைத் திடமாகப் பராமரித்து வந்துள்ளது. இத்தெளிவற்ற சார்புநிலை ஆசியாவில் அதனை படையெடுப்பாளராக ஆக்கியிருக்கிறது. மறுபுறத்தே, ஜப்பானின் நவீனப் பண்பாடு, மேற்குலகிற்கு முழுமையாகத் திறந்துள்ளது அல்லது மேற்கினால் புரிந்துகொள்ளப்படுவதைத் தடுத்துள்ளது. மேலும், பிற ஆசியநாடுகளால் அரசியல்ரீதியில் மட்டுமல்லாது, சமூக- பண்பாட்டு ரீதியிலும் அது தனிமைப்படுத்தப்பட்டுள்ளது."

"......... புழுதியின் மத்தியில்
அருவருப்பானதின் மத்தியிலும் நேரிதாயிரு,
முடிந்தால், தன் பலவீன நிலையில்
மானுடனின் தவறுகளுக்கெல்லாம் வருந்தியாக வேண்டும்"

தான் எழுத்தாளராக இருப்பதன் அடிப்படை, W.H. ஆடனின் இந்த வரிகளில் உள்ளது என்கிறார்.

பறவையின் மொழியைக் கற்றுக்கொள்ள வேண்டும் என்னும் தனது ஆசை, ஹிகாரியின் பறவைக் குரல்கள் வேட்கையில் நிறைவேறியதாக அகமகிழும் ஓவே குறிப்பிடுகிறார்: "அதுவரை என் வார்த்தைகளில் அடையாளங்காண முடியாதிருந்த, இருண்ட துயரின் திரட்சியை தன் நெஞ் சத்தின் ஆழத்தில் கண்டறிந்திட, மகனின் இசைக்கோலம் துணை நின்றுள்ளது. அழுகின்றதும் இருண்டதுமான ஆன்மாவின் அழுகையின் குரல் அழகானது, இசையில் அவன் அதனை வெளிப்படுத்திடும் செயல், மீண்டுவரும் நடவடிக்கையாக, அவனது இருண்ட துயரிலிருந்து அவனைக்

குணப்படுத்துகிறது. மேலும் அவனது இசை குணப்படுத்துவது மற்றும் மீட்டெடுப்பது என உடனிகழ்காலத்தவரால் ஒத்துக்கொள்ளப்பட்டிருக்கிறது."

ஆதாரங்கள்

1. A Personal Matter/Kenzaburo Oe/Tr By John Nathan/Grove Press, N.Y., 1969

2. Teach us To Outgrow our Madness/Kenzaburo Oe/Tr By John Nathan/Grove Press, N.Y., 1969

3. Selected Poetry and Prose of William Blake/Ed By Northror Frye/The Modern Library, N.Y., 1953

4. Article by David Remmick/The Newyorker, February 6, 1995

5. Kenzaburo Oe and his son Hikari: A story of creative rebellion/ Lindsley cameron/thefreelibrary.com

6. Interview by sarah Fay - The Paris Review Interview, Issue 183, winter 2007

7. The Nobel prize Lecture - Kenzaburo Oe - nobelprize.org./1994/oe

ஃபிர்தாஸ் கங்கா:
சுற்றிச் சுழலும் சக்கர நாற்காலி

"எந்தத் தருணத்திலேனும் யாரேனும் ஒருவர் தன் அனுதாபத்தாலும் திகிலாலும் நிந்தனையாலும் என்னைத் தாக்கக்கூடும் என்ற உணர்வுடனேயே 30 வருடங்களாக வாழ்ந்திருந்தேன். அப்படி நிகழ வில்லையெனில், அது பரிகசிப்பின் மய்க்கங்களில் வெடித்திடும் மாற்றுத்திறனாளியின் ஆன்மாவே என்று பதிலளித்திருப்பேன்..."

- ஃபிர்தாஸ் கங்கா

'ஒருகாலத்தில் ஜுஹாக் என்றொரு அரக்கன் வசித்துவந்தான். தான் கைவைத்தவற்றையெல்லாம் அழித்தொழித்துவிடுவது அவனது வாடிக்கை. அவனைப் பிடித்து எல்புர்ஸ் மலைகளில் கட்டிப்போட்டனர். ரம்பம் போல் முரடாகவும் சக்திவாய்ந்ததாகவும் உள்ள சங்கிலியை ஒவ்வோர் இரவிலும் அவன் நாவால் நக்கி அறுபடச் செய்ய முற்படுகையில் சேவல் கூவி விடிந்துவிடும். சங்கிலி மீண்டும் அழுத்திக் கனக்கும். பூமியில் ஒருநாள் சேவல்கள் இல்லாது போனால்... ஜுஹாக்கே, எங்களிடம் அனுதாபம் கொள்ளவேண்டும்' என்றொரு கதையை ஃபிர்தாஸ் கங்கா தன் சுயசரித நாவல் Trying to Grow இல் குறிப்பிடுகிறார். ஜுஹாக் போல தானும் இருந்துவந்ததை விளக்குவதற்காக.

இவ்வளவுக்கும் அபூர்வமான/குரூரமான நோயால் பாதிக்கப்பட்டு, 4 அடிக்குமேல் வளராதுகுள்ளமாக இருக்குமாறு சபிக்கப்பட்டவர் கங்கா. Brittle bone disease (Osteogenesis Imperfeeta) என்பது அந்நோயின் பெயர். மரபணுக்களில் ஏற்படும் சிதைவு, எலும்பை உருக்கொள்ளவைக்கும்

திசுக்கள் சரிவர இணைவு கொள்ளச் செய்யாது தடுப்பதால் உண்டாகின்றது. இதற்கு சிகிச்சை இல்லை. முப்பதாவது வயதிலும் 16 கிலோ எடையுள்ளவராகவே கங்கா இருந்தார். சதா சக்கர நாற்காலியிலேயே இருக்குமாறு வாழ நேர்ந்த கங்காவை தூக்கிவைப்பதற்கு லகுவாக இருக்கவேண்டும் என்பதன்பொருட்டு, இப்படி நேர்ந்திருக்குமோ...

அதுபோதாதென்று தன்பால்காமத்தினராக தன்னை அறிவித்துக்கொள்ளும் தைரியம் பெற்றவர். குள்ளமாக, தன்பால்காமத்தினராக இருக்க நேர்ந்த கங்கா தன்னை ஏன் அரக்கனாக உருவகப்படுத்திக் கொள்ள வேண்டும்? இவ்விரண்டு பிரச்சனைகளும் சேர்ந்து கங்காவிடம் குடும்பத்தினர், உறவினர், நண்பர்களிடத்தே ஒரு கடுமையான எதிர்வினை ஆற்றும் தன்மையை வளர்த்துவிடுகின்றன. எல்லாவகையான இன்பங்களும் துய்ப்புகளும் இயக்கங்களும் நிராகரிக்கப்பட்டுவிட்ட தான் எப்படியாயினும் மகிழவேண்டும் என்பதற்காக உள்ளூர ஒரு குரூரத்தை ஏற்படுத்திக் கொள்கிறார். மற்றவர் உணர்வுகளைப் புண்படுத்துவது பற்றிய கவலை இல்லாது போகிறது. பாலியல் சார்ந்து சிக்கலாக உருக்கொள்ளும் பிரச்சனையும் இதனுடன் சேர்ந்து கொள்கிறது. இதனால் பெற்றோரும் நண்பரும் உறவினரும் என அன்புகாட்ட முற்படுபவர்களெல்லாம் புண்படுத்தப்படுகின்றனர், பாதிப்புக்குள்ளாகின்றனர், விரக்தியுறுகின்றனர்.

இது கங்காவின் ஆளுமை உருவாக்கம் ஏற்படுத்திய விளைவுகள். அவரது ஆளுமை உருக்கொண்டது எப்படி? வீட்டிலிருந்தபடியே ஆதாரக்கல்வி பெற்று, பள்ளிப்படிப்பை முடித்து, சட்டம் பயில முற்பட்டு, பாதியிலேயே விட்டுவிட்டு, அப்புறம் இதழியலில் தனித்துவமான சிறப்புகளுடன் தேர்ச்சிபெறுகிறார். இலக்கிய வாசிப்பு தந்த கூர்மையால் நாவல் எழுதுகிறார். சுயசரிதம் சார்ந்த அந்நாவல் இந்தியாவில் கவனம் பெற்று, இங்கிலாந்தில் ப்ளூம்ஸ்பரியால் வெளியிடப்பட, சர்வதேச கவனம் பெறுகிறது. பிரெஞ்சிலும் இத்தாலியிலும் மொழிபெயர்க்கப்படுகிறது. 1959 இல் மும்பையில் பிறந்த கங்காவின் இம்முதல் நாவல், 1990 இல் வெளியாகி, கவனம் பெற்று, 1997 இல் Sixth Happiness என இங்கிலாந்தில் திரைப்படமாக வெளிவருகிறது. இதற்கு

திரைக்கதை எழுதி, பிரதான பாத்திரத்தையும் ஏற்று நடித்துள்ளார் கங்கா.

1991 லேயே லண்டனில் வசிக்கத் தொடங்கிய கங்கா, பிரிட்டனில் பயணித்த அனுபவங்களை Heaven on Wheels என்ற நூலாக எழுதினார். அடுத்து தொலைக்காட்சி நிகழ்ச்சிகள் வழங்குவது என மும்முரமாக விளங்கினார். பாலின பிரச்சனை சார்ந்த விவாதங்களில் ஈடுபட்டார். இந்தியாவில் பாலின வேறுபாடுகள், உடல் ஊனம் சார்ந்த சிக்கல்கள் பரிகசிக்கப்படுவதாயும் புண்படுத்தப்படுவதாயும் இருக்க, இங்கிலாந்தில் புரிந்து கொள்ளலுடன் நடத்தப்படுவதை கங்கா சிலாகித்துக் குறிப்பிடுகிறார். எல்லாவற்றிற்கும் மேலாக, இந்தியரின் இந்த அணுகுமுறையை விமர்சிக்காமல், அவரால் புரிந்துகொள்ள முடிவதுதான் ஆச்சரியகரமானது. கர்மவினைக் கோட்பாடு ஆழமாகப் படிந்துள்ள இந்திய மனம், எந்தச் பிரச்சனையையும் முன்பிறவியுடன் தொடர்புபடுத்திப் பார்க்கிறது.

“அவர்களைக் குற்றஞ்சாட்ட முடியாது. அவர்களுக்குப் போதுமான அளவு துன்ப- துயரங்கள். இது மரத்துப்போக வைக்கிறது. கார்களிலும் வாடகைக் கார்களிலும் செல்வோர் சுற்றுமுற்றும் இருப்பவர்களைக் கவனிக்காமல் விரைந்து போவது போன்றது இது. எளியவர்களை நாம் நிஜமற்றவர்களாக ஆக்குவதுபோல, அவர்கள் மாற்றுத் திறனாளிகளை நிஜமற்றவர்களாக ஆக்கிவிடுகின்றனர். அடுத்தவரை மனிதாயமின்றி ஆக்குவதன் மூலமே ஒருவர் அதனைச் சமாளிக்க முடிகிறது.”

தனக்கு நெருக்கமான சிநேகிதன் சைரஸிடம் பாலியல் நெருக்கமும் ஏற்படுகிறது. டினா, ரூபி, அமி என்ற பெண்களிடமும் ஈர்ப்பு ஏற்படுகிறது. தான் இயல்பான பாலியல் நாட்டமுள்ளவனா, இருபால் ஈர்ப்புடையவனா அல்லது ஒருபால் காமத்தினனா என்ற குழப்பம் ஏற்படுகிறது. அமியுடன் நெருங்கி இன்பமடையும் வேளையில், அவளை சைரஸின் உருவிலேயே அடையாளம் காணும்போது, தனது ஒருபால்காமம் உறுதிப்பட புலப்படுவதாக தன் சுயசரித நாவலில் கங்கா சித்தரிக்கிறார்.

ஜேம்ஸ் பால்ட்வின், இ.எம். பார்ஸ்டர் போன்ற தன்பால்பாம நாட்டமுடைய எழுத்தாளர்களிடம் அலாதியான ஈடுபாடு

கொண்டு வாசித்துவந்த கங்கா, விக்ரம் சேத்தின் A Suitable Boy நாவலில், உட்பிரதியாக உள்ள ஒருபால்காம அம்சங்களை முதல்முறையாக எடுத்துக்காட்டி எழுதியவர்.

பாலியல் விரக்திதான் பாலினபேதம் சார்ந்த குழப்பங்களை ஏற்படுத்துகிறதா என்று ஒரு கட்டத்தில் எண்ணிப்பார்க்கும் இந்நாவலின் நாயகன் பிரிட் தான் 'மிகவும் கவர்ச்சிகரமான ஆண்' என்று ஆச்சரியப்படுகிறாள் அவனது காதலி அமி!

சிறுவனாயிருந்தபோதே தன் ஊனம் அனுதாபப்படத்தக்கதல்ல என்று உணர்ந்துகொண்ட ஃபிர்தாஸ், தன்னிச்சையானவனாக, மனரீதியில் முரட்டுத்தனமானவனாக, அழமறுப்பவனாக இருந்தான் என்கிறார் அவனது தாய் டெஹ்மி. அத்துடன் எதையும் அலட்சியப்படுத்தி பரிகசித்துப் பார்த்து நகைத்துவிடும் குணமும் சேர்ந்துகொள்ள, நெருக்கடிகளை எளிதாக எதிர்கொள்ள முடிந்தது.

'வளர்ச்சியடைய முற்படுதல்' என்னும் பொருள்படுகின்ற அவரது சுயசரித நாவலின் தலைப்பு ஒருவிதத்தில் நகைமுரண்தான்; இன்னொருவிதத்தில் சவாலை எதிர்கொள்வதுதான். 4 அடி உயரத்தில் வளர்ச்சி தடைபட்டு குள்ளனாகவே இருக்கநேர்ந்த ஒருவர் எப்படி வளர்ச்சியடைய முடியும்? ஆதலின் அவர் குறிப்பிடுவது வளர்ச்சியை அல்ல; வாழ்வதற்கு முயலுவதையே குறிப்பிட வேண்டும். இதனை நாவலின் இருஇடங்களில் சுட்டிக்காட்டுகிறார் ஃபிர்தாஸ்.

"வளர்ச்சியடைய முயலுதல் என்பது என் படுக்கையில் கிடப்பது, நொறுங்கிப்போவது போன்ற பழைய பழக்கங்களை விட்டுச் செல்வது என்பதை அர்த்தப்படுத்தும்; ஆனால் என்னால் ஒருபோதும் குளியலறையில் உடுத்திக் கொள்ள முடிந்ததில்லை" (பக். 231) என்பது ஓரிடம்.

இன்னோரிடம்: "நான் வளர்ந்தாக வேண்டும், வேண்டுமென்றால், என் இருதயத்தை நொறுக்கிக் கொள்ள வேண்டும்." (பக். 248)

இந்தப் பிடிவாதமும் உறுதிப்பாடும்தான், நல்லவேலையிலிருந்த ஃபிர்தாஸின் தந்தை தற்கொலை செய்து கொண்டாலும், நம்பிக்கையோடு வாழ்ந்து ஃபிர்தாஸை ஓர் எழுத்தாளனாக ஆக்கியுள்ளது.

தன்னைப்போலவே சதா சக்கர நாற்காலியில் இருந்தபடியே பேசுவதற்குக் கூட இயலாதிருந்த அறிவியலாளர் ஸ்டீபன் ஹாக்கிங்கைச் சந்தித்து 'நீங்கள் எந்த அளவு தைரியமானவராக இருந்துள்ளீர்கள்?' என்று வினவியபோது, ஹாக்கிங் அளித்த பதில்: "நான் தைரியசாலியாக இருந்திருக்கவில்லை. எனக்கு வேறு தேர்வு இருக்கவில்லை." சிதைந்துகொண்டிருக்கும் உடலாகிய பதார்த்தத்துடன் படைப்புத்தன்மையுடன் வாழ்தலே அவரது தேர்வாக இருந்தது எனப் ஃபிர்தாஸ் புரிந்து கொண்டார். வாழ்க்கையைப் படைப்புத்தன்மையுடன் அணுக முடிபவரால்தான் படைப்பாளியாக முடியும் என்பது ஃபிர்தாஸின் வாழ்விலும் நிதர்சனமாக இருந்திருக்கிறது. படைப்புத்திறனுக்கு இயங்கும்தன்மை அவசியம் என்பதையும் உணர்ந்திருந்தார். "பரிச்சயப்படுத்திக் கொள்வது முக்கியம், அனுபவம் படைப்புத்திறனை அதிகரிக்கச் செய்யும். ஊனமுற்றவர்களின் இயங்குதிறன் குறைந்துபோவதால், அறிந்து கொள்வதும் புரிந்துகொள்வதும் சிந்திப்பதும் குறைந்துபோகிறது - பெரும்பாலானவர்கள் கல்விபெற்றிருப்பதுகூட இல்லை."

இந்தியாவில் சிறுபான்மையினரான பார்ஸிகளின் குடும்பத்தில் பிறந்து, குள்ளமாக, எளிதில் நொறுங்கிவிடும் உடலுடன் இருக்க நேர்ந்து, தன்பால்காம நாட்டமும் சேர்ந்து கொண்ட சிக்கலான ஆளுமையான ஃபிர்தாஸ், குஷ்வந்த்சிங் குறிப்பிட்டதுபோல, "பிரும்மாண்டமான அளவீடுகள் கொண்ட திறன்மிக்க எழுத்தாளராக" விளங்கினார். இம்மூன்று அம்சங்களில் விளிம்புநிலைக்குத் தள்ளப்பட்டிருந்த ஓர் ஆளுமை, தன் நகைச்சுவையாலும் படைப்பாற்றலாலும் அழுத்தமான தாக்கத்தை ஏற்படுத்தக் கூடியவராகத் திகழ்ந்தார்.

சுயசரித நாவலின் நாயகன் பிரிட் குணமாகும் பொருட்டு ஒரு பாபாவிடம் அழைத்துச் செல்லப்பட்டான். அந்த பாபாவோ எதையும் நேரிடையாகச் சொல்லாமல், ஓர் இலையில் எதையோ கிறுக்கித் தருகின்ற போலி ஆசாமி. அத்துடன் எப்போதும் ஓர் அழகியால் உடம்பு பிடித்துவிடப்படும் நபராக இருப்பார். தன் தாத்தா பற்றி விவரிக்கும் இடம் இன்னும் சுவையானது. தாத்தா பெரிய வேட்டைக்காரர். திவானின் மகளை மணந்தவர். தனக்கு வரப்போகும் மருமகன் வேட்டையாடும் நூறு புலிகளில் ஒன்றுக்கு நூறுபிள்ளைகள் வீதம் பெற்றுத்தருவதாக வாக்களித்தவர்.

40 வயதுப் பெண்ணான அவளுக்குப் பிறந்தது ஒரே மகன். 101வது புலியை வேட்டையாடப் போகும் வேட்டைக்காரரை அப்புலி அடித்துப்போட்டுவிடும்.

இப்படி வேடிக்கையாக எடுத்துக்கொண்டு நகைத்துவிடும் நாயகன் பிரிட்டின் அணுகுமுறைதான் ஃபிர்தாஸிடம் இருந்துள்ளது. "சந்தோஷம் ஒவ்வொருவருக்குமான இலக்கு - குறிப்பாக மாற்றுத் திறனாளிக்கு. என் துயரம் தனிச் சிறப்பானதில்லை; நான் சந்தோஷமாயிருக்க விரும்புகிறேன் என்பதே அணுகுமுறையாயிருக்க வேண்டும். இது தைரியத்தை அளிக்கும். பொறுமையும் சாதனையும் தாமாகத் தொடரும். சந்தோஷம் உங்களது உன்னத உரிமை - அதற்காக நீங்கள் உழைக்கவேண்டும். அப்போதுதான் நீங்கள் இலக்குகளை எட்ட ஆயத்தமாகிறீர்கள், அவற்றை நோக்கிச் செல்கிறீர்கள்."

இன்னொன்று. ஒரு விஷயம்/காட்சி என்றால் ஒரே பார்வையுடன் அடங்குவதில்லை. "ஆயிரக்கணக்கில் வெவ்வேறாயுள்ள ஜன்னல்களிலிருந்து பார்க்கிறீர்கள், ஒவ்வொரு முறையும் புதிதாக ஒன்றைப் பார்ப்பீர்கள்"

ஆன் ஃபிராங்கின் ஒரு நாட்குறிப்பு வாசகம் பிரிட்டுக்குப் பிடித்தமானது: "நான் இறந்தபின்னரும் வாழ விரும்புகிறேன்."

ஆதாரங்கள்

1. Trying to Grow/Firdaus Kanga/Ravi Dayal - Penguin Books, (1990, 2008)

2. Growing up in a wheelchair/Preeti Mehra - The sunday observer, February 11, 1990

3. Book Review by Khushwant singh - Express Magazine July 1, 1990

4. Growing up disabled/Hasan Suroor - The Hindu, August 11, 1991

5. Niladri R. Chatterjee - glbtq.com

சத்யா நாதெள்ள: திறமையும் வெற்றியும், முதிர்ச்சியும் மலர்ச்சியும்

சத்யா நாதெள்ள என்னும் ஹைதராபாத் இளைஞன், மின்பொறியியல், கணினி அறிவியல், எம்பிஏ என்று படித்து, தகவல் தொழில்நுட்பத் துறையில் ஈடுபட்டு, 2014 இல் மைக்ரோசாஃப்ட் நிறுவனத்தின் மூன்றாவது தலைமை செயல் அலுவலரானது உலகின் கவனத்தை ஈர்த்தது. உலகின் முன்னணி நிறுவனத்தின் தலைமைப் பொறுப்புக்கு வருவது பேரும் புகழும் பெற்றுத்தரும் நிகழ்வுதான். தகவல் தொழில்நுட்பம், கூட்டுநிறுவனத்தலைமை, பரபரப்பான வாழ்வு என்பவற்றைத் தாண்டியும் பேசுவதற்கு சத்யா நாதெள்ள என்னும் ஆளுமையிடம் விஷயங்கள் பொதிந்து கிடக்கின்றன.

சத்யநாராயண நாதெள்ள (1967) என்னும் முழுப்பெயருள்ள சத்யா நாதெள்ளவின் அப்பா, வீட்டில் கார்ல் மார்க்ஸ் படத்தை மாட்டி வைத்தால், அம்மா, லட்சுமிதேவியின் படத்தை மாட்டி வைப்பாராம். ஆனால் சத்யா நாதெள்ளவின் விருப்பம், ஆந்திரத்து கிரிக்கெட் வீரர் எம்.எல். ஜெய்சிம்மவின் படத்தை மாட்ட வேண்டும் என்பது.

1992 இல் மைக்ரோசாஃப்டில் சேருவதற்கான நேர்முகத் தேர்வில் 'தெருவில் அழுதுகொண்டிருக்கும் குழந்தையைப் பார்த்ததும் என்ன செய்வீர்கள்?' என்று ஒரு பிரச்சனைக்கான தீர்வை, நாதெள்ள எப்படி எடுக்கிறார் என்று மேலாளர் ரிச்சர்டு டைட் எதிர்பார்த்தார். '911னை அழைப்பேன்' என்பது நாதெள்ளவின் பதில். 'பரிவுணர்ச்சி வேண்டும். குழந்தையைத் தூக்கிக்கொண்டால் போதும்' என்று டைட், நாதெள்ளவின் தோள்களில் கைகளைப் பதித்தபடி

கூறியுள்ளார். இதன் பொருள் அப்போது நாதெள்ளவுக்கு விளங்காவிடினும் பின்னர் பதிந்து போனது. அவரது மகன் ஜைன் மற்றும் இரு மகள்களில் ஒருத்தியும் மூளைப் பாதிப்புடன் பிறக்க, அவர்களை வளர்க்கின்ற சவாலில் நாதெள்ள, பரிவுணர்ச்சி மட்டும் கற்றுக் கொள்ளவில்லை. பௌத்தத்தின் கருணை, தற்கண நிகழ்வு, ஜென் மனநிலைவரை நீண்டதொரு தேடலையும் பயணத்தையும் நிகழ்த்தியுள்ளார்.

தன் நிறுவனத்தில் தொழிற்துறை பத்திரிகைகளையும் டிஎஸ் இலியட்டையும் வாசிக்கும் அலுவலர் ஒருவரைப் பார்த்ததும், தொழிற்துறை பத்திரிகைகள் தகவலுக்காக, டி.எஸ். இலியட் உத்வேகத்திற்காக என்று தனக்குள் சொல்லிக் கொள்கிறார்.

கிரிக்கெட் ஈடுபாட்டுடன் ரில்கே கவிதைகளை வாசிக்கும் பழக்கமும் உடையவர் நாதெள்ள.

பில்கேட்ஸ், ஸ்டீவ் பால்மருக்குப் பிறகு 43 ஆண்டு மைக்ரோசாஃப்ட் வரலாற்றில், மூன்றாவது தலைமைச் செயல் அலுவலரான நாதெள்ள பற்றி பில்கேட்ஸ் இப்படி மதிப்பிடுகிறார்:

“எப்போதும் சிந்தனைவயப்பட்டிருப்பவர். நபர்களுடன் பணியாற்றுவதில் நல்லவர். பெரிய பிரச்சனைகளை அணுகும்போதும் இப்பண்பைக் கொண்டிருப்பவர். இவர் ஏன் இவ்வளவு நல்ல தலைமைச் செயல் அலுவலராக இருக்கமுடிகிறது? விளக்குவது கடினம். தன் புத்தகத்தில் மகனின் மூளைப்பாதிப்பு குறித்துப் பேசுகிறார் - அது நிறையவே விளக்குகிறது. அவர் ஒரு ஜென் ஆளுமை. அவ்வகையில் என்னை விடவும் சிறந்தவர். நான் மிகவும் உணர்ச்சிவயப்படுபவன் - ஏதேனும் பிரச்சனையாகி விட்டால்.”

ஹைதராபாத் சார்பாக கிரிக்கெட் ஆட வேண்டும். வங்கியாளராக வேண்டும் என்னும் ஆசைகளுடன் வளர்ந்துவந்த நாதெள்ளவிற்குப் பள்ளி நாட்களிலேயே கணினி வாங்கித் தந்த அப்பா யுகாந்தர், ஹைதராபாத்திற்கு வெளியே போய் இயங்கினால்தான் தன் அபிலாஷைகளில் “குறுகிய பிரதேசத்தன்மை இருக்காது” என்று உணர்த்துகிறார். தகவல் தொழில்நுட்பமும் வணிக மேலாண்மையும் சார்ந்த படிப்புகள் வெவ்வேறான திறமைகளை அளிக்கின்றன.

படிப்பில் அவ்வளவு கெட்டிக்காரராக இல்லாதபோதும், விரிவான நோக்கு நிலையும் அனுபவச் செறிவும் உள்வாங்கும் திறனும் சேர்ந்து அவரைத் தலைமைப் பொறுப்புக்கு ஆயத்தமாக்குகின்றன. கட்டிடக்கலை பயின்று வரும் சகமாணவியை (அனுபமா பிரியா) மணந்து கொள்ளும் நாதெள்ளவுக்கு மூன்று பிள்ளைகள். இப்போது 21 வயதுள்ள மகன் ஜைன்; இரண்டு பெண்கள். ஜைனுக்கு மூளைப் பாதிப்பு. ஒரு பெண் அநேகமாக மாற்றுத் திறனாளி என்று சொல்லத்தக்கவள். இவர்களை வளர்ப்பதில் முதலில் நிலைகுலைந்து போனாலும், படிப்படியாக உறுதிப்பாட்டினைப் பெற்று, இதனைப் பிரச்சனையாக்கிக் கவலைப்படாமல், சவாலாக எடுத்துக் கொள்கிறார். பிள்ளைகளை வளர்ப்பது பெற்றோருக்கு இப்போது கல்வி முறையாகி, அவர்களும் ஆளுமையில் மலர்ச்சி கொள்கின்றனர்.

“இந்த உலகளாவிய நிலைமைகளை கண்டுகொள்வது உலகளாவிய பரிவுணர்ச்சிக்கு இட்டுச் செல்கிறது” என்கிறார் நாதெள்ள. அத்துடன் மனைவி அனுபமா பிரியா மூலம் ஒரு புத்தகம் அவருக்கு அறிமுகமாகிறது. Mindset: The New Psychology of Success/Dr. Carol Dweak. நம்பிக்கை கொள்ள முடிந்தால் தோல்விகளைச் சமாளிக்கலாம் என்று இப்புத்தகம் கற்றுத் தருகிறது. ‘வேட்கை, உழைப்பு, பயிற்சி இருந்தால் உங்களால் பறக்க முடியும், மிதக்க முடியும்’ என்று நாதெள்ள புரிந்து கொள்கிறார்.

ஜைனின் ஆரம்ப நாட்களில் அவனது சக்கர நாற்காலி வாழ்க்கை தந்த வலிகள், புத்தரின் போதனைகளால், நிலையாமையைப் புரியவைத்து, சமநிலை உணர்வை அடையுமாறு செய்கின்றன. அத்துடன் “அவரைச் சுற்றியுள்ள ஒவ்வொரிடத்தேயும் பரிவுணர்வு மற்றும் கருணை கொள்ளுமாறு” செய்கின்றன.

தலைமைச் செயல் அலுவலராக 2014 லிருந்து பணி யாற்றும் நாதெள்ள, பரபரப்பான வாழ்க்கையைப் பெற்றிருப்பினும், மக்களின் எண்ணங்களையும் உணர்வு களையும் கருத்துக்களையும் புரிந்துகொள்ளும் நாட்டம் மிக்கவராயிருக்கிறார். “பரிவுணர்ச்சியுள்ள தந்தையாயிருப்பது சிறந்த தலைவராக்குகிறது” என்கிறார். “ஜைனின் அறையைச் சுற்றியுள்ள மருத்துவத் தொழில்நுட்பம்,

மைக்ரோசாஃப்டில் எங்களது பணியை வணிகத்தைத் தாண்டியதாக்கியுள்ளது; நொய்மையான சிறுவனுக்கு வாழ்க்கையைச் சாத்தியப்படுத்தியுள்ளது" என்கிறார்.

தன்குடும்பத்திலிருந்து பெற்ற அணுகுமுறையும் தன் நிறுவனத்திலிருந்து பெற்றுள்ள அணுகுமுறையும் ஒன்றை யொன்று இட்டு நிரப்புவதான தன்மை கொண்டிருக்கின்றன என்பதுதான் நாதெள்ளவின் தனிச்சிறப்பான புரிந்துகொள்ளல்.

வீட்டில் இசையில் ஈடுபாடுள்ள ஜைனுக்கு உறுதுணையாக Windows App துணைபுரிகிறது. மைக்ரோசாஃப்டின் தலைமையில் உள்ள நாதெள்ளவைச் சுற்றிலும் புத்தகங்கள் குவிந்து கிடக்கின்றன - வாழ்க்கையை மாற்றிட கணினி சாதனங்கள் துணை நிற்கின்றன. "முன் எப்போதும் இல்லாத அளவு தொழில்நுட்பம் நீர்த்தாரையாக கொட்டுமிடத்தே, பரிவுணர்ச்சி இன்னும் மதிப்புவாய்ந்ததாக இருக்கும்" என்று நம்புகிறார். உற்பத்திப் பொருட்கள், புதிய சந்தைகள், பணியாளர்கள், வாடிக்கையாளர்கள், பங்குதாரர்கள் என ஒவ்வொன்றின் மத்தியிலும் பரிவுணர்வை நிறுத்துவதுதான் அவரின் வேட்கையாக உள்ளது.

மைக்ரோசாஃப்டின் பல்வேறு மையங்கள் எப்படி தினசரி வாழ்க்கையை மாற்றுவதில் ஈடுபட்டுள்ளன? ஆந்திராவில், பாதியில் படிப்பை நிறுத்தும் மாணவர்களுக்கு உதவும் வகையில், Cloud Computing பயன்படுத்தப்படுகிறது; குறைந்த செலவில் மின்சாரம் பெற, கென்யாவில் சூரியஒளி மின்சாரப் பொறியமைமையை நிறுவியிருக்கிறது; பெரும் காட்டுத்தீயைத் தடுத்திட கிரேக்கப் பல்கலைகழகம் ஒன்று, தீயணைப்பு வண்டிகளில் மாற்றங்களைச் செய்து பார்க்கிறது; கற்றல்குறைபாடுள்ள பிள்ளைகளுக்கு ஸ்வீடனில் நவீன சாதனங்களை வழங்குகிறது; ஜப்பானின் ஃபுகுஸிமா அணு உலையிலிருந்து வெளியேறும் கதிர்வீச்சினை கண்காணித்திட, கணினியின் பெருந்தரவுத் தொகுப்புகள் துணைநிற்கின்றன; பேரிடரின்போது நிவாரண உதவிகளை துரிதப்படுத்திட, நேபாளத்தில் பள்ளிகள், மருத்துவமனைகள், இல்லங்கள் சார்ந்த பெருந்தரவுகளைப் பயன்படுத்துகிறது.

தனிநபர்களும் நிறுவனங்களும் பரிவுணர்வை பயின்றுகொள்வது சாத்தியமா? என்னும் கேள்விக்கு நாதெள்ள அளிக்கும் பதில் மிகவும் ஆழமானது:

“... ... ... என்னைப் பொறுத்தவரை பரிவுணர்வு சூக்குமமானதில்லை. மானுட மட்டத்தில் அது பருண்மையானதும் முக்கியமானதும் ஆகும். ஒரு மனிதனான நான் வளர்வதில் அது எனக்கு உறுதுணையாயிருந்துள்ளது. என்னிடம் இவ்வளவு பரிவுணர்வு இருப்பது என் பிள்ளைகள் காரணமாகவா? இல்லை. அது மைக்ரோசாஃப்ட்டில் நான் பெற்றுள்ள வேலை மற்றும் அனுபவம் காரணமாகக் கிடைத்தது. செயற்கை நுண்ணறிவில் அடைந்துள்ள புத்தாக்கங்கள், கண்பார்வையை அப்படியே உள்ளீடாக மாற்றக்கூடியவை. ALS, Quadriplegicகுறைபாட்டால் கண்களில் எந்த நகர்வுமில்லாதவர், தட்டச்சு செய்ய முடியும்... ஆக என் வேலையில் நான் காணும் அர்த்தம், என் வாழ்க்கை அனுபவத்தில் நான் பெற்றிருப்பது என அனைத்தும் மைக்ரோசாஃப்ட் காரணமாகவே”

தனிப்பட்ட வாழ்வின் சாதக அம்சங்கள் மற்றும் சவால்கள், அதுபோலவே பணியாற்றும் நிறுவனத்தின் அனுகூலங்கள் மற்றும் எதிர்கொள்ளல்கள் சேர்ந்து ஒன்றையொன்று இட்டு நிரப்பி, புதியதொரு அணுகுமுறையினையும் புரிந்துகொள்ளலையும் நாதெள்ள அடையுமாறு செய்துள்ளன: ‘எதிர்பார்ப்பில் கழியும் பெரும்பாலான வாழ்க்கை, எதனையும் நமக்கு அளிப்பதில்லை. மாறாக, இக்கணத்தில் முழுதாக வாழவேண்டும், ஏனெனில் உங்களுக்குக் கிடைத்திருப்பது அது மட்டுமே. இதுதான் என்னிடத்தே பெரும் வித்தியாசத்தை ஏற்படுத்தி இருப்பது.”

இந்திய ஆட்சிப் பணியில் பல்வேறு பொறுப்புகளில் பணியாற்றிய தந்தை யுகாந்தர், தன் மகனை பரந்து விரிந்த உலகத்தில் இயங்குவதற்கு உத்வேகம் அளித்தவர். சமஸ்கிருத ஆசிரியராக இருந்து, ஒரு பெண் குழந்தை இறக்கவும் பணியிலிருந்து விலகிவிட்ட தாய் பிரபாவதி, நிதானமான மனத்தையும் போதும் என்ற மனத்தையும் மகனுக்கு கற்றுக் கொடுத்தவர். அத்துடன் மனைவியின் உறுதுணை. அனுபவம் கற்றுத் தரும் மைக்ரோசாஃப்ட். இவை போதும். தோள்களில் உலகைத் தாங்கலாம்.

Hit Refresh: The quest to Rediscover Microsoft's soul and imagine a Better Future for Everyone (2017) என்னும் நூல் எழுதலாம். அதன் வருவாயினை அறச்செயல்களுக்கு வழங்கலாம்.

ஃபிரெட் ஹட்சின்ஸன் புற்றுநோய் ஆய்வு நிறுவனத்தில் உறுப்பினராயிருக்கலாம். அமெரிக்க - இந்தியக் கவிதைகளை வாசிக்கலாம். மைக்ரோசாஃப்டின் ஆண்டு வளர்ச்சியை 27% அதிகப்படுத்தலாம்.

இங்கே அருண் ஷோரியுடன் ஓர் ஒப்பீடு செய்யலாம். அருண் ஷோரி, ஆட்டிஸம் பாதித்த பிள்ளையை வளர்ப்பதில் நிலைகுலைந்து, நிதானம் பெற்று, வாழ்க்கையின் அர்த்தத்தைத் தேடியவர். அரசின் அதிகார மீறல்களை அம்பலப்படுத்தி, அவசரநிலைக்கால அக்கிரமங்களைச் சுட்டிக்காட்டி நல்ல பத்திரிகையாளராக இந்தியன் எக்ஸ்பிரஸில் பணியாற்றியவர். PUCL உறுப்பினர் என்ற முறையில் மக்கள் உரிமைகளுக்குக் குரல் கொடுத்தவர். அறிவுஜீவி என்ற வகையில் இடதுசாரிகளின் பங்களிப்பையும் அம்பேத்கரின் பங்குபணியையும் கொச்சைப்படுத்தியவர். தன் மகனின் சிக்கலை எதிர்கொண்டபோது, தீவிரமான தேடலில் ஈடுபட்டு, ஆன்மீகவாதிகளைச் சந்தித்து நிறைவடையாது பௌத்தத்தில் ஆறுதல் பெற்றவர். அவரைக் குழப்பத்திலிருந்து விடுவித்து, நேரிய தேடலை மேற்கொள்ளுமாறு செய்தது ஒருவகையில் அவரது மகனே. ஷோரியும் அவரது மனைவியும், தங்கள் வேதனையும் கவலையும் ஒருபொருட்டில்லை, மகனிடமிருந்து நிறையக் கற்றுள்ளோம் என்று கூறக்கூடியவர்கள்.

நாதெள்ள தன் குடும்ப அணுகுமுறையும் நிறுவனத்தில் பெற்ற அணுகுமுறையும் சேர்ந்து தனக்கு பரிவுணர்ச்சியை ஏற்படுத்தியிருந்ததால், தன் மகனின் சிக்கலை, சவாலாக ஏற்றுக்கொண்டதாகக் கூறுகிறார். அப்பரிவுணர்வு தனது மகனிடம் மட்டும் நின்று போகாமல் உலகளாவியதாக இருந்திட வேண்டும் என்று அக்கறைப்படுகிறார். மனம் மலர்ச்சி கொள்ள, உயரிய ஆளுமை பிரகாசிக்கிறது.

ஆதாரங்கள்

1. Satya Nadella on Success, Leadership and Empathy/Reader's Digest, Nobvember 2017

2. Times of India - Satya Vachan: Exploring Nadella's outlook, November 7, 2017

3. Bill Gates Interview, Times of India, November 18, 2017, Tiruchy Edition.

சிறிவத்ச நெவாடியா: லேசாகப் பயணிப்பது எப்படி?

'எனது பைத்தியநிலை மற்றும் சோகத்தின் நினைவுக் குறிப்புகள்' என்னும் துணைத்தலைப்புடன் வந்துள்ள சிறிவத்ச நெவாடியாவின் லேசாகப் பயணிப்பது எப்படி? என்னும் நூல் ஓர்அறிவுஜீவியின் நெருக்கடிக்குள்ளாகியிருந்த மனநிலைகளை, வலியும் வேதனையும் மிக்க வரிகளில் பதிவு செய்கிறது. அதேவேளையில் தனது எடுத்துரைப்பாக இருப்பதால், அவ்வனுபவங்களை வேடிக்கையாக்கி, நகைத்து விடவும் முடிகிறது. எனவேதான் லேசாகப் பயணிப்பது எப்படி? என்று கேட்கமுடிகிறது. மருந்துகளும் சிகிச்சையும் மனத்தை கனக்கச் செய்யும்போது, மொழியும் இலக்கியமும் திரைப்படமும் அதனை லேசாகச் செய்கின்றன.

"பயணம் அன்றாட வாழ்வில் குறுக்கிட்டு, சலிப்பையும் வழமையையும் நிறுத்திடத் துணைபுரிந்து, கண்டறிவதை சாத்தியமாக்குகிறது" என்றெழுதும் நெவாடியா 'நேஷனல் ஜியாகரபிக் டிராவல்லர் இந்தியா' இதழின் தலைமை ஆசிரியராக இருக்கிறார். இந்துஸ்தான் டைம்ஸ், மும்பை மிர்ரர், அவுட்லுக் போன்ற இதழ்களில் பத்திரிகையாளராக இருந்தவர்.

மும்பை, டெல்லி, பிரைட்டன் போன்ற நகரங்களில் பயின்று, எழுத்தாளராக வேண்டும் என்னும் கனவுகளுடன், ஹெமிங்வே, கால்வினோ, மிலன் குண்டேராவின் புத்தகங்களை வாசித்து விவாதிப்பதும் உலகத் திரைப்படங்களைப் பார்த்து கிளர்ச்சி கொள்வதுமாக இருந்தவர்.

இந்நிலையில் மனச்சிதைவு, ஆளுமைப் பிளவு சார்ந்த பிரச்சனைகள் எழுந்து, இருதுருவ நிலை (bipolar disorder) க்கு கொண்டு சேர்க்கின்றன. மும்பையில் கல்கத்தாவிலும்

சிகிச்சைகள் பெறுகிறார். அவமானப்படுகிறார். அல்லாடு கிறார். சில்வியா ப்ளாத், விர்ஜினியா உல்ஃப் போன்ற இலக்கியவாதிகளின் இறுதிதான் தனக்கும் வாய்க்கும் என நம்புகிறார், பயப்படுகிறார்.

"இருதுருவ நிலை வந்துவிட்டால் ஒரு வாரத்திற்கு தூங்கமுடியாது. அப்போது ஒரேவேளையில் 13 புத்தகங்களை வாசிப்பீர்கள். நான் பரவசப்பட்டிருக்கிறேன், மனச்சிதைவடைந்திருக்கிறேன், வெறிகொண்டிருக்கிறேன்" என அவரே அந்நிலையைப் பதிவு செய்கிறார்.

மூளையின் வேதிப்பொருட்களில் சமநிலை இன்மையே இருதுருவநிலை என எளிமையாக விளக்கலாம். ஆனால் இது குணப்படுத்த முடியாத ஒரு நிலை, நோயல்ல. இந்த அளவுக்கு நெவாடியாவை உந்தித்தள்ளியது எது? அவர் உபயோகித்த போதைப் பொருட்கள். மெல்லுவதும் புகைப்பதும் ஊசி மருந்துகள் மூலம் செலுத்திக் கொள்வதுமான போதைப் பொருட்கள். பிரதானமாக மரிஜுவானா. ஒரேநேரத்தில் 12 பாக்கெட்டுகள் மரிஜுவானாவை அவர் படுக்கையிலிருந்து எடுத்து, பயந்து, பீதியுற்று, மனநோய் சிகிச்சை இல்லத்தில் அவரைச் சேர்த்திருக்கிறார்கள்.

சரி, போதைப் பொருளுக்கு அவர் அடிமையாகக் காரணம் என்ன?

நான்கு வயதுக் குழந்தையாயிருக்கையில், நெவாடியா தன் பாட்டியை அடிக்கடிக் கொஞ்சி முத்தமிடுவது வழக்கம். ஒருமுறை, மகாராஷ்ட்ராவிலிருந்து சிலர் பாட்டியின் ஆலோசனையைக் கேட்பதற்காக வந்துள்ளனர். அப்போது வழக்கம்போல கொஞ்ச வந்த நெவாடியாவை பாட்டி கண்டிக்கிறார். 'எதற்கும் நேரம் காலம் இடம்' இருக்கிறது என்று. இது நெவாடியாவின் மனதில் ஆழப்பதிந்து, மறக்க முடியாததாக இருந்து வந்துள்ளது. பாட்டியின் பாசம் தனக்கு இனிமேல் கிடைக்காது போகும் என்ற பயமும் சேர்ந்துவிடுகிறது.

பாட்டியின் கவனிப்பு மையத்தில் தான் இல்லாது போகப் போகிறோம் என்னும் அச்சம் காரணமாக, பாலியல்-உளவியல் வளர்ச்சி, நரம்பியல் சிக்கல் கொண்டதாகிறது என மருத்துவர் பகுப்பாய்வு செய்கிறார். அதற்கேற்ப அதன்பின்னர்

பாட்டியின் அபரிமிதமான அன்பு கிடைக்காது போகிறது. ஏக்கம் கொள்கிறது மனம். நெவாடியா என்ற ஆளுமையின் ஒரு பகுதியேனும் வளர மறுத்திருக்கும் என விளக்குகிறார்.

பதின்பருவத்தில் உறவுக்காரப்பையன் ஒருவனுடன் நெருங்கி இருக்கும் தருணங்களில், தன்பாலுறவு ஏற்பட்டுள்ளது. நெவாடியாவுக்கும் அதில் விருப்பம் இருந்திருக்கிறது. ஆனால் நெவாடியாவின் மனம் 'தன்னைக் கட்டாயப்படுத்திய உறவு, அவமதித்தது' என்றே அவ்வுறவைப் பதிவு செய்து, அவன்பால் சினத்தையும் சீற்றத்தையும் வளர்த்திருக்கிறது.

இப்படியான அனுபவங்களும் அவற்றைத் தவறாக உள்வாங்கிக் கொள்வதும் மனதில் சிக்கலை உண்டுபண்ணி, இருதுருவநிலையை ஏற்படுத்துகின்றன. மனச்சிதைவுக்கும் வெறிக்கும் இடைப்பட்ட நிலையில் ஊசலடாச் செய்கின்றன. அபரிமிதத்திலிருந்து தனிமைக்குத் தள்ளுகின்றன. சிந்தனை களெல்லாம் குழந்தைத்தனமான வகையில் உருக்கொள்கின்றன. மனம் அன்பை விரும்ப, வெறுப்பினால் வதைக்கப்படுகிறார். நல்லபடியாக இருந்திட விரும்பும்போது, கொந்தளிப்பு நிலைகள் கோபம் கொள்ளச் செய்கின்றன.

International Journal of Bipolar Disorders (January 2016) லுள்ள ஓர் ஆய்வுக்கட்டுரை, உணர்வுநிலை வழிப்படுத்தல், உந்துதல் கட்டுப்பாடு, கண்டுகொள்ளும் செயல்பாடுகளில் குழந்தைப் பருவ அதிர்ச்சி மாற்றங்களைக் கொண்டு வரும்; பின்னர் ஏற்படும் அழுத்தங்களுக்கு ஈடுதரும் தன்னைக் குறைத்துவிடும் என்கிறது.

நெவாடியாவுக்கு சிகிச்சை அளித்து வந்துள்ள மருத்துவர்களுள் ஒருவர், மிகவும் அதிகப்படியாகப் பெற்றுள்ள உணர்வு எதுவென்று கேட்க, நெவாடியா தரும் பதில்: 'கோபம். முதலில் என் மீதே கோபம். நான் செய்திருக்கும் நடவடிக்கைகளுக்காக. என்னை இங்கே நிறுத்தியுள்ள என் பெற்றோர் மீது.'

கிருஷ்ணன் வெண்ணெய் திருடியது, தோழர்களுடன் சேர்ந்து சில்மிஷம் செய்வது, கோபியருடன் உல்லாசமாயிருப்பது என்னும் கதைகளைக் கேட்டுள்ள மனம், இருதுருவ நிலையில், கிருஷ்ணனாகவே எண்ண வைக்கிறது. "நான் கிருஷ்ணனைப் போலிருந்ததாகவே உணர்ந்தேன். என்னை கிருஷ்ணனின் இரண்டாம் வருகையே என்று பாவித்தேன். என் ஜன்னலருகே

மார்க்யூஸின் One Hundred years of solitude வாசித்தபோது, அவர் என் காதில் கிசுகிசுத்ததாக எண்ணினேன். அப்புறம் ரசாபாசமாகி விட்டது. நண்பர்களை அவமதித்தேன். என்னுடன் சில புத்தகங்களையும் ஒரு பல்துலக்கியையும் மட்டும் எடுத்துக்கொண்டு வீட்டிலிருந்து வெளியேறினேன். ஒரு மருத்துவமனையில் சேர்க்கப்பட்டிருந்த எனக்கு இருதுருவநிலை என்றார் மருத்துவர்."

இதன் உச்சகட்டமாக ஒருநாள் ஒரு கையில் போன், தலையில் ஹெட்போன்கள், மற்றொரு கையில் லைட்டர் சகிதமாக இருக்கையில், சட்டென்று லைட்டரை பற்றவைத்ததும், "அதுதான் சரி! நான் நெருப்பை சுவாசிக்குமாறு செய்கிறது இந்த தேசம். நான் காலியாகிவிட்டேன். இங்கே அனலாயிருக்கிறது" என்று கூச்சலிட்டிருக்கிறார்.

மனநல இல்லத்தில் சேர்க்கப்படுகிறார். அங்கிருந்தும் தப்பியோடுகிறார். வலுக்கட்டாயமாக கொண்டுவரப்படுகிறார். மீண்டும் பெற்றோர் மீது ஆத்திரம். சிகிச்சைக்குள்ளாகி வருகையில் படிப்படியாக போதைப்பொருள் உட்கொள்வது குறைகின்றது. வெறுப்பு- பகை என்றிருந்த உறவினன் மற்றும் அவரால் பிரச்சனைக்குள்ளாகியிருந்த நண்பர்கள், துரோகிகளாகக் கருதப்பட்ட பெற்றோர் ஆகியோரிடம் மன்னிப்பு கேட்டு வருந்துகிறார். தன்னை நரம்பியல் சிக்கலுக்குள்ளாக்கிய பாட்டி தொடர்பான பிரச்சனையும், அடுத்து ஏற்பட்ட பாலியல் சம்பவத்தையும் புரிந்து கொள்கிறார். புத்தக வாசிப்பும் பார்த்த திரைப்படங்களும் நம்பிக்கையும் ஆறுதலும் அளிக்கின்றன. மீண்டு வருகிறார். தன் நினைவுகளை புத்தகமாக எழுதி பெற்றோருக்குச் சமர்ப்பிக்கிறார். பயணங்கள் சார்ந்த பத்திரிகையான National Geographic Traveller India வின் தலைமை ஆசிரியராகிறார். youtube பதிவொன்றில் தனது அனுபவங்களை உணர்வுக்கூர்மையுடன் உரையாற்றுகிறார்.

"இருதுருவநிலை என்பது உனக்கு மட்டுமில்லை. பலருக்கு வந்துள்ளது. குறிப்பாக எழுத்தாளர்களுக்கு, கலைஞர்களுக்கு. வின்சென்ட் வான்கா, சர்ச்சில், எமிலி டிக்கின்ஸன், சில்வியா ப்ளாத், லியோ டால்ஸ்டாய், எர்னெஸ்ட் ஹெமிங்வே, விர்ஜினியா உல்ஃப்" என்று டாக்டர் ஜோஸி ஒருநாள்

குறிப்பிட்டதெல்லாம் சேர்ந்து, நெவாடியாவை நரம்பியல் சிக்கலிலிருந்து விடுபட உதவுகின்றது எனலாம்.

உளவியல் பகுப்பாய்வு முறையில் இதற்கான சிகிச்சைக்கு நீண்டகாலம் பிடிக்கும். இந்தியாவில் டாக்டர் இஷிடா பின்பற்றும் CBT (Cognitive Behavioural Theraphy) இல் சில வாரங்களிலேயே ஆறுதல் கிடைக்கும் என்கின்றனர். 'எதிர்மறை அனுபவங்களால் செயல்இழந்தவராகிறார்' என உளவியல் பகுப்பாய்வுமுறை இச்சிக்கலை அடையாளம் காணும். 'ஒருவர் தன்னைக் குறித்து எண்ணிக்கொள்வது திருகியதன்மையுடையதாக இருக்கிறது' என்பது CBT அணுகுமுறை.

II

இப்போது தான் உள்ளாகியிருந்த நரம்பியல் சிக்கல்களுள் ஒன்றான ஆளுமைப்பிளவு, ஒரு நோயல்ல, உலகங்களைத் திறந்து காட்டும் நிலை என்பது நெவாடியாவுக்குத் தெளிவாகிறது.

"தன் தாயகத்தை இனியதாகக் காண்பவன் இளமை யான தொடக்கநிலையாளன்; ஒவ்வொரு பூமியையும் சொந்த மானதாகக் கருதுபவன் ஏற்கனவே வலுவானவன்; ஒட்டுமொத்த உலகமும் அந்நிய பூமியாக இருப்பவனே பரிபூரணமானவன்" என்னும் 12 ஆம் நூற்றாண்டு இறையியலாளர் புனித விக்டரின் வாசகம் மந்திரவாசகமாயிருக்கிறது.

சிகிச்சைகள் முடிந்து 10 ஆண்டுகளுக்குப் பிறகு, தான் பெற்றதும் இழந்ததும் வருந்தியதும் வதைபெற்றதும் என்னவென்று எழுதுகிறார். "நான் என் சிக்கலுக்குப் பலியாகிவிடவில்லை. இருந்திருக்க முடியும் என நான் எண்ணியிராத அழகைப் பார்த்துள்ளேன். மருத்துவமனைகள், பிரைட்டன், பெனாரஸ் என நான் சென்றுவந்த இடங்கள் விரக்தியடைய வைத்தன. நீடித்த அறிவுத்தெளிவுக்கு உத்தரவாதமில்லையெனினும் எனக்குக் கிட்டிய அலட்சியபாவம் நேசிக்கவும் சிரிக்கவும் எனக்குத் துணைநின்றது. எனது அனுபவத்தால் தர்ம சங்கடத்திற்கு உள்ளாகவில்லை. நான் சொல்வதற்கு அது கதைகளை வழங்கியுள்ளது."

பிற்பாடு நெவாடியா அளித்திருக்கும் ஒரு நேர்முகத்தில், தனது நினைவுக் குறிப்புகள் சொல்வது என்ன என்பதை அவர் இப்படி தொகுத்துரைக்கிறார். "அது உங்களைப் பல்வேறு இடங்களுக்கு இட்டுச்செல்கிறது. என் பால்யகாலத்திற்குக் கொண்டுசெல்கிறது. நான்காண்டுகளாக நான் அவமதிக்கப்பட்டேன். குழந்தையாயிருந்தபோது அவமதிக்கப்பட்டால், பிற்பாடு இருதுருவ நிலையினராகும் வாய்ப்புகள் அதிகம் என சிகிச்சையாளர்கள் கூறுகின்றனர்.... நான் மனச்சிதைவுக்குள்ளாகி பரவசப்பட்டுள்ளேன், வெறிகொண்டிருக்கிறேன், ஆவேசமுற்றிருக்கிறேன். என்னை மரணத்தின் கடவுள் சிவனாக எண்ணியிருக்கிறேன். உள்ளடக்கம் சற்று கனமாயிருப்பினும், லேசாகப் பயணிப்பது எப்படி, சந்தோஷமாயிருக்கவும் புன்னகைக்கவும் பாரத்தைக் குறைத்து அனுபவித்து மகிழவும் லேசான தன்மையைக் கண்டறிவது எப்படி என்பதைப் பற்றியதே."

III

எந்த ஒருவரது இருதுருவ நிலையும் இன்னொருவருடையதைப் போன்று இருப்பதில்லை. ஒவ்வொன்றும் அலாதியானது. இப்போதும் நிறையப் பயணிக்கும் நெவாடியா, தன் முந்தைய பயணங்களின் வேகத்தை ஒப்பிட்டுரைக்கிறார்.

"பத்தாண்டுகளுக்குப் பிறகு இப்போது மனரீதியாக விடவும் உடல்ரீதியாக அதிகம் பயணிக்க பிரியப்படுகிறேன். என் மனம் ஒளியின் வேகத்தில் பயணிக்கும்போது, நான் மோதிடும் தடுப்பு ஏதுமில்லை, விபத்து ஏற்படும்வரை வேகத்தை முடுக்கிவிடுகிறேன், முடுக்கிவிடுகிறேன், முடுக்கிவிடுகிறேன். நாமெல்லாம் நிகழக்காத்திருக்கும் விபத்துகள்..."

பத்திரிகையாளராக இருந்தபோது, நெவாடியா சுவர்களில் கிறுக்கப்படும் எழுத்துகளைப் பற்றி ஒரு சுவையான கட்டுரை எழுதினார். பொதுவாக ரகசியக் காதல்களை/ ஒழுக்கமீறல்களைப் பற்றியதாக இருக்கும் பாமரத்தனமான கிறுக்கல்கள். வரலாற்றுச் சிறப்புமிக்க இடங்களில் ஒரு சந்தோஷத்திற்காக/வேடிக்கைக்காக பெயர்களைப் பொறித்து வைப்பார்கள். இந்தச் சந்தோஷத்திற்கு/வேடிக்கைக்கு இணை யானதுதான், கர்ஸான் பிரபு ஆக்ராவில் தாஜ்மஹாலைப்

புதுப்பித்தபோது அடைந்ததும் என்கிறார் நெவாடியா. அதனைக் கர்ஸானும் ஒத்துக் கொண்டுள்ளார் என்பதுதான் இதில் சுவையானது.

ஆக்ராவிலிருந்து தன் மனைவிக்கு எழுதிய கடிதத்தில் கர்ஸான் இப்படிக் குறிப்பிட்டார்: "இந்தியாவில் நான் வேறெதுவும் செய்திருக்கவில்லையென்றாலும் இங்கே என் பெயரை எழுதியிருக்கிறேன்; அவ்வெழுத்துக்கள் உயிர்வாழும் சந்தோஷமே"

தனக்கான விடுதலையை உணர்த்திய திரைப்படங்களாக அபுர்ஸன்ஸார் *(1959,* சத்யஜித்ரே) Eternal Sunshine of the spotless Mind (2004, அலெக்ஸ் ப்ரோயாஸ்) Garden State (2004, Zach Braff இயக்கியது) என்ற காவியங்களைக் குறிப்பிடுகிறார். அதுபோலவே தனது இலக்கிய நாயகர்களாக ஜே.எம். கூட்ஸி, ரேமாண்ட் கார்வர், ஆல்பெர்ட் காமு ஆகியவர்களைக் கொண்டாடுகிறார்.

இவற்றுடன் அவரது பள்ளிப்பருவ நிகழ்வொன்றைத் தொடர்புபடுத்திப் பார்த்தால் நெவாடியாவின் தீவிர கதியிலான மனம், ஒளியின் வேகத்தில் பயணித்திருக்க முடியும் என்பதைப் புரிந்து கொள்ளலாம். பள்ளிநாடகம் ஒன்றில் பாரபாஸாக நடிக்க வைத்திருக்கிறார்கள். தன் பாத்திரத்தை கவனத்துடன், ஈடுபாடு காட்டி நடித்திருக்கிறார். பாராட்டிய ஆசிரியரின் வார்த்தைகள்: "பைத்தியமாக நடிக்கச் சொன்னோம்! நிஜமாகவே பைத்தியமாக இருக்கிறாய்."

இன்னொருசம்பவமும் உண்டு. அது அவர் பத்திரிகையாளராகப் பணியாற்றியபோது நடந்தது. ஹைதராபாத்தில் பல்கலைகழக தலீத் ஆய்வு மாணவர் தற்கொலை செய்துகொண்டது. 'ஆன்மாவுக்கும் உடலுக்குமிடையே இடைவெளி வளர்வதை உணர்கிறேன்... நான் ஒரு எழுத்தாளராகவே எப்போதும் விரும்பினேன்... புண்படாமல் நேசிப்பது சிரமமாயிருக்கிறது... எனது பிறப்பு என் விதிவசமான விபத்து. என் குழந்தைப் பருவ தனிமையிலிருந்து என்னால் மீளவே முடியாது' என்றெல்லாம் ரோஹித் எழுதிச்சென்றிருந்த கடிதம் நெவாடியாவை உலுக்கி எடுக்கிறது. உடனே தன் பத்திரிகை ஆசிரியரிடம் சென்று குமுறித்தீர்க்கிறார். "இது உண்மையிலேயே பாஜக அரசாங்கத்தை இறக்கிவிடும். எதிர்க்கட்சிகள் செய்யவேண்டியதெல்லாம், கிராமம் கிராமமாகச் சென்று,

நாட்டின் தலித்மக்களைப் பற்றிப் பேச வேண்டும். நாட்டின் பிரதமர் ரோஹித் வெமுலாவைக் கொன்றுவிட்டார் என்று."

இந்த தொனியுடன் ஒரு பத்திரிகை இப்போதுள்ள அரசியல் சூழலில் செயல்பட முடியுமா? 'ரோஹித் வெமுலாவை தற்கொலை செய்துகொள்ளுமாறு நிர்ப்பத்திருந்த பொருளாதாரம் மற்றும் அமைப்பினால் உள்ளீர்த்துக் கொள்ளப்படுவதை' விரும்பாத நெவாடியா அப்பத்திரிகையிலிருந்து விலகி விடுகிறார்...

நெவாடியாவை நரம்பியல் சிக்கல்களுக்கு உந்தித் தள்ளியதில், அவரது பால்யகால நிராகரிக்கப்படல், பாலியல் சார்ந்த சிக்கலின் ஆழ்ந்த பங்கு இருக்கலாம். எந்தவொரு நிகழ்வுப் போக்கிலும் அதன் அதீத எல்லைவரை தொட்டுப் பார்த்திட வேண்டும் - அது நாடகமாயினும் சரி நாட்டு நடப்பாகினும் சரி - என்று விழைந்த மனம், அதீத நிலைக்கு உள்ளாகித்தானே இயங்கும். மருத்துவம் அதனை இருதுருவநிலை என்று முத்திரை குத்தும். அம்மனநிலையினரோ அதுதானே ஒரு சரியான மனிதக்கடமை என உள்ளுக்குள் கொந்தளிக்கலாம். ஆண்டாண்டு காலங்கள் அமுங்கிக் கிடந்த எரிமலை வெடித்தால், உலகத்தால் தாங்க முடியுமா...

IV

1993 செப்டம்பர் 11 அன்று டெல்லியில் வெடித்த வெடிகுண்டு ஒன்பதுபேரை பலிகொண்டது, இருபது பேர் காயமடையுமாறு செய்தது. ஒரு காங்கிரஸ் பிரமுகரைக் கொல்வதற்காக, காலிஸ்தான் ஆதரவாளர் தேவேந்தர்பால்சிங் புல்லர் வைத்த வெடிகுண்டு இது. முதலில் தூக்குதண்டனை விதிக்கப்பட்டு பின் ஆயுள்தண்டனையாக குறைக்கப்பட்டது - குற்றவாளி மனச்சிதைவாளர், ஆளுமைப் பிளவுள்ளவர் என்பதால்; குற்றவுணர்வு எழாத மனநோயாளிக்கு மரணதண்டனை விதிக்கமுடியாது என்பதால்.

இந்தச் சம்பவத்தைக் குறிப்பிட்டுவிட்டு, மனநிலை பிசகிய வேளையில், தன்னைக் கண்ணனாகப் பாவித்து, பல பெண்களிடம் தன் காதலைத் தெரிவிப்பதும், பெற்றோர்,

நண்பர்களையெல்லாம் பழிப்பதும் புண்படுத்துவதும் துரோகிகளாக எண்ணுவதுமாக இருந்திருப்பதை எடுத்துக்காட்டி, பின் சமனிலைக்கு வந்துவிட்டபின், புல்லரின் நிலையும் தன்னுடையதும் ஒன்றுதானே என்ற கேள்வியை முன்வைக்கிறார் நெவாடியா. தனிப்பட்டது தவறாமல் அரசியல் சார்ந்ததே என்று கூறிடும் அவர், அறிவுநிலை என்றால் என்ன? என்று வினவுகிறார்.

'புல்லரும் தானும் தாங்கள் உணரும் வலியை உணராது இருப்பதில்லை என்பது மட்டுமல்ல, தாங்கள் ஏற்படுத்தும் வலியையும் உணர்வதில்லை."

பதின்வயதில் நெவாடியா வாசித்த புத்தகங்கள், பித்த நிலையைக் குழப்பமானதாகத் தோன்றச் செய்தாலும் கவர்ச்சிகரமானதாகக் காட்டியுள்ளன. பிரபஞ்சத்தை அறிவதற்கான சாவிகள் பலவற்றை அது கொண்டிருப்பதாக எண்ண வைத்துள்ளன. தன் மனதில் குழப்பத்தை வைத்துக்கொண்டு, உலகின் குழப்பத்திலிருந்து வெளியேற விரும்ப வைத்துள்ளன. அறிவுநிலை பிசகவும், மொழி வளமானதாக பொலிவானதாக உருப்பெறத் தொடங்கியுள்ளது. தான் உணர்ந்தது சூஃபி சிந்தனையாகத் தெரிகிறது. தன்னை அதி உன்னதமானவனாகக் கருத வைக்கிறது. மற்றவர்கள் பார்வையாளராக இல்லாமல், பங்கேற்பாளர்களாகின்றனர்.

குடும்பம், சமூகத்தின் கட்டமைப்பே பெரிதும் ஒருவரைப் பைத்தியமாக்குகின்றது. ஃபிராய்டும் அவர் வழி வந்துள்ளவர்களும் பைத்திய நிலையை படைப்பாக்க சரிசெய்தல் நிகழ்ச்சிப் போக்கு (a process of creative correction) என்கின்றனர். பைத்தியக்காரன் பார்க்கப்பட வேண்டிய நோயாளியல்ல, கேட்கப்பட வேண்டியவன் என்கின்றனர். "எனது எட்டாண்டுகால உளவியல் சிகிச்சையில், நான் பேசுவதை செவிமடுத்துள்ளார் எனது சிகிச்சையாளர். அவர் ஒருபோதும் என்னை தவறான பிசகாளராகக் கருதியதே இல்லை. பித்தநிலை பரிதாபமானது, இருந்தும் அது அறிவுநிலையை ஓர் இலட்சியமாக்குகிறது. சொற்பொழிவை விட உரையாடல் திறம்பட்டதாக தெரிகிறது..." எனப் பதிவு செய்துள்ளார் நெவாடியா.

சாதிய ஒடுக்குமுறையும் அவமதிப்பும் ரோஹித் வெமுலாவை தற்கொலை செய்யத் தூண்டுகின்றன. ஆனால் வெமுலாவின்

கதை தலீத் கதையல்ல, மனச்சிதைவாளனின் கதையே என்கிறார் மனுஜோஸப். அப்படியா? வெமுலாவை உந்தித்தள்ளியவை எவை என்று பார்க்கலாம்.

வெமூலாவை மட்டுமல்ல, வேறு எட்டு தலீத் மாணவர்களையும் அவை உந்தித் தள்ளியுள்ளன கடந்த பத்தாண்டுகளில்.

ஹைதராபாத் பல்கலைகழக வளாகத்தில் தலீத் மாணவர்கள் அம்பேத்கர் மாணவர்கள் சங்கம் (ASA) என்ற அமைப்பைத் தொடங்கி, இஸ்லாமிய மாணவர்களைச் சேர்த்துக் கொண்டு தம் உரிமைகளுக்காகப் போராடி வருகின்றனர். மாணவர் தலைவர் தேர்தலில் ABUP மாணவர்களை வீழ்த்தி தலைவராகின்றனர். அப்பாவியான யாகூப் மேனன் தூக்குதண்டனையை கண்டிக்கின்றனர். 'பொது மனசாட்சி பிராமண மனசாட்சி. இஸ்லாமியக் குருதியால் திருப்தியடை. அம்பேத்கர் மாணவர்கள் சங்கம்' என்ற வாசகங்களுடன் போராடுகின்றனர். "ரத்தவேட்கை மிக்க தேசியவாதம் இன்னொரு தலையை திரட்டியுள்ளது" என்கிறது வெமூலாவின் முகநூல் பதிவு.

ABVP யின் செல்வாக்குக் குறைந்து வருவதும் பாஜகவின் அதிகாரச் செயல்கள் அம்பலப்படுத்தப்பட்டு வருவதும் உயர்சாதி மாணவர்களிடமிருந்து அரசியல் களம் வரையில் புருவங்களை உயர்த்த வைக்கின்றன. தலீத் ஆய்வு மாணவர்களை எப்படி வெளியேற்றுவது என்று யோசிக்க வைக்கின்றன.

வெமூலாவின் உதவித்தொகையை 6 மாதங்களுக்கு மேல் நிறுத்திவைப்பது, மாணவர் விடுதியிலிருந்து வெளியேற்றுவது, ஆய்வுநெறியாளர் இல்லாமல் செய்வது என அடுத்தடுத்து அம்புகள் எறியப்படுகின்றன. தந்தையின்றி அன்றாட கூலி வேலையில் பிழைப்பு நடத்திடும் தாயினைச் சார்ந்து வறுமையான பின்புலத்தினை உடைய வெமூலா எப்படித் தாக்குப்பிடிக்க முடியும்? போராட்ட குணத்தை இயங்கவிடாது ஒடுக்கிவிடும் சூழலில் வெமூலா தெரிவு செய்ததுதான் தற்கொலை. அப்போதுகூட, அவன் எழுதிவைத்து விட்டுச் சென்ற கடிதம் கவிதையாக பிரகாசிக்கிறது.

"நான் எப்போதும் எழுத்தாளராக விரும்பினேன். கார்ல்சாகனைப் போன்ற விஞ்ஞானியாக விரும்பினேன்.

அறிவியலை, நட்சத்திரங்களை, இயற்கையை விரும்பினேன். மக்கள் இயற்கையிலிருந்து விலகி நெடுங்காலமாகி விட்டது என்பதை அறியாமலேயே மக்களை நேசித்தேன். நம் உணர்வுகள் இரண்டாம் தரமானவை. நாம் நேசம் கட்டமைக்கப்பட்டது. நம் நம்பிக்கைகள் நிறபேதமுள்ளவை. புண்படாமல் நேசிப்பது சிரமமானதாயிருக்கிறது. மனிதனின் மதிப்பு அவனது உடனடி அடையாளத்திற்கும் மிக அருகிலுள்ள சாத்தியப்பாட்டிற்கும் குறைத்துச் சுருக்கப்பட்டிருக்கிறது. ஒரு வாக்கிற்காக. ஓர் இலக்கத்திற்காக. ஒன்றுமற்றதிற்காக... என் பிறப்பு விதிவசமான விபத்து. என் குழந்தைப்பருவ தனிமையிலிருந்து என்னால் மீளவே முடியாது. என் கடந்தகாலத்திலிருந்து பாராட்டப்பெறாத குழந்தை நான்."

தலீத் என்பதற்காகவே அவனைத் தள்ளிவிட்டு புதைக்க முற்பட்ட சதியில், அதற்கு முன்னரே தன்னைப் பலிகொடுத்து விடுகிறான் வெமூலா. அவனைப் பலிகொடுத்தது மட்டுமின்றி, மனநிலைபிறழ்ந்தவன் என்று கூறவும் துணிகிறது மேற்தட்டுவர்க்கம்.

தனக்கு வலி ஏற்படுத்துவதுடன் பிறருக்கு ஏற்படுத்தும் வலியையும் உணராது இருப்பவன்தான் பைத்திய நிலையில் இருப்பவன் எனில், இங்கே யார் மனநிலை பிறழ்ந்தவன்? வெமூலாவை மனநிலை பிறழ்ந்தவன் என்று ஆராய்ச்சி செய்பவனும் அவனை ஒடுக்குபவன்தானே...

மேலும் வெமூலாவின் தற்கொலை தற்கொலையல்ல, சமூக அமைப்பால் செய்யப்பட்ட கொலை என்கிறார் அருந்ததிராய். "ஒவ்வோராண்டும் தம்வாழ்வை முடித்துக் கொள்ளும் பல தலீத் மாணவர்களில் சமீபமானவர்தான் வெமூலா. நாடெங்கிலுமுள்ள பல்கலைகழகங்களில் அவரது கதை அதிர்வு கொண்டது - சாதிய அமைப்பு, பிரிவினை, பேதம், அநீதி என்னும் இடைக்கால கொடூரங்களால் அதிர்ச்சிக்குள்ளாகியுள்ள மாணவர்களிடையே."

மனநிலை பிறழ்ந்திருந்த வேளையில், வெமூலாவின் தற்கொலைச் செய்தியை அறிய நேர்ந்து, இன்னும் தீவிர கொந்தளிப்பு நிலைக்கு உள்ளாகி, இதுபோன்ற அநீதிகளுக்காகவே மோடி அரசை வீழ்த்தவேண்டும், ஊர் ஊராகச் சென்று பிரச்சாரம் செய்யவேண்டும் என்று ஆவேசம் கொண்டவர் நெவாடியா. அதன்பின் பத்திரிகையாளர் பணியிலிருந்து விலகி மருத்துவமனையில் சேர்க்கப்பட்டவர்.

காங்கிரஸ் கட்சிக்கும் பஞ்சாபியருக்குமான மோதலில், பஞ்சாபிகளுக்கு அநீதி இழைத்துவிட்டதாகக் கருதும் காலிஸ்தான் அமைப்பினர் பழிவாங்கத் திட்டமிட்டு, அதனை நிறைவேற்றும் வகையில் அதன் ஆதரவாளர் ஒருவரான புல்லர் குண்டுவீசித் தாக்கியதில், குறிதவறி 17 பேரின் உயிர்களைப் பறித்துள்ளது. அரசியல் சார்ந்த தீவிர நடவடிக்கை இது. சிறைவாசத்தின்போது பலமுறை தற்கொலைக்கு முயன்றவர் இவர். பின் மனநிலையும் பாதிக்கப்பட, தூக்குதண்டனையிலிருந்து ஆயுள்தண்டனையாகக் குறைக்கப் பட்டிருப்பவர்.

இது பொதுவாழ்வு சார்ந்தது. நெவாடியாவின் நிலை குடும்பம் சார்ந்தது. தனிப்பட்ட வாழ்வின் நெருக்கடி சார்ந்தது. மனு ஜோஸப்பின் பார்வை, தற்கொலை செய்யாமல் வெமூலா தொடர்ந்து போராடியிருப்பின், 'மனநிலை பிசகி பிதற்றித் திரியுமாறு செய்திருப்போம்' என்பதை உணர்த்துகிறதா?...

ஆதாரங்கள்

1. How to Travel Light - My Memories of Madness and Melancholia/ Shreevatsa Nevatia/Penguin Books, 2017

2. Rinky on the wall/Shreevatsa Nevatia/thehindubusinessline.com

3. The Caravan - May 2016

4. A Strangeness in our Minds/Sreevatsa Nevatia/The Hindu Magazine, November 12, 2017

பாயல் பட்டாச்சார்யா:
உருச்சிதைக்கும் நிஜத்திலிருந்து
உருக்கொள்ளும் புனைவு

புதிது புதிதாக தாவர இனங்கள் கண்டறியப்படுவது போல, புதிது புதிதாக அண்டங்கள் கண்டறியப்படுவது போல, புதிது புதிது புதிதாக நோய்களும் கண்டறியப்பட்டு வருகின்றன. Autism, Down Syndrome, Chimerism வரிசையில் VHL சேர்ந்துள்ளது. Von Hippel Lindau என்னும் நிலையே VHL. ஒருவரது உடலின் பல்வேறு உறுப்புகளில் அறுவைச் சிகிச்சை செய்யவேண்டிய அவசியத்தைக் கோருவது. மூளைக்கட்டிகளே பல ஏற்பட்டுவிடும். இப்பிரச்சனைக்குள்ளாகியுள்ள ஒருவர் அற்புதமான புனைவுகளை உருவாக்கியுள்ளார் துப்பறியும் கதைகளாக.

பாயல் பட்டாச்சார்யா எனப்படும் இந்தப் பெண் கல்கத்தாவைச் சேர்ந்தவர். படித்து வருகையில், அடுக்கடுக்காக அறுவைச் சிகிச்சைகள், அதன் காரணமாக ஒருகண் பார்வை இழத்தல், வீட்டிலேயே முடங்கிப் போதல் என்றாகிறது. இந்நிலைகளுக்கு உள்ளாகி வந்துள்ள நிகழ்வுப் போக்கில், தன்னையும், தாயினையும் துப்பறியும் பாத்திரங்களாக்கி கதைகள் எழுதுகிறார். அவைதான் Mum and Princes - the escapades என்னும் தலைப்பிலான தொகுப்பாகியுள்ளன.

அகதா கிறிஸ்டியின் துப்பறியும் கதைகள் போல, பரபரப்பூட்டும் சம்பவங்கள், திகில் சார்ந்த விவரிப்புகள் இன்றி, காவியத் தன்மையிலான புனைவுகள். குற்றத்தின் பரிமாணங்களில் கவனம் செலுத்தாமல், துப்பறிதலில்/விசாரணையில் குவிமையம் கொள்வது. அப்போது எழுத்தின் பரிமாணங்கள் வெளிப்படுகின்றன.

Mum and Princess in Mystic Land என்னும் தலைப்பில் ஒரு கதை. இளவரசிக்கு ஒரு கனவு. கடந்த காலத்திற்குள் போய்வரவேண்டும் என்று. இளவரசி, அவரது அம்மா, அவரது தம்பி ஆகிய மூவரும் ஒரு மலைப்பகுதிக்கு சுற்றுலா போகின்றனர். வழியில் ஒரு விசித்திரமான மாளிகையில் தங்க நேர்கிறது. ஒரு மன்னன் தன் மகனான இளவரசனது முடிசூட்டு விழாவுக்கு இவர்களை அழைக்கிறான். அன்றைய தினம் மர்மமான முறையில் இளவரசன் இறந்து கிடக்கிறான். எப்படி, ஏன் இறந்தான்? இளவரசியும் அம்மாவும் துப்பறிகின்றனர். இப்போது மன்னரும் கொல்லப்பட்டு, இம்மூவருக்கும் தூக்குதண்டனை விதிக்கப்பட்டுவிடுகிறது...

வரலாற்றுக்குள் போய்வருவதுடன், வரலாற்றை மாற்றிவிடும் ஆசையும் இளவரசியிடம் ஏற்படுவதால், இம்மூவரும் சிக்கிக் கொள்வதாக புனைவாக்குகிறார் பாயல்.

கனவிலிருந்து விடுபட்டு எழும் பாயல் தனக்கு உதவியாக இருந்துவந்த அலுமினியக் கோல் மரக்கோலாக மாறியிருக்கக் கண்டு வியப்புறுகிறார்.

Sweeter than revenge என்னும் கதையில், பிமலேந்துசிங்கா என்னும் தொழிலதிபரும் அரசியல் புள்ளியுமானவர் திடீரென்று இறந்து கிடக்கிறார். பெரிய நூலகம் வைத்துள்ள அவர் இசையிலும் ஈடுபாடுள்ளவர், புல்லாங்குழல் இசைப்பவர். இறந்துகிடந்த அவரருகே திபேத்திய மரணநூல் பிரதியும் ஒரு துப்பறியும் கதைத் தொகுப்பும் கிடக்கின்றன. அவரைக் கொன்றது யார்? அவரது மேலாளரா? உறவினர்களா? வேலைக்காரர்களா?

நிறைய எதிரிகளைப் பெற்றிருந்த அவர் அப்படியான ஓர் எதிரியால் பழிவாங்கப்பட்டுள்ளார். சிங்கா கட்டுமான நிறுவனம் நிர்மாணித்த பாலம் ஓராண்டிலேயே இடிந்துவிழ, சிங்கா இழப்புக்குப் பொறுப்பாக்கப்படுகிறார். அப்பொறுப்பில் இருந்து கண்காணித்து வந்த பணியாளரைப் பொறுப்பாக்கி விடுகிறார் சிங்கா. இதனால் அப்பணியாளர் ஆயுள்தண்டனை பெற்று வதைபடுகிறார். அப்பாவியான அவர் தண்டிக்கப்பட்டதற்கு, அவரது சகோதரர் பழிவாங்குகிறார்.

குற்றம் செய்யாமல் தண்டிக்கப்பட்டவன் நரம்பியல் நோயாளி ஆவது, அவனது தம்பி மாயமாவது, ரகசியமாகப்

பழிதீர்ப்பது, ஏற்கனவே மூளைக்கட்டியால் பாதிக்கப்பட்டு, அது குணப்படுத்த இயலாததால் கருணைக் கொலைக்கு விண்ணப்பித்திருந்த சிங்கா, பழிவாங்கப்பட்டிருந்தாலும் சீக்கிரமே இறந்து போயிருப்பார் என்றெல்லாம் புனைவு விரிந்து செல்லும். இந்த விபரங்களையெல்லாம் வெளிப்படுத்துபவர்கள் இளவரசியும் அவரது தாயும்.

The Girl at the end of the Telescope என்றொரு கதை. இளவரசியின் பிறந்தநாள் ஒன்றின்போது அவரது தம்பி தொலைநோக்கியை பரிசளிக்கிறான். வீட்டுக்குள்ளேயே சக்கரநாற்காலியில் அடைந்து கிடக்கும் இளவரசி குறுகுறுப்பு காரணமாக தொலைநோக்கியால் அக்கம்பக்கம் கவனித்து வருகிறார். ஒருமுறை எதிர்வீட்டில் உள்ள ஒரு பெண், அவளைத் தேடிவரும் இரு ஆண்கள், அவள் இறந்து கிடப்பது என்னும் சம்பவங்கள் சஞ்சலப்பட வைக்கின்றன. காவல்துறைக்குத் தெரிவித்துவிட்டு, அம்மாவுடன் சேர்ந்து புலன்விசாரணை செய்கிறார். விமானப் பணிப்பெண்ணான அவளை அந்த ஆண்களில் ஒருவன் மிரட்டி வருகிறான். ஒரு சந்தர்ப்பத்தில் அவள் அவனை மிரட்டத் துணிவு கொள்கையில், அவள் கொல்லப்படுகிறாள்.

"ஒவ்வொரு வாழ்வும் தன்பின்னே ஒரு கதையைக் கொண்டிருக்கிறது, ஒவ்வொரு கதையும் ஒரு மர்மமாயிருக்கிறது" என்கிறார் பாயல்.

'எங்கேணுமுள்ள அநீதி எங்குமுள்ள நீதிக்கு அச்சுறுத்தலாகும்' என்னும் வாசகம் இப்புனைவிலிருந்து தலைகாட்டுகிறது.

The Strength of will இத்தொகுப்பின் தலைசிறந்த கதை. அடுக்கடுக்காக சம்பவங்கள், விவரணங்கள் நிறைந்து, அடுத்தடுத்து புதிர் அவிழ்ந்து வருவது அல்லது மேலும் புதிராக மர்மம் கொள்வது சதுரங்க ஆட்டம்போல் அறிவின் சாகசம் போல உருக்கொண்டு விடுகிறது.

பூங்காவில் இளவரசி சந்திக்க நேரும் எட்டுவயதுச் சிறுவன் அர்கா, அவளிடத்தே ஆர்வத்தை ஏற்படுத்திவிடுகிறான். காமிக்ஸ் புத்தகங்கள் அதிகம் வாசிக்கும் அவன் அதிகம் பேசுவதில்லை. புதிர்போட்டு அரிதாகப் பேசும் அவன் பெரிய புத்திசாலி. அவன் தாத்தா ஆதித்ய சின்ஹாவுக்கு அவனிடம் உயிர்.

சா.தேவதாஸ் ◄◄ 217

தாத்தா மர்மமாக இறந்து கிடக்கிறார். இளரசியும் அம்மாவும் துப்பறிகின்றனர். பெரிய கூட்டுக் குடும்பத்தில் யாரேனும் செய்திருக்கலாம். அது யார்? எதன் பொருட்டு?

அவரின் பிள்ளைகளில் இரண்டாவது மகன் இருதுருவமன நிலையாளன் (bipolar disorder). கடைசிமகன் நிலாத்ரி ஏழைப்பெண் ஒருத்தியை விரும்பி மணம் செய்துகொள்ள ஆசைப்படுகிறான். ஆதித்ய சின்ஹா சம்மதிக்கவில்லை - அவள் பணத்தைக் கறப்பதற்காக மகனை விரும்புகிறாள் என்று. ஆதித்ய சின்ஹாவின் தம்பி பணத்தை விரயம் செய்பவர் என்பதால் அவர்மீது அதிருப்தி. இதனால் உயிலில் தம்பி மகனுக்கு இடமில்லை. சொத்தில் கணிசமான பகுதி, குறிப்பிட்ட காலத்திற்குப் பிறகு ஒருவருக்கு அளிக்கப்பட வேண்டும். அப்படியானால், கொலையாளி யார்? எதிர்காலத்தில் கணிசமான சொத்தைப் பெறப்போகின்றவர் யார்? இப்புதிர்களுக்கான சாவிகள் ஒரு சிலையிலும் சில கவிதைகளிலும் சிறுவன் போடும் சங்கேதக் குறிப்பிலும் சிதறிக் கிடக்கின்றன.

ஆதித்ய சின்ஹாவைக் கொன்றது யாராயிருக்கும் என்ற விசாரணையில் 'லோர்கி' என்னும் பெயரால் குறிப்பிட்டு, அர்கா அடையாளம் காட்டுவது கடைசிமகன் நிலாத்ரியை. ஆதித்ய சின்ஹாவின் கவிதையில் வரும் நீலமலை நிலாத்ரியை. சிற்பமாக உள்ள பொம்மையினுள்ளே பொதிந்து வைக்கப்பட்டிருக்கிறது கணிசமான சொத்துக்குரியவரின் ரகசியம். அது அர்கா. எனவேதான் அப்பொம்மை இரு உருவங்களாக தாத்தாவிடத்தும் பேரனிடத்தும் முதியர் ரூபத்தில் உள்ளன.

அர்கா என்பது சூரியனைக் குறிப்பது. ஆதித்யாவும் சூரியனைக் குறிப்பதே.... இப்படி துப்பறியும் கதையை அடுத்த தளத்திற்கு கொண்டு சென்று, தீவிரமான இலக்கியத்தின் பரிமாணத்தை பெறச் செய்துவிடுகிறார் பாயல்.

"நம் கருத்துகள் மனிதாயமிக்கதாக இருக்குமளவுக்குத்தான் ஆரோக்கியமானவர்களாயிருக்கிறோம், என் ஆரோக்கியத்தைப் பொறுத்தவரை நோயாளியின் திராணியையும் வாழ்வதற்கான அவசத்தையும் அதிகம் சார்ந்திருக்கிறது" என்கிறார் ஆதித்ய சின்ஹா.

பொதுவாக துப்பறியும் கதைகள் கொலை- கொள்ளை சார்ந்து பரபரப்பும் திகிலும் நிறைந்து சுவாரஸ்யம் தரும் வாசிப்புக்கான நுகர்பொருளாகிவிடும். விதிவிலக்காக அகதா கிறிஸ்டி, சத்யஜித்ராய், மா. கிருஷ்ணன் எனச்சிலரே இவ்வகைமையை காவியத்தன்மை கொண்டதாக்கியுள்ளனர்.

நூதனமான நோயால் உருக்குலைந்து சக்கரநாற்காலிக்குள் சிறைப்பட்டுவிடும் நிலையில், தந்தையையும் இழந்து, சொத்துக்களையும் பறிகொடுக்க வேண்டிய நிர்ப்பந்தத்தில், அம்மா மட்டுமே பாயலுக்கு துணையாக, ஆறுதலாக ஏன் உலகமாக இருந்து வந்துள்ளார்.

எனவேதான் இக்கதைகளில் துப்பறியும் நிபுணர்களே போற்றும் துப்பறிவாளராக அம்மா விளங்குகிறாள். அவரது அறிவு நுட்பத்திற்காகவும் அனுபவச் செழுமைக்காகவும் அனைவராலும் போற்றப்படுகிறாள். 'இந்தியாவின் துப்பறியும் கதைகள்' என்று அடையாளப்படுத்தப்படும் தகுதிமிக்கவை இந்தக் கதைகள்.

II

பாயாவைப் பாதித்துள்ள நோய்/நிலை VHLஎனச் சுருக்கமாகக் குறிப்பிடப்படுகிறது. இதன் விரிவு VonHippel-Lindael Syndrome. குருதி நாளங்களில் அதீத வளர்ச்சியுடன் தொடங்குவது இதன் ஆரம்பப் புள்ளி. இரைப்பை, சிறுநீரகம், மூளை, தண்டுவடம், விழித்திரை என முக்கிய அவயவங்களில் இவ்வளர்ச்சி தொடங்கி பல அறுவைச் சிகிச்சைகள் மேற்கொள்ளுமாறு நிர்ப்பந்திக்கும், ஆளை முடமாக்கும். ரத்தநாளங்கள் பொதுவாக விருட்சங்களென நேர்த்தியாகக் கிளைத்துச் செல்லும். இந்நிலையிலுள்ள நோயாளிகளிடம் கூடுதல் நாளங்களின் முண்டு முடிச்சுகள் கட்டிகளை உருவாக்கும் என்கிறது மருத்துவம்.

இந்த நோயறிதலே ஒரு சவாலாக இருக்கிறது மருத்துவர்களுக்கு. அப்புறம் இதற்கான சிகிச்சை... இந்தியாவில் இந்நிலையுள்ளவராக பதியப்பெற்றுள்ள முதலாவது நபரும் பாயல்தான். அதிலும் ஒவ்வொரு VHL நோயாளிக்கும் ஒவ்வொருவிதமான VHL. ஒவ்வொருவருக்கும் தனித்துவமான நோயறிதல் மதிப்பீடுகள்.

புற்றுநோயுடன் தொடர்புடைய இந்நோய் கண்டுள்ள பாயல் இதுவரை 14 அறுவைச் சிகிச்சைகளும் கதிர்வீச்சு சிகிச்சைகளும் மேற்கொண்டுள்ளார். மூளை, தண்டுவடம், காதுகள், கண்கள், நுரையீரல், கணையம், சிறுநீரகங்கள் என. போதாதென்று trigeminal neuralagia என்னும் பிரச்சனை வேறு. இதுவொரு 'தற்கொலை நோய்' எனப்படுகிறது. நடிகர் சல்மான்கானுக்கும் இப்பிரச்சனையின் பாதிப்பு உள்ளது. 2013 இல் ஏழு ஆண்டுகளே உயிர்வாழ முடியும் என மருத்துவர்களால் கணிக்கப்பட்டிருந்த பாயல் தொடர்ந்து போராடிக் கொண்டிருக்கிறார்.

அவர் மேற்கொண்டிருந்த இரைப்பை அறுவை சிகிச்சை 30 மருத்துவர்கள் அடங்கிய ஓர் அணியால் 18 மணி நேரங்கள் நீடித்தது. 30 லட்சங்களை விழுங்கியது.

தொடர்ந்து எழுதிக் கொண்டிருக்கும் பாயலின் சுயசரிதம் 'The Warrior Dies Dancing - That's Who I am' என்ற தலைப்பில் வந்திருக்கிறது.

ஆதாரங்கள்

1. Mum and Princess - the escapades/Payel Bhattacharya (மின்னஞ்சலில் எனக்கு அனுப்பப்பட்ட கோப்பு. இன்னும் நூலாக அச்சிடப்படாதது)

2. The Amazing story of this 38 years old Indian Author/Hindustan Times

3. www.natureasia.com

விசித்திரத்தின் வாழ்க்கை

புத்தரின் வழியை ஆராய்வது தன்னிலையை ஆராய்வது.
தன்னிலையை ஆராய்வது தன்னிலையை மறப்பது.
தன்னிலையை மறப்பது பத்தாயிரம் தர்மங்களால் ஞானமடைவது.

- Dogen/Gjenja koan

அருண்ஷோரி என்றால் அவசரநிலைக் காலத்தில் செய்தி ஊடகத்தில் பெரும் பரபரப்பை ஏற்படுத்தியவர். இந்திரா காந்தியின் காங்கிரஸ் அரசாங்கத்திற்கு சிம்ம சொப்பனமாக விளங்கியவர். ஏ.ஆர். அந்துலே, மராட்டிய முதல்வர் பொறுப்பிலிருந்து விலகக் காரணமானவர். டி.என். பகவதி போன்ற நீதியரசர்கள், சற்று, காங்கிரஸ் சாய்வு கொண்டால் தயங்காது விமர்சித்தவர். மக்கள் உரிமை கழக செயல்பாட்டாளராக இயங்கியவர்.

வாஜ்பாய் அமைச்சரவையில் தொலைத் தொடர்பு தகவல் தொழில்நுட்ப அமைச்சராக இருந்தவர். இதற்கிடையே, பாராளுமன்ற உறுப்பினராக விளங்கியவர். பொறி பறக்கும் பத்திரிகையாளராக, 'டைம்ஸ் ஆப் இந்தியா', 'இந்தியன் எக்ஸ்பிரஸ்' ஆகியவற்றில் அருண் ஷோரியை கவனித்து வந்தவர்களுக்கு, ஆளும் அமைப்பின் அங்கமாக அவர் இருந்ததை ஏற்றுக்கொள்ள முடியவில்லை. ஏனெனில் ஓர் அறிவுஜீவியாக பத்திரிகையாளராக மனித உரிமை ஆர்வலராக இருந்தபோது அவர் தார்மிகச் சீற்றத்துடன் எழுதினார். வாதிட்டார், உரத்துப் பேசினார். பாராளுமன்ற உறுப்பினராகவும் அமைச்சராகவும் ஆனதும் எழுதாது வாதிடாது பேசாது ஷோரி அமைதி காத்தார்.

இந்த எதிர்மறைக் காலகட்டத்திற்குப் பின் ஷோரியின் இன்னொரு முகம் தெரியவந்தது. ஆனால் அது அவரது தனிப்பட்ட வாழ்க்கை சார்ந்தது. மூளை இயக்கமும் உடல் இயக்கமும் பாதிக்கப்பட்ட தன் குழந்தையை வளர்த்து வருவதும் அதன் மூலம் தான் கற்றுக் கொண்டது என்ன என்பதும் Does He know a mother's heart? என்னும் நூலாகப் பதிவு செய்யப்பட்டது. தனிப்பட்ட வாழ்க்கைப் பதிவாகத் தொடங்கி, வாழ்வின் அடிப்படைகளை தத்துவ- ஆன்மிக மரபில் பரிசீலித்து, இந்து, இஸ்லாமிய, யூத, கிறித்தவ, பௌத்த மரபுகளில் விடைதேடுவதான ஒரு பயணமாகிறது இந்த நூல்.

ராமகிருஷ்ணர், ரமணர் இவர்களின் வாழ்க்கை அணுகுமுறைகளை அடியொற்றிச் சென்றால், விடை கிடைத்துவிடும் நம்பிக்கை பிறக்கிறது. பௌத்தத்தில் ஒரு வெளிச்சத்தைப் பார்க்க முடிகிறது.

....

உலக வங்கியில் வேலை பார்க்கையில் வெளிநாடு ஒன்றில், குறைப்பிரசவத்தில் முதல் குழந்தை அவருக்குப் பிறக்கிறது. மூளை பாதிப்புக்குள்ளாகி பிறந்ததால் இயங்க முடியாத, சக்கர நாற்காலியில் முடங்கிவிடும் குழந்தையாகிறது. கேட்க முடியும், நினைவில் வைத்திருக்க முடியும், இடது கண்ணால் சற்று பார்க்க முடியும். அவ்வளவுதான். கழிப்பறை செல்வதிலிருந்து படுக்கையிலிருந்து எழுப்பி உட்கார வைப்பதுவரை இன்னொருவரின் துணை வேண்டும். இந்த நிலை, இந்தப் புத்தகம் எழுதப்பட்டபோது குழந்தைக்கு 35 ஆண்டுகள் ஆன வரையிலும் நீடிக்கிறது.

டெல்லியில் அவசர சிகிச்சை, கோவையில் நரம்பியல் மருத்துவரிடம் ஆலோசனை. சென்னை சங்கர நேத்திராலயாவில் கண் சிகிச்சை. ஆதித்யா என்னும் பெயரிடப்பட்ட அவனோ வலிக்கும்போதும் சிகிச்சை பெறும்போதும் அவஸ்தைப்பட்டாலும், அதற்குப் பிறகான பொழுதுகளில் உற்சாகமானவன். கலகலப்பானவன். பாடல்கள் கேட்பதில் உயிர். தனக்கு சிகிச்சை தரும் மருத்துவருக்கு நன்றி தெரிவிக்க மறக்காதவன். இத்தகைய குழந்தையை வளர்த்தெடுப்பதில், அருண்ஷோரியும் அவரது மனைவி அனிதாவும் மட்டுமின்றி, அருண்ஷோரியின் பெற்றோரும் அனிதாவின் பெற்றோரும் மற்ற உறவினரும்

நண்பர்களும் கூட பங்காற்றியுள்ளனர். இவர்கள் யாருமே ஆதித்யாவை, சுமையாக எண்ணவில்லை. பொறுமையாக அவனுக்குக் கற்றுக் கொடுத்து வந்த அவர்கள் உணர்ந்தது தாங்கள்தான் கற்றுக் கொண்டுள்ளோம் என்பது. அப்படி என்ன கற்றுக் கொண்டார்கள்?

ஆதித்யாவைக் கவனித்து வரும் முக்கிய நபரான அனிதா, சாலை விபத்தொன்றில் பாதிக்கப்பட்டு விடுகிறார்.Parkinson's disorder. இப்போது ஷோரி குடும்பத்தில் சிகிச்சை தரப்பட வேண்டியவை இரு உயிர்கள். மகனும் தாயும். பிரச்சனை இன்னும் வளர்கிறது.

'அன்பின் பெருங்கடல்' என ஷோரியால் குறிக்கப்படும் அவரது தாய் தயாவந்தி அடுத்தடுத்த நரம்பியல் தாக்கங் களுக்கு உள்ளாகின்றார். பார்வை போய்விடுகிறது. குரல் இல்லாமலாகிறது. தயாவந்தியுடன் 65 ஆண்டு இணைந்து வாழ்ந்த அவரது கணவரும் உரிமையியல் நீதியரசராகவும் இருந்து வந்த ஷோரியின் தந்தை 90 வயதை நெருங்கியிருந்த நிலையிலும் நிதானமாக மனைவியினருகே அமர்ந்து மணிக்கணக்கில் தோழமை தந்து வாழ்வை அர்த்தப்படுத்த முற்படுகிறார்.

இப்படி உயிர்கள் வாதனைக்குள்ளாகி தாம் தவிப்பதுடன், நெருங்கிய உறவினர்களையும் அல்லாட வைத்துவிடுகின்றன. பண இழப்பு மட்டுமின்றி, ஒரு வெற்றிடத்தில் சிக்கிவிட்ட பதற்றம் சேர்ந்து விடுகின்றது.

....

மதம், தத்துவம், ஆன்மிகத்தில் இவற்றுக்கான பதில்/விடை/ விளக்கம் இருக்குமா என்று பரிசீலனை செய்கிறார். இதற்கு முன் வரை அம்பலப்படுத்தவும் குற்றம் சுமத்தவும்தான் ஆதாரங்களை அடுக்கி தீர்க்கமாக ஷோரி வாதிட்டு வந்தார். இப்போது அவரது தேடல், வாழ்க்கையின் அடிப்படை உண்மைகளை நோக்கியதாயுள்ளது.

அவரை முதலில் ஈர்ப்பவர் காந்தி. கேரளத்தில் தீண்டாமைக் கொடுமை குறித்து வேதனைப்பட்டு, தமிழகத்தின் தென் மாவட்டங்களில் தீவிரப் பிரச்சாரங்களில் ஈடுபடுகின்றார். அப்போது பீஹாரில் பயங்கர நிலநடுக்கம் ஏற்பட்டு 30,000 பேர் பலியாகிவிடுகின்றனர். காலம் காலமாக தீண்டாமைக்கு

உள்ளாக்கிய பாவமே, பீஹார் பூகம்பத்திற்கு காரணம் என்கிறார் காந்தி. அறிவுக்கு முரண்படும் சாத்திரங்களை எரித்து விடலாம் என்னுமளவுக்கு அவரது எதிர்வினை போய்விடுகிறது. கூட்டங்களில் நிவாரண நிதி திரட்டுகிறார். தீண்டாமைப் பாவத்தை அழித்தொழிப்பதற்கான இன்னொரு சந்தர்ப்பமே பூகம்பம் என்றெல்லாம் விளக்கம் தந்தும் அவர் சமாதானமடையவில்லை. தீண்டாமை, கேரளத்தில் அதன் கோர முகத்தைக் கொண்டிருந்தது. இந்து சமயமெல்லாம் விரவியிருந்தது. இதற்கு பீஹார் மக்களை மட்டும் பலியாக்குவது சரியா/நியாயமா? என்பது ஷோரியின் கேள்வி.

ரமணரையும் ராமகிருஷ்ணரையும் அவர் தம் வாழ்க்கை அனுபவங்கள் பதிவுகள் வழி நுணுகி நோக்குகிறார். பாமர மக்களிலிருந்து அறிவுஜீவிகள் வரை இவர்களை நாடி வந்தனர். அற்புதங்கள் நடத்துவதாக பாவனை செய்து மக்களை ஏமாற்றாமல், நேரிய வாழ்வில் இயல்பாக நடந்து கொண்டவர்கள். தமக்கு வந்த புற்றுநோயை எந்தவித பதற்றமும் இல்லாமல் எதிர்கொண்டு மடிந்தவர்கள். ஆன்மிகவாதிகள் என்ற அளவில் தம் உடல்களுக்குத்தான் வலியும் வேதனையும், தன்னிலைகளுக்கு அல்ல என்னும் விழிப்புணர்வில் சதா இருக்க முடிந்தவர்கள். இவர்கள் ஷோரிக்கு சற்று ஆறுதலளிக்கின்றனர். தீவிர வேதனைக்கோ சிகிச்சைக்கோ உள்ளாகியிருந்த போதிலும், இவர்கள் தமது வழக்கமான அக்கறையுடன் நகைச்சுவையுடன் மற்றவர்களிடம் நடந்துகொள்ள முடிந்திருக்கிறது. விதியை/கர்மவினையை/தெய்வீக விருப்பத்தை/பிரபஞ்ச நோக்கத்தை... என எதனையும் இவர்கள் துணைக்கழைத்து விரிவுரை செய்யவில்லை. இவ்வளவுக்கும் மரபான ஆன்மிகப் பாதையில் பயணித்திருப்பவர்கள். இங்கே/இப்போது என்ன என்பதே இவர்களின் கவனக்குவிப்பாக இருந்துள்ளது. அதே நேரத்தில் நம்பிக்கையினையும் இழக்காதவர்கள்.

....

வழக்கமான மத/ஆன்மிக அணுகுமுறையில் ஒருவனோ/அவனது முன்னோரோ/அவனைச் சார்ந்தவர்களோ பாவம் செய்திருந்தால் தீவினையை ஏற்பான் எனப்படுகிறது. அகாலமாக குழந்தை உயிரிழந்தால் பெற்றோரோ யாரோ பாவம் செய்திருப்பார்கள் என்கிறார்கள் அல்லது ஊழ்வினை

சும்மா விடாது. அல்லது கர்ம வினைக்கோட்பாடு திடமாக இறுக்கம் கொண்டுள்ளது.

ஆனால் ஒரு பாரசீகக் கவிதை வரிகள் அநாயாசமாக இவற்றை நிராகரித்து விடுகின்றன.

'நான் தீவினை செய்தால் எனக்கு தீவினை தந்து தண்டிக்கிறாய் உனக்கும் எனக்கும் என்ன வித்தியாசம்?'

பிருகத்தாரண்ய உபநிடதத்தில் யாக்ஞவல்கியருக்கும் கார்க்கி என்ற மாணவிக்கும் ஓர் உரையாடல். அடிப்படை விஷயங்களின் காரண காரிய விளக்கங்களைக் கேட்கின்றாள் கார்க்கி. அனைத்தும் நீர்மேல் ஊடும் பாவுமாக பின்னப்பட்டிருக்கிறது என யாக்ஞவல்கியர் தொடங்க, அப்படியானால் நீர் எதனால் ஆனது? காற்று அதற்குப் பதிலென்றால் காற்று எதனால் ஆனது? என முடிவின்றிப் போய்க் கொண்டே இருக்கின்றன கார்க்கியின் கேள்விகள். ஒரு கட்டத்தில் பொறுமை இழந்து விடும் முனிவர், அதிகம் கேள்வி கேட்காதே என கார்க்கியை அடக்குகிறார். கார்க்கி அமைதியாகி விடுகிறாள். இது இந்து மதத்தில் மட்டுமல்ல. யூதம், கிறித்தவம், இஸ்லாம் என அனைத்திலும்.

மத/ஆன்மிக மரபுகளில் விடை காண முடியவில்லை. ராமகிருஷ்ணரும் ரமணரும் இப்பிரச்சனையை விளக்காமல், வாழ்ந்தே காட்டியுள்ளனர். நாஜி முகாமில் வதைப்பட்ட விக்டர் பிராங்கல் இதனை தத்துவமொழியில் அணுகுகின்றார். "நம்மிடமுள்ள சுதந்திரம் கட்டுப்படுத்தப்பட்டது. அது நிலைமைகளிடமிருந்தான சுதந்திரம் இல்லை, மாறாக நிலைமைகளை நோக்கி நிலைப்பாடு மேற்கொள்வதற்கான சுதந்திரம். ஒவ்வொரு நாளும் ஒவ்வொரு மணி நேரமும் ஒரு முடிவை மேற்கொள்ள சந்தர்ப்பத்தை அளிக்கின்றன. உங்களது தன்னிலையை, உள்ளார்ந்த சுதந்திரத்தை அபகரித்துக் கொள்வதாக மிரட்டும் சக்திகளிடம் பணிந்துவிடாதிருக்கும் முடிவு அது. சந்தர்ப்பங்களின் விளையாட்டுப் பொருளாக நீங்கள் ஆகிவிடக்கூடாது என்னும் முடிவு அது..."

அசாதாரணமான அரசியல் சூழலை எதிர்கொள்வதற்கு பிராங்கல் முன்வைத்துள்ள ஆலோசனை/அணுகுமுறை மட்டுமல்ல இது, ஒவ்வொருவர் வாழ்விலும் தீவிர நோயிலிருந்து கடுமையான அநீதியை எதிர்ப்பது வரையும்

இது அவசியமும் ஆகும். நம்முன் இருப்பது ‘குறைந்திட முடியாத வேதனை’ (irreducible suffering) ஆயினும் அதனையும் எதிர்கொள்ள ஆயத்தமாவதும் அந்நிகழ்ச்சிப் போக்கிற்குள் சென்று வருவதும்தான் நமக்கான ஒரே தேர்வு. ‘வலிக்கும் வரை நேசியுங்கள்’ என்பது அன்னை தெரசாவின் வாசகம்.

பௌத்தத்தின் அணுகுமுறையே ஷோரிக்கு ஏற்புடையதாக இருக்கிறது. ‘வேதனை நிஜம். இதனைப் பொய்யென்று ஒதுக்கித்தள்ள முற்படுவது இன்னொருவரின் வலியைப் பரிகசிப்பதாகும்.

இன்னொன்று, தன்னுடைய உறவினரோ அல்லது பொதுவான ஒருவரோ அவரது வேதனையும் வலியும் கவலையும் நீங்கும் வகையில் இன்னொருவர் ஈடுபடுவது உதவி செய்வதுடன் நின்று போவதில்லை. மாறாக உதவி பெறுவோர் உதவி செய்பவர்களை உருமாற்றிவிடுவார்கள்.’

ஆதித்யாவுக்காக ஷோரியின் குடும்பமே தியாகம் செய்கிறது. பணம் சொத்து நேரம் தம் உடல்நலம் என எதனையும் பொருட்படுத்தாது. ஆனால் பாதிக்கப்பட்டதாக சுமந்து கொண்டிருப்பதாக ஷோரி உட்பட யாரும் உணரவில்லை.

மதமும் தத்துவமும் ஆன்மிகமும் கற்றுத் தராததை ஆதித்யா கற்றுக் கொடுத்து விடுகிறார். இங்கே/இப்போது இதுதான் நம்முன் இருக்கிறது. இதை வாழ்ந்து பார்த்துவிட வேண்டும். அதனால்தான் ஆதித்யா இவ்வளவு வரம்புகளுக்குட்பட்ட நிலையிலும் உற்சாகமாய் இருக்கின்றான். உரத்துச் சிரிக்கிறான். ஷோரி உள்ளிட்ட குடும்பத்தினரையும் பிற உறவினர்களையும் நண்பர்களையும் உத்வேகம் கொள்ள வைக்கிறான். ஆதித்யா கற்றுக் கொடுத்தது பௌத்தத்தில் உள்ளது, ஜென்னில் உள்ளது என்பதை ஷோரி பின்னரே தெரிந்து கொள்கிறார்.

....

பொருளாதார நிபுணர், பத்திரிகையாளர், மக்கள் உரிமைச் செயல்பாட்டாளர், பாராளுமன்ற உறுப்பினர், மத்திய அமைச்சர் எனப் பல பொறுப்புகள் வகித்தவர் ஷோரி. ராமன் மகசேசே விருது, பத்மபூஷண் விருதுகளெல்லாம் பெற்றவர். இடதுசாரிகளையும் அம்பேத்கரியர்களையும் சதா விமர்சித்தவர். பத்திரிகையாளராயும் மனித உரிமைப் போராளியாயும் ஷோரியின் பங்களிப்புகள் பொறுப்பான

செயல்பாடுகள். அதையும்விட, தன் குழந்தைக்கு வந்துள்ள அசாதாரண நிலையை எதிர்கொள்ளும்/புரிந்துகொள்ளும் விதத்தில் இப்படியொரு பரிசீலனை மேற்கொண்டது இன்னும் குறிப்பிடத்தக்கதாகும். இதில் ஷோரி சிறந்து விளங்கக் காரணம். இங்கே வீழ்த்த எதிரிகளோ/அரசியல்வாதிகளோ இல்லை; தன் காழ்ப்புணர்வைக் காட்ட மாற்று நிலைப்பாட்டினர் இல்லை. மரபுடன் மட்டுமே அவர் முட்டி மோத வேண்டும். அங்கேதான் பயணிக்க/உரையாட தளம் இல்லை என்று தெரிந்ததும் வேறு பார்வைகளைப் பார்க்கத் தொடங்குகிறார்.

இப்போதுதான் ஒளியை நெருங்குகிறார். இதன் பதிவுதான் Does He know a mother's heart? (Harper collins publishers India, New Delhi, 2012) இதன் துணைத்தலைப்பு. How suffering refutes religions பிரதானத் தலைப்பிலுள்ள He என்பது இறைவனைக் குறிப்பது. துணைத் தலைப்பு 'வேதனை மதங்களை மறுதலிக்கின்றது' என்று பொருள்படும்.

திரும்பவும் பேசத் தொடங்கியுள்ள ஷோரி, 'காங்கிரஸ்+ பசு=மோடி ஆட்சி' என்று குறிப்பிட்டிருப்பது நல்ல அடையாளமாகவே தெரிகின்றது.

ஹெலன் கெல்லர்: இருள் ஒளியானது

உலகின் மிகச்சிறந்தவற்றையும் அழகானவற்றையும் பார்க்கவோ தொடவோ முடியாது, இருதயத்தால் உணர வேண்டும்.

- ஹெலன் கெல்லர்

19 ஆம் நூற்றாண்டின் இருபெரும் பாத்திரங்கள் நெப்போலியனும் ஹெலன் கெல்லரும் என்று மார்க் ட்வைன் ஒருமுறை குறிப்பிட்டார். ஒரு வரலாற்று நாயகனையும் பார்வை பாதிக்கப்பட்டு வாழ்ந்திருந்த ஒரு பெண்ணையும் எப்படி சமஅளவில் கொண்டாட முடியும்? இதற்கான பதில்போல, தியோடர் செல்டின் என்பவரது வாசகம் உள்ளது; அது மட்டுமின்றி, இன்னொரு வரலாற்று வீரன் அலெக்ஸாண்டருடன் ஒப்பிடுகிறது ஹெலன் கெல்லரை. "பார்வையின்மையினையும் செவிட்டுத்தன்மையினையும் அவர் வென்றது, அலெக்ஸாண்டரின் வெற்றிகளைவிடவும் மிகப் பெரியது. ஏனெனில், அது உயிர்த்துள்ள ஒவ்வொருவருக்கும் இன்னும் உணர்த்துதல்களைக் கொண்டுள்ளது."

ஹெலன் ஆடம்ஸ் கெல்லர் (1880- 1968) என்னும் முழுப்பெயருடைய அவர் இயல்பான குழந்தையாகவே பிறந்தார். 19 ஆவது மாதத்தில் வயிற்றையும் மூளையையும் பாதித்த விசித்திரமான நோயால், செவிடாயும் குருடாயும் ஆக்கப்பட்டார். 'அதனை அடர்ந்த பனிமூட்டமுள்ள கடலில் வாழ்ந்தேன்' என்றார்.

ஏழாவது வயதில் சமையல்காரரின் மகள் மார்தாவுடன் சைகை மொழியில் பேசிப்பழகி 60 சமிக்ஞைகள் வரை கற்றுக் கொண்டிருந்தார். காலடி அதிர்வுகளைக் கொண்டு மனிதரை அறிந்து வந்தார். லாரா என்னும் செவிட்டு-

குருட்டுப்பெண் கல்வி பெற்ற அனுபவத்தை சார்லஸ் டிக்கென்ஸ் American Notes இல் எழுதியிருந்ததைப் படித்த ஹெலனின் தாய், தன் மகளை லாரா கற்று வந்த பெர்கின்ஸ் மையத்திற்கு இட்டுச்சென்று, சிகிச்சைக்கு ஏற்பாடு செய்தார். பார்வை பாதிப்புக்குள்ளான 20 வயது ஆன சல்லிவன் ஹெலனுக்குப் பயிற்சியளிக்கத் தொடங்கினார். தண்ணீர் என்பதை உணர்ந்து கொள்ளவும் புரிந்து கொள்ளவும் ஹெலனின் உள்ளங்கையில் தன் விரல்களால் த-ண்-ணீ-ர் என எழுத்துக்களை எழுதிக்காட்டி, தண்ணீரையும் ஊற்றி இப்படியே மொழியிலிருந்து உலக விஷயங்கள்வரை கற்பித்து, சிறந்த பேச்சாளராக்கினார். பயிற்சியாளராகத் தொடங்கி, ஆயாவாக மாறி, நெருங்கிய தோழியாக பரிணாமம் பெற்றார். ஹெலன் கெல்லர் - ஆன் சல்லிவன் தொடர்பு 49 ஆண்டு பந்தமாகி, ஹெலனின் உருவாக்கத்தில் இன்றியமையாத பங்காற்றியது. ஆன் சல்லிவன் தன்வீடு வந்த மார்ச் 5, 1887 தினத்தை ஹெலன் தன் 'ஆன்மாவின் பிறந்த தின'மாகக் கொண்டாடினார்.

தண்ணீர் என விரல்களால் எழுதப்பட்டு தண்ணீரின் தொடுதல் உணர்வும் சேர்ந்து, தனக்குக் கற்பித்தல் தொடங்கப்பட்ட முதல் தருணத்தை ஹெலன் ஒருவித பரவசமாகப் பதிவு செய்தார்:

"ஆடாது அசையாது நின்றேன், என் குவிமையமெல்லாம் அவளது விரல்களின் நகர்வுகளின் மேலிருந்தது. மறந்துபோன ஒன்றின், திரும்பிவரும் எண்ணத்தின் திகில் போன்ற, பனிமூட்டமான பிரக்ஞையை சட்டென்று உணர்ந்தேன்; மொழியின் மர்மம் ஒருவாறு எனக்கு வெளிப்படுத்தப்பட்டது. என் கையில் ஓடிக் கொண்டிருந்த ஆச்சரியமான குளிர்ந்த ஒன்று, தண்ணீர் என அறிந்து கொண்டேன். உயிர்ப்புள்ள இச்சொல் என் ஆன்மாவை விழிப்புறச் செய்து, ஒளியையும் நம்பிக்கையையும் அளித்து, விடுதலைபெற வைத்தது."

ஆஸ்திரிய தத்துவவாதியும் ஆசிரியருமான வில்ஹெல்ம் ஜெருசலேமின் தொடர்பால் இலக்கியத் திறனை வளர்த்துக் கொள்கிறார். சல்லிவன் மூலம் வாசிக்கக் கேட்டு மனதில் பதித்துக்கொண்டு கடிதத் தொடர்பு, எழுத்து, பேச்சு என முழுமையான இயக்கத்தில் ஈடுபடமுடிகிறது. பிரைலி முறையையும் கற்றுக்கொண்டு வாசிப்பை எளிதாக்கிக் கொள்கிறார்.

அடங்காத முரட்டுக் குழந்தையாயிருந்த ஹெலன் தன் முப்பதுகளில், ஆன் சல்லிவன் சுகவீனமாயிருந்தபோது, உதவியாளராக விளங்கிய பீட்டர் ஃபாகன் என்னும் நிருபருடன் நெருங்கிப்பழகி, காதலை வளர்த்து, அவருடன் ஓடிப்போகவும் முயன்றுள்ளார்.

ராணுவத்தளபதியும் பத்திரிகை ஆசிரியருமானவர் ஹெலனின் தந்தை. ஹெலனின் முன்னோர்களில் ஒருவர் கிரீச் நகரில் செவிடர்களுக்கான முதலாவது ஆசிரியர். உலகின் முதலாவது பட்டதாரியான கேட்கும் திறனற்ற - பார்வையற்ற ஹெலன், "என் தேவதையரில் அடிமையைக் கொண்டிராத மன்னனும் இல்லை, மன்னனைக் கொண்டிராத அடிமையும் இல்லை" என்பார்.

பார்வைக் குறைபாட்டிலிருந்து மக்களை விடுவிக்க வேண்டும் என்னும் முயற்சியாக, ஹெலன் கெல்லர் இண்டர்நேஷனலை 1915 இல் ஜார்ஜ் ஏ. கெல்லருடன் சேர்ந்து ஆரம்பித்தார். ஒவ்வொரு அமெரிக்க அதிபரையும் சந்தித்து, 25 நாடுகளுக்கு மேலாக சுற்றிவந்து, நிதி திரட்டினார். பெண்கள் வாக்குரிமை, தொழிலாளர் உரிமை, சோஷலிஸம், ராணுவ எதிர்ப்பு ஆகியவற்றுக்காக குரல் கொடுத்து வந்தார். அமெரிக்க சோஷலிஸ கட்சி, உலகத் தொழிலாளர்கள் அமைப்பு உறுப்பினராக விளங்கினார். 12 நூல்கள் எழுதினார்.

22வது வயதிலேயே தன் முதல் சுயசரிதையை The sotry of My Life என்னும் தலைப்பில் வெளியிடுகிறார். அவரது வாழ்க்கை நாடகமாகிறது, திரைப்படமாகிறது. கிரஹாம்பெல், மார்க் ட்வைன், சார்லி சாப்ளின் என நண்பர்கள் கிடைக்கின்றனர்.

II

பார்வைக் குறைபாட்டுக்கான அடிப்படைக் காரணம் தொழிற்துறை நிலைமைகளே; வறுமையே பெண்களை வேசித்தொழிலுக்கு உள்ளாக்கி பால்வினை நோய்ப் பீடிப்புக்கு இட்டுச் செல்கிறது என்றெல்லாம் ஹெலன் பேசத் தொடங்கியதும் அமெரிக்க ஊடகங்கள் அவரது எழுத்துகளைப் பிரசுரிக்கத் தயங்குகின்றன. ராக்பெல்லருக்குச் சொந்தமான ஊடகம் மறுக்கவே செய்கிறது. தன் எழுத்து பிரசுரமாகும்வரை ஹெலன் போராடவேண்டியிருந்தது.

தன் வாழ்க்கையைப் பேசிக் கொண்டிருந்தவரை ஹெலனிடம் அனுதாபங் கொண்டிருந்த ஊடகங்கள், அவர் சோஷலிஸக் கருத்துக்களைப் பேசி செயல்வீரராக ஆகிக் கொண்டிருந்தபோது, அவரது உடல்குறைகளைச் சுட்டிக்காட்டி குறைகாணும் அளவுக்குச் சென்றன. என்றாலும் ஹெலன் முடங்கிவிடாமல் இயங்கி வந்தார்.

III

தன் ஆசிரியை ஆன் சல்லிவனது உதவியால், செவிடும்-குருடுமான இருளிலிருந்து கற்பனை செய்யமுடியாத கலைத்திறனுக்கான பாதையை ஹெலன் கெல்லர் வடிவமைத்துக் கொண்டார் என்கிறார் எழுத்தாளர் சிந்தியா ஓஸிக். 49 ஆண்டு காலம் ஹெலனது வாழ்வில் இரண்டறக் கலந்திருந்த ஆன் சல்லிவனது வாழ்க்கை அப்பட்டமானதொரு துன்பியல் நாடகம். 5வது வயதில் trachoma என்னும் கண்நோயால் பாதிப்புக்குள்ளானவர். 8வது வயதில் அவளது தாய் காசநோயால் இறந்து போகிறார். இந்நிலையில் குடிகாரத் தந்தை குடும்பத்தை விட்டு ஓடிவிடுகிறார். அரைபாதிப் பார்வையுள்ள ஆன், பால்வினை பீடித்த வேசிகளிடமும் பைத்தியக்காரர்களிடமும் விடப்படுகிறாள். இந்நிலையில் நல்வாய்ப்பாக, பெர்கின்ஸ் மையத்திற்கு கொண்டு வரப்படுகிறாள். அதன்பின்னரே ஹெலனுக்குப் பயிற்றுவிக்கும் ஆசிரியை ஆவது.

"எட்டிலிருந்து பதினான்கு வயது வரையிலான அந்த இருண்ட ஆண்டுகளின்போது, என் மனதில் படிந்த பீதிகளையும் அருவருப்புகளையும் துடைத்தழித்திட ஓர் ஆயுளோ நித்தியத்துவமோ போதாது" என்று பதிவு செய்துள்ளார் ஆன். பின் பிரெய்லி கற்றுக் கொள்கிறார். இரு அறுவைச் சிகிச்சைகள் மூலம் நன்றாக வாசிக்கும் திறன் பெறுகிறார். 'அசலான தன்மை, பண்புநலன், நேர்த்தியாக எழுதும் திறன், ஞானம் எல்லாம் சேர்ந்த அதியற்புதமான பெண் ஆன் சல்லிவன்' என மார்க் ட்வைன் மதிப்பிடுகிறார்.

இருபத்தைந்து வயதான ஹார்வர்ட் பயிற்றுனரும் எழுத்தாளரும் சோஷலிஸ்டுமான ஜான் மேசியும் ஹெலனின் ஆளுமை உருவாக்கத்தில் ஒத்துழைத்துள்ளார். ஆன் உடல்நலமின்றி

இருந்தபோது ஹெலனுக்கு உதவியாளராக விளங்கினார். பின்னர் ஆனின் கணவரானார். ஜான் செலுத்திய செல்வாக்குதான், ஹெலன் சோஷலிஸ கருத்துகளில் ஆர்வம் கொள்ளக் காரணமாயிருந்தது.

IV

தனக்கமைந்த சூழலைப் பயன்படுத்திக் கொண்டு, நல்ல அம்சங்களைக் கெட்டியாகப் பற்றியபடி, முழுஈடுபாட்டுடன் வாழ்க்கையை அணுகியதாலேயே, ஹெலனால் தன் குறைபாட்டை வென்று, சகமனிதர் போல இயங்கி, சாதனைகளை நிகழ்த்தக்கூடிய பெண்மணியாக முடிந்தது. 'நான் காண்கிறேன், உணருகிறேன், சிந்திக்கிறேன், கற்பனை செய்கிறேன்' என்று எழுதும் வேளையில், ஹெலன் கலைஞராக மாறுகின்றார். "என் அறிவார்த்தத் தொடுவானம் முடிவின்றிப் பரந்தது. அது சுற்றி வளைத்திருக்கும் பிரபஞ்சம் அளப்பரியது" என்கிறார்.

வாழ்வை படைப்பாக்க ரீதியில் அணுகும்போதுதான் ஒருவர் வெவ்வேறு ஈடுபாடுகள் கொள்ளமுடியும். தன்னைத் தாண்டிச் சென்று சமூகத்திற்குப் பங்களிக்க முடியும். அறிவின்/உணர்வின் உன்னதங்களைக் கண்டு சீரிய கலைஞராக இயலும். பிறருக்கு உத்வேகமளிக்க முடியும். அது ஹெலனால் முடிந்தது. அது அவரது நுண்ணுணர்விலிருந்து ஆரம்பம் கொள்கிறது.

ஹெலனின் குழந்தைப் பருவத்தில் ஒரு சம்பவம். அவரது அத்தை துணிப்பொம்மை ஒன்று செய்கிறார். கண் காது மூக்கு இல்லாது உருவமின்றி விநோதமாயிருக்கிறது. என்றாலும் அது கண்களில்லாது இருப்பதுதான் ஹெலனைத் தொந்தரவு செய்கிறது. அனைவரிடமும் சொல்லிப் பார்க்கிறாள். யாரும் எதுவும் செய்யவில்லை. அத்தையின் தொப்பியில் தொங்கிய மணிகளில் இரண்டை எடுத்து, பொம்மையில் பதித்துவிட, இப்போது பொம்மைக்கு கண்கள் கிடைத்துவிடுகிறது. அவ்வளவு ஆனந்தம் ஹெலனுக்கு.

தன் கனவுகள் சிலவற்றை ஹெலன் பதிவு செய்துள்ளார். பொதுவாகவே கனவுகளில் வசீகரம் நிலவும். ஹெலனின் கனவுகள் அபூர்வமானவை என்றே சொல்லலாம். ஒரு கனவு. உள்ளங்கையில் முத்து. நேர்த்தியாக வார்த்தெடுத்த

படிகமாக. அதன் மிருதுத்தன்மை பரவசமளிக்கிறது. ரோஜாமலரின் குளிர்ந்த, இனிய இருதயத்தைப் போல இருக்கிறது. பனித்துளி, கனல், பாசியின் மிருதுப்பசுமை, அல்லியின் இதமான வெண்மை என வசீகரிக்கிறது. அழகின் ஆன்மா அப்படிக மார்பில் கரைந்துவிட்டது போன்றுள்ளது. 'புலன்களின் உலகை விடவும், எண்ணற்ற நுண்ணனுபவங்கள்/குறிப்புகளிலிருந்து மனம் உருவாக்கிக் கொள்ளும் உலகம், அழகானது என்னும் என் நம்பிக்கையை இது வலுப்படுத்துகிறது.'

இன்னொரு கனவு.

'ஒரு கட்டுரை எழுதப் போகிறேன். அதில் கல்வி அனுபவங்களைப் பேச வேண்டும். ஆயத்தப்படுத்திக் கொள்கிறேன். பசுமையாய் பொன்னிறமாயுள்ள கோமாளி தலைமையில் விதவிதமான சிந்தனைகள் ஆடிக்கொண்டுள்ளன. வீரர்கள், நாட்டியமாதர்கள், இளவரசர்கள், துறவிகள், ஆடவர்-பெண்டிர், ஞாபகமறதிப் பேராசிரியர், ஆவிகள், பிசாசுகள் நோவாவின் பேழையிலிருந்து திறந்துவிடப்பட்டது போல வந்து அமளி செய்கின்றனர். உறைந்த பனித்துளிகள் - இலைகளான ஏணியில் ஏறி நிலவை எட்டுகிறது ஓர் ஆவி. மயிலொன்று மாதுளை மரத்தில் அமர்ந்து கனியொன்றைக் கொத்தி விட்டு அகவுகிறது. சீற்றம் கொண்ட அப்பல்லோ தெய்வம் அதன்மீது பொன்னிற அம்புகளை வீசுகிறது. வீனஸ், எலிஸபெத் ராணி போல ஆடுகிறது.

அடுத்து குருடராயில்லாத ஹோமர் வருகிறார். பிளேட்டோ வந்து உரையாற்றுகிறார். சாப்போ புன்னகைக்கிறார். அரிஸ்டோபேன்ஸ், மோலியர், ஷெல்லி, தாந்தே, சேக்ஸ்பியர் என வருகின்றனர். 'மேக்பெத்'தில் வரும் சூனியக்காரிகளைத் தூக்கிலிட வேண்டும் என்று கூச்சல் எழுகிறது. விளக்கவுரைகாரர்களிடம் அவர்கள் ஏற்கனவே பட்டுள்ள சித்திரவதை போதுமானது என்கிறார் சேக்ஸ்பியர்.

கிப்ளிங் சவாரி செய்துவரும் யானை, போப்பின் மட்டக்குதிரையினையும் பொன்னிற எருதையும் வீழ்த்துகின்றது.

இப்போது வரலாறு, தத்துவம், சட்டம், மருத்துவம் என்னும் நான்கு அரக்கர்கள் சுற்றிச் சுழன்றாடி, பிரிந்து இழை இழையாய்ச் செல்கின்றனர். மொழிநூல், இனவரைவியல்,

மானுடவியல், தொன்மவியல் எனப் பிரிகிறது வரலாறு...'

சிலவேளைகளில் கவிதையும் எழுதியுள்ளார். கவிதையில் அவரால் இரவையும் நேசிக்க முடிகிறது.

இரவின் நிசப்தத்தில் நடக்கின்றேன்
தன் சந்தோஷத்தை உச்சரிக்கிறது என் ஆன்மா.
இன்னும் வாசமுள்ள இரவே, நேசிக்கிறேன்!
பரந்து விரிந்த இரவே, நேசிக்கிறேன்!
கீர்த்திமிகு இரவே!
.....அடியாழமற்ற இதந்தரும் இரவே!
அலைச்சலுறும் என் ஆவிக்கு மாமருந்து நீ,
நன்றியுடன் துயில்கிறேன் உன் நெஞ்சில்,
இருண்ட, கருணையுள்ள இரவே!
உன் நெஞ்சில் ஓய்வுகொள்கிறேன் புறவென
பாதை வகுக்காத எண்ணிப்பார்க்க முடியாத இருளிலிருந்து வந்தோம்,
சீக்கிரமே திரும்பிவிடுவோம்
பரந்து, பதிலளிக்காத இருளுக்குள்."

புலன்கள் முழுமையாக ஆரோக்கியமாக இருந்தும் சரிவர மனிதர்கள் இயங்காதிருப்பது அவருக்கு வருத்தமளிக்கிறது. வரம்புகளுக்குட்பட்ட நிலையில் உள்ள தன்னால் இவ்வளவு செயல்படும்போது, இவர்களால் ஏன் முடியவில்லை என்று கேட்க வைக்கிறது. அதிகாலையில் அவரது தோட்டத்தில் சிறிதுநேரம் நடைபோய் வந்து, பறவைகளின் கிறீச்சொலிகள் நிறைந்த இயற்கையை உள்வாங்கிவிட்டு, ஆன் சல்லிவனுக்கு அருகில் அமர்ந்ததும் மும்முரமாகி விடுகிறார் ஹெலன். வந்துள்ள கடிதங்கள், என்ன பதில் எழுதவேண்டும், அடுத்து எதை கவனிக்க வேண்டும் என ஆனுடன் ஆலோசனை... இப்படியே ஒரு நாளைத் திட்டமிட முடிகிறது.

"ஒளிநிரம்பிய விழிகளை உடையவர்களுடன் நடந்துள்ளேன், அவர்கள் வனத்திலோ கடலிலோ, வானிலோ, நகரத் தெருக்களிலோ, புத்தகங்களிலே எதையும் காண்பதில்லை. இப்பார்வை எத்தகையதொரு அறிவற்ற முகமூடியாட்டம்! இதனை விடவும் மனதைப் பதித்து அறிவுடன் உணர்வுடன், பார்வையின்மையின் இருளில் எப்போதும் கலம் செலுத்துவது எவ்வளவோ நல்லது. அவர்களிடம் அஸ்தமனமும் காலைநேரத்து வானமும், தொலைதூரக் குன்றுகளின்

ஊதாநிறமும் உள்ளன, இருந்தும் வெற்றுப்பார்வையுடன் இவ்வசீகர உலகில் வலம்வருகின்றன அவர்தம் ஆன்மாக்கள். குருடனின் இழப்பு ஈடுசெய்ய முடியாதது, அளப்பரியது. ஆனால் அது, சேவை, நட்பு, நகைச்சுவை, கற்பனை, அறிவு என்பவற்றிலான எமது பங்கை பறிப்பதில்லை. ஒருவரது விதியை கட்டுப்படுத்துவதே அவரது ரகசிய அகவிருப்புறுதியே. நல்லவராயிருக்க, நேசித்திட, நேசிக்கப்பட எங்களால் முடியும், புத்திசாலிகளாய் இறுதிவரை இருப்போம் என்று எண்ண முடியும்" (PP. 84-5, The World, I lived In).

ஹெலனுக்கிருந்த ஒரே பிரச்சனை, தன்னுடைய சிந்தனையை மற்றவர்களது சிந்தனையிலிருந்து பிரித்துப் பார்ப்பதிலுள்ள சிக்கல். அவர் வாசிப்பவை உடனே அவரது மனத்தின் சாரமாகிவிடும். அத்துடன், குழம்பிய சிந்தனைகளையும் உணர்வுகளையும் கற்றறிந்த மனதின் மொழியில் வெளியிடும் சிரமம்... வெளிப்புறத்தே உள்ளவற்றுக்கும் அகத்தே உள்ளவற்றுக்குமிடையே ஒத்ததன்மையை, பார்ப்பதற்கும் பார்க்கமுடியாததற்குமிடையே தொடர்பைக் காணவேண்டியிருக்கும்.'

V

ஹெலன் கெல்லரும் தாகூரும் சேர்ந்துகாணப்படும் புகைப்படம் ஒன்று. ஹெலன் இந்தியா வந்திருந்தபோது தாகூருடன் எடுத்துக்கொண்டது. பார்ப்பவரையெல்லாம் கொள்ளையிட்டுவிடும் இப்புகைப்படம் பற்றி வண்ணதாசனின் பதிவு ஒரு சித்திரமாகிறது, கலை அனுபவமாகிறது.

"ஹெலன் பார்வைத் திறனற்றோரின் மேல்நோக்கிய பார்வையுடன் இருக்கிறார். ஒரு வெதுவெதுப்பான, இதுவரை வாசிக்கக் காத்திருந்த ஒரு உயிருள்ள கவிதையை வாசிக்கிற, ஒரு குளிர்தடாகத்தில் கொஞ்சம் கொஞ்சமாக இறங்கி, அவரே குளிர் தாண்டிய தடாகம் ஆகிவிடுகிற நேரத்தின் மலர்ச்சி ஹெலனின் உதடுகளில் மலர்ந்திருக்கிறது. எனக்கு நிச்சயம். ஹெலனுமே இதற்கு முன்பு இத்தனை ஒளிரும் அழகுடன் இருந்திருக்கவே மாட்டார்.

"நான் இப்போது குருதேவாகக்கூட அல்ல, ஹெலன் கெல்லர் ஆக இருக்க விரும்புகிறேன்.

“எனக்கு ப்ரெய்லி தெரியும். தாகூரை விரல்களால் வாசிக்கிற அளவுக்கு.”

தனக்கு ப்ரைய்லி தெரிந்திருப்பதால், ஹெலன் கெல்லராக மாறி, தாகூரை வாசித்துவிட வேண்டும் என்ற ஆசையை வெளிப்படுத்தும் இவ்வரிகள், நிச்சயமாக ஹெலனுக்கு தமிழ்மொழி வழங்கும் அஞ்சலிதான்!

மோனத்தில் கவிந்த அழகாகத் தோன்றும் ஹெலனை “நீங்கள் என்னவாக இருந்தாலும் ஓர் ஆசிர்வாதம்’ என்கிறார் வில்லியம் ஜேம்ஸ் என்னும் உளவியலாளர்.

VI

ஒவ்வொருவரும் தம் வாழ்வில் சில தினங்கள் செவிடாயும் குருடாயும் இருந்தால் அது அவர்களுக்கு நல்லது என்பார் ஹெலன். இருள் அவர்களை ஒளியை/பார்வையை அவ்வளவு போற்றுமாறு செய்யும்; நிசப்தம், சப்தத்தின் ஆனந்தங்களைக் கற்பிக்கும் என்பதால்.

நாள்தோறும் தோட்டத்தில் உலவிவரும் ஹெலன், ஒருமுறை காட்டில் நடைப்பயிற்சி சென்று வந்த சிநேகிதியிடம், என்ன கண்டீர்கள் என வினவ, ‘குறிப்பாக ஒன்றுமில்லை’ என்று பதில் வருகிறது. இதுபற்றி ஹெலன் எழுதுகிறார்: ‘ஒரு மணிநேரம் காட்டில் நடந்துவிட்டு, ஒன்றும் காணவில்லை என்றால்? பார்க்கமுடியாத என்னால். வெறும் தொடுதலால் அவ்வளவு சுவையூட்டும் விஷயங்களைப் பார்க்க முடிகிறது. ஓர் இலையின் வடிவமைப்பில் நாசூக்கான சமநிலையைக் காண முடிகிறது. வெள்ளி பிர்ச் மரத்தின் மிருதுவான சருமத்தினூடே அல்லது பைன் மரத்தின் கரடுமுரடான பட்டை மீது நேசத்துடன் என் விரல்களை படரவிட முடிகிறது. குளிர்காலத் தூக்கத்திற்குப் பின் விழித்தெழும் இயற்கையின் முதல் அடையாளமான மொட்டினைத் தேடும் நம்பிக்கையுடன் கிளைகளைத் தொடுகிறேன்.’

மக்கள் கூட்டங்களைக் கவனிக்கையில், புன்னகையைப் பார்க்கையில் மகிழ்வதும், தீர்மானகரமான நிலை புலப்படுகையில் பெருமிதமும், துயரம் தென்படுகையில் கருணையும் அடைவதாகக் கூறுவார்.

பார்க்கக் கூடியவர்களுக்கு தன்னால் ஒரு குறிப்பைத் தரமுடியும் என்று அவர் குறிப்பிடுகிறார்: 'நாளைக்கு குருடாகி விடுவோம் என்பது போல உங்கள் கண்களைப் பயன்படுத்துங்கள். இதர புலன்களுக்கும் இம்முறை பொருந்தும்.'

ஆதாரங்கள்

1. The Story of My Life/Helen Keller/Dawning Truth.com
2. The World I Live In/Helen Keller/The Century co, N.Y. 1910
3. Out of the Dark/Helen Keller/Double Day, Page - Company/1920
4. How Helen Keller Learned to write/Newyorker 16/06/2003
5. *நாபிக்கமலம்/வண்ணதாசன்/சந்தியா பதிப்பகம், 2016*
6. Three Days To See/Helen Keller/March 1933